நிழல் பொம்மை
யுகபாரதி

நேர்நிரை

 யுகபாரதி

யுகபாரதி, தஞ்சாவூரைப் பூர்வீகமாகக் கொண்டவர். கணையாழி, படித்துறை ஆகிய இதழ்களின் ஆசிரியக் குழுவில் ஆறு ஆண்டுகளுக்கு மேல் இலக்கியப் பங்களிப்புச் செய்தவர். தொடர்ந்து இரண்டு முறை சிறந்த கவிதை நூலுக்கான தமிழக அரசின் விருதைப் பெற்றவர்.

இதுவரை பதின்ஒன்று கவிதைத் தொகுப்புகளும் பதின்மூன்று கட்டுரைத் தொகுப்புகளும், தன்வரலாற்று நூல் ஒன்றும் எழுதியுள்ளார். இந்நூல், இவருடைய பதின்மூன்றாவது கட்டுரைத் தொகுப்பு. வெகுசனத்தளத்திலும் தீவிர இலக்கியத் தளத்திலும் ஒருசேர இயங்கிவரும் இவருடைய திரை உரையாடல்கள் குறிப்பிட்டுச் சொல்லத்தக்க கவனத்தைப் பெற்று வருகின்றன.

திரைமொழியையும் மக்கள் மொழியையும் நன்கு உணர்ந்த இவர், ஏறக்குறைய ஆயிரம் திரைப் பாடல்களுக்குமேல் எழுதியிருக்கிறார். இவரே இன்றைய தமிழ் சினிமாவின் முன்னணிப் பாடலாசிரியர்.

விலை: ரூ. 250/-
ISBN : 978 819 458 985 3

நிழல் பொம்மை * கட்டுரைகள் * யுகபாரதி © முதல் பதிப்பு: நவம்பர் 2019 * பக்கங்கள்: 256 வெளியீடு : நேர்நிரை, 181, இரண்டாம் தளம், சி.வி.ராமன் தெரு, ராமகிருஷ்ணா நகர், ஆழ்வார்திருநகர், சென்னை– 87. அலைபேசி : 98411 57958 * வடிவம் : தமிழ்அலை, சென்னை– 86.

nilal pommai * Essays * Yugabharathi ©
First Edition: November 2019 * Pages: 256 * Published by **Nehrnirai,** 181, Second Floor, C.V.Raman Street, Ramakrishna Nagar, Alwarthirunagar, Chennai - 87 Cell: 98411 57958 * E-mail: yugabhaarathi@gmail.com, Designs : **Tamil Alai,** Chennai-86

நினைவெனும் நிழல் பொம்மை

யுகபாரதி

எழுதவேண்டுமென்னும் உந்தலுதலை எனக்களித்த பலபேரைப் பற்றிய நினைவுகளை இந்நூல் சுமந்திருக்கிறது. ஒரே நாளில் ஓர் எழுத்தாளனோ, கலைஞனோ, கவிஞனோ உருவாகிவிடுவதில்லை. அதேபோல, அவன் எந்தநேரத்தில் தம்மைப் படைப்பிலக்கியத்திற்குள் விதைத்துக்கொள்கிறான் என்பதும் கவனத்துக்கு வராதது. ஆர்வப்புள்ளியில் ஆரம்பிக்கும் சிறுகோலம், காலகதியில் அலாதியான மகிழ்வையும் மாற்றத்தையும் வழங்குவதே எழுத்தென்று எண்ணுகிறேன்.

தஞ்சாவூர் என்கிற சிறுநகரத்திலிருந்து எழுத்தையும் இலக்கியத்தையும் நோக்கி நடந்த என் கால்கள், இருபத்தைந்து ஆண்டுகளாக அதேதீவிரத்துடன் நடந்துகொண்டே இருக்கின்றன. அடைந்த இடமும் பெற்ற அனுபவங்களும் கொஞ்சமல்ல. இந்நூலில் இடம்பெற்றுள்ள ஆளுமைகளில் சிலர் பிரமலமானவர்கள். சிலர் பிரபலத்தையே விரும்பாமல் தாங்கள் மேற்கொண்ட இலட்சியத்திற்காக உழைத்தவர்கள். வாழ்வின் ஏதோ ஒரு சந்தர்ப்பத்தில் அவர்களுடன் உரையாடவும் பழகவும் கிடைத்த வாய்ப்புகளே, இத்தனை ஆண்டுக்கால வாழ்வில்நான் பெற்ற செல்வமாகக் கருதுகிறேன்.

பிரபஞ்சன், ஜெயகாந்தன், நா.முத்துக்குமார், கோமல் சுவாமிநாதன், எஸ்.பொன்னுதுரை, வெங்கட்சுவாமிநாதன், கே.ஏ.குணசேகரன், அப்துல்ரகுமான், சிவாஜிகணேசன், இன்குலாப், வாலி, தஞ்சை ப்ரகாஷ், இராசேந்திரசோழன் ஆகியோரைப் பற்றிய என் அபிப்ராயங்களை இந்நூலில் தெரிவித்திருக்கிறேன். அதேபோல, தற்போது எழுதிவரும்

ஒருசிலரைப் பற்றியும் எனக்குத் தோன்றிய எண்ணங்களைப் பகிர்ந்திருக்கிறேன். என் நினைவில் இருந்துமட்டுமே சம்பவங்களைக் குறிப்பிட்டிருப்பதால் அவற்றில் தென்படும் கருத்துக்களுக்கு நானே பொறுப்பேற்றுக்கொள்கிறேன். இக்கட்டுரைகளில் ஒருசில அஞ்சலிக் கட்டுரைகள். பிரபல பத்திரிகைகளில் வெளிவந்தவை. அதனால், உணர்வெழுச்சியில் என் வாக்கியங்களில் சில தடுமாற்றங்களைக் கவனிக்கலாம். அவற்றை தவிர்த்திருக்கலாம் என இப்போது தோன்றுகிறது. ஆனாலும், அவை அந்த நேரத்து மனோநிலை என்பதால் அப்படியே தந்திருக்கிறேன்.

குறிப்பாக, கே.ஏ.குணசேகரனைப் பற்றிய கட்டுரையில், கங்கை அமரனைக் குறித்து சில சொற்களைப் பிரயோகித்திருக்கிறேன். அவர்மீது எனக்கும், என்மீது அவருக்கும் உள்ள பிரியங்களை அச்சொற்கள் பிரபலிப்பதல்ல. இருந்தாலும், அக்கட்டுரை எழுதப்பட்ட சமயத்தில் எனக்கெழுந்த உணர்வுகளை மறைக்காமல் சொல்லியிருக்கிறேன். மற்றபடி, என்னை அவர் நன்கறிந்தவர் என்கிற நம்பிக்கை எனக்குண்டு.

ஓரிரு கட்டுரைகள், சம்பந்தப்பட்டவர்களின் நூலுக்கு எழுதிய முன்னுரைகள். அக்கட்டுரைகளில் ஆர். வெங்கடேஷ-ும் தேவகி ராமலிங்கமும் என் ஆரம்பக்கால எழுத்து வாழ்வில் முக்கியமானவர்கள். பாரதிக்குமார், அஸ்கர் போன்றவர்கள் எனக்கு முன்பின் அறிமுகமில்லாதவர்கள். எனினும், அவர்கள் ஆக்கியளித்த நூல்கள் என்னை கவர்ந்ததால் அக்கட்டுரைகளை எழுத நேர்ந்தது. வாலியைப் பற்றிய கட்டுரையில் அவருடைய திரைப்பாடல்களைப் பற்றி எதையுமே நான் குறிப்பிடவில்லை. ஏனெனில், அவைகுறித்து என்னுடைய பின்பாட்டு, தத்தகாரம் ஆகிய நூல்களில் எழுதியிருப்பதால் வேண்டுமென்றே தவிர்த்திருக்கிறேன்.

பாடல் இயற்றும் தளத்திலும் அவர் எவ்விதம் நடந்துகொண்டார் அல்லது ஒரு திரைப்படத்திற்கு பாடல் எழுதும்போது அவருடைய அணுகுமுறை என்னவாக இருந்தது என்பதை உணர அக்கட்டுரை உதவும். அதேபோல, சிவாஜிகணேசனைப் பற்றிய கட்டுரையில் சில காத்திரமான விமர்சனங்களை வைத்திருக்கிறேன். தனிப்பட்டமுறையில்

அவருடன் பழகும் வாய்ப்பு எனக்கில்லை என்றாலும், நடிகர் திலகம் என்கிற பிம்பத்திற்கு பின்னால் இருந்துவந்த கேள்விகளை முன்வைத்திருக்கிறேன். அவருடைய அரசியல் பிரவேசம் பற்றியும், சமூகநீதி சார்ந்து அவருக்கு இருந்தவந்த புரிதல் பற்றியும் திறந்த மனத்துடன் விவாதிக்கலாம்.

சிவாஜி கணேசன் குறித்து 'சிதம்பர ரகசியம்' நூலில், பாலச்சந்திரன் சுள்ளிக்காடு அவரை ஓர் அசல் கலைஞனாக நிறுவியிருக்கிறார். அதையொட்டியே என் கட்டுரையும் அமைந்திருக்கிறது. அதேசமயம், எனக்கு அவர்மீதுள்ள ஈடுபாடுகளையும் கேள்விகளையும் தவிர்க்காமல் தந்திருக்கிறேன். இக்கட்டுரைகளில் வெளிப்படும் அத்தனை உணர்வுகளும் நேர்மையுடன் வெளிப்பட்டவை. ஒருவரை உயர்த்தியோ தாழ்த்தியோ எழுதவேண்டுமென்கிற எண்ணத்துடன் அணுகப்படவில்லை. இந்நூலில் இடம்பெற்றுள்ள ஆளுமைகள் குறித்து இன்னும் சில நினைவுகள் என்னிடம் மிச்சமுள்ளன. அவை நீந்தியும் கரையேறுவதில்லை. நினைவுகளே சக்தியேற்றும் மந்திரங்கள்.

நினைவுகள் பாறாங்கற்களைப் போன்றவை. ஆகவே அவற்றை எங்கேயேனும் இறக்கியே ஆகவேண்டும். இந்நினைவென்னும் பாறாங்கற்களைச் தூக்கிச்சுமக்கும் துணிவிருந்தால் பாரத்தை பிறிதொருவர் தலைமாற்றிக்கொள்ளலாம். நினைவுகளுக்கு மற்றுமொரு சக்தியுண்டு, அவை பாறாங்கற்களே ஆயினும், சமயத்தில் பூக்களாகவும் மலர்ந்துவிடுபவை. வாழ்வையே வாசமாக்கும் அந்தப் பூக்கள் ஒருநாளும் உதிர்வதேயில்லை. இந்நூல் உருவாக்கியத்தில் என்னுடன் துணைநின்ற புதுவை சீனு.தமிழ்மணி, இசாக், கமலாலயன் ஆகியோருக்கு நன்றியும் வணக்கமும். வழக்கம்போல நேர்நிரைக்கு என் வந்தனங்கள்.

நிறைய பிரியமுடன்,
யுகபாரதி
98411 57985

தலைப்புச்சொற்கள்

ஒரு காப்பி சாப்பிடலாமா சார் *11*

ஞானமென்பது கிரீடம், பீடமல்ல *20*

வார்த்தைகளைத் தூரெடுத்தவன் *31*

கோமல் எனும் பொதுமேடை *47*

குறுஞ்செய்தியில் வரலாறு *61*

விமர்சன வாத்தியார் *68*

அப்பாவின் சிநேகிதர் *83*

பித்தர்களின் நேயர்விருப்பம் *98*

உலகத் திரைகளின் ஓர்மைகள் *118*

தமிழின் அசல் கலைஞன் *126*

எழுத்தை ஈன்ற ஓர் இதயம் *139*

இந்தியத் திரைவாசனை *152*

சூழலுக்கேற்ற சொல்லாளர் *157*

காணாமல் போதல் பற்றி *162*

நினைவுகளின் நிறுத்தல்குறி *189*

ஒவ்வொருநாளும் ஒரே முகம் *212*

நடுநாட்டுக் கதைசொல்லி *219*

வாக்கியங்களின் வரைபடம் *241*

கவ்வியதை விடேல் *247*

நினைவிலே தொடருகின்ற
நிழல் பொம்மைகளுக்கு

ஒரு காபி சாப்பிடலாமா சார்?

இளம் படைப்பாளிகள் அத்தனைபேருடனும் நெருக்கத்தையும் அன்பையும் வெளிப்படுத்திய எழுத்தாளர் பிரபஞ்சன், எழுத்தின் வழியே வாழ்வை தரிசித்தவரல்ல. எழுத்தாகவே வாழ்வை தரிசித்தவர். அறுபதுகளின் பிற்பகுதியில் நெற்றியில் திருநீறும், இடதுகையில் பாரதிதாசன் கவிதை நூலையும் வைத்திருந்த வைத்தியலிங்கமே, பின்னாள்களில் பிரபஞ்சனாக அறியப்பட்டிருக்கிறார்.

கரந்தைத் தமிழ்ப் புலவர் கல்லூரி மாணவனாகத் தஞ்சாவூருக்கு வந்திருந்த அவரை, எழுத்தாளர் தஞ்சை ப்ரகாஷ் எல்லாவகையிலும் ஆதரித்திருக்கிறார். "பிரபஞ்சக்கவி" என்னும் பெயரில் கவிதைகளை எழுதிவந்த அவர், எழுத்தாளர் பிரபஞ்சனாக மாறியத் தருணங்கள் முக்கியமானவை. "நெற்றியில் திருநீறு கையில் பாரதிதாசன்" என்கிற சித்திரம், ஓர் எளிய படைப்பாளன் படைப்பாளுமையாக முன்னேறப் பயன்பட்டிருக்கிறது. ஆரம்பத்தில் திருநீறை விடுவதா? பாரதிதாசனை விடுவதா? என்கிற குழப்பம் பிரபஞ்சனுக்கு இருந்திருக்கிறது. ஆனால், இறுதியில் அவர் இரண்டையுமே கைவிடவேண்டிய சூழலுக்குத் தள்ளப்பட்டிருக்கிறார். திராவிட இயக்கத்தின் தேவைகளை உணர்ந்திருந்த அவர்,

அத்தேவைகளுக்காக ஆன்மிகத்தை கைவிடச் சொல்லியதாகத் தெரியவில்லை. இரண்டு பக்கத்திலுமுள்ள நல்லதுகளைத் தேர்ந்துகொள்ளவே பணித்திருக்கிறார். சித்தாந்தங்களுக்குள் அடைபடாத போதிலும், தம் எழுத்துக்களின் வரையறைகளாகச் சிலவற்றை வைத்துக்கொள்ள எண்ணியிருக்கிறார்.

மானுட நேசத்தின் மையத்தை அடைவதே அவர் படைப்புகளின் குறிக்கோள்களாக இருந்திருக்கின்றன. அடிப்படையில் தமிழிலக்கிய மாணவனாக இருந்தும், பழந்தமிழ்ப் பிதற்றல்களை அவர் கொண்டாடியதில்லை. இடதுசாரிகளிடம் தமக்கிருந்த கூடுதல் பற்றை ஒவ்வொரு சந்தர்ப்பத்திலும் உணர்த்தியிருக்கிறார். அவர் அவர்களுடைய மேடைகளில் தயக்கமில்லாமல் கலந்துகொண்டு, தம்முடையக் கருத்துக்களைத் தெரிவித்திருக்கிறார், மாறான கருத்துக்களையும்கூட.

அவருடைய படைப்புகளில் 'வானம் வசப்படும், மானுடம் வெல்லும், இன்பக்கேணி, சந்தியா, மகாநதி' ஆகிய நாவல்கள் குறிப்பிடத்தக்கவை. அந்நாவல்களில் அவர் எழுதிக் காட்டிய கதாபாத்திரங்கள், விட்டு விடுதலையாகும் மனோநிலையை உடையவை. அசோகமித்திரனின் சிறுகதைகளில் தென்படும் எளிய சம்பவங்களை, தமக்கே உரிய அரசியலுடன் வெளிப்படுத்தியவராக அவரைக் கருதலாம்.

பத்தி எழுத்தாளராகவும் பத்திரிகையில் பணியாற்றிய எழுத்தாளராகவும் புனைவல்லாத எழுத்துக்களை பெருமளவு அவர் படைத்திருக்கிறார். ஒரு குடிமைச் சமூகத்தில் நிகழும் குற்றங்களையும் கேடுகளையும் அவரால் பொறுத்துக்கொள்ள முடிந்ததில்லை. வாழ்வின் அன்றாடத் தேவைகளுக்காக மனிதர்கள் செய்யும் சூழ்ச்சிகளை, அதிர்ந்து பேசாத கதைகள் அவருடையவை. எழுபதுகளிலும் எண்பதுகளிலும் இலக்கியத்தின் தீவிரத்தை உணர்த்திய முக்கியமான படைப்பாளிகளில் அவர் குறிப்பிடத்தக்கவர். தம்முடைய வாழ்வின் அதிருப்திகளையும் பகடிசெய்து எழுதுவதில் அவர் தனித்து விளங்கியிருக்கிறார். ஜெயகாந்தனுக்குப் பிறகு வரக்கூடிய எழுத்தாளர்களில் அதிக கவனத்தை ஈர்த்ததுடன், மேடைப் பேச்சிலும் தனக்கான தனித்துவத்தை ஸ்தாபித்திருக்கிறார்.எளிய மனிதர்களே அவருடைய கதைகளில்

வருபவர்கள். எந்த சந்தர்ப்பத்திலும் அறத்தை மீறாதவர்கள். சிலவேளைகளில், அறமென்று சமூகம் கட்டமைத்து வைத்திருப்பதையும் அவர் கேள்விகேட்கத் தவறியதில்லை. பெரும்பாலான அவருடைய கதைகள் பெண்களுக்காக பரிந்து பேசியிருக்கின்றன. "பெண்களை தெய்வமாக்கியது ஆன்மிகம். தாசியாக்கியது நிலப்பிரபுத்துவம். அடிமையாக்கியது வைதீகம். வேலைக்காரியாக்கியது குடும்பத்துவம். மனுஷியாக்கியது பெரியாரியம்" என்பதே அவருடைய புரிதல்.

அந்தப் புரிதலில் இருந்தே தம்முடைய பெண் கதாபாத்திரங்களை அவர் உருவாக்கியிருக்கிறார். சமூக நிர்ப்பந்தங்களுக்குப் பெண்கள் ஆட்பட நேர்கையிலெல்லாம், அவர்களுக்கான விடுதலையையும் உரிமையையும் பேசிய எழுத்துக்கள் அவருடையவை. மகாபாரதத்தை புதுவிதமாக அணுகி, அவர் கல்கியில் எழுதிய கட்டுரைத் தொடரில் வாழ்வின் சூழலுக்கேற்ப மனிதர்கள் எடுக்கக்கூடிய முடிவுகளை அலசியிருக்கிறார். "குற்றம் பார்க்கின் சுற்றம் இல்லை" என்ற கூற்றின் வழியே காவிய மாந்தர்களை அவர் அணுகியிருக்கும்விதம் அலாதியானது. ஒவ்வொரு மனிதனுக்குப் பின்னும் நிழலாகத் தொடரும் அவனுடைய குற்றங்களை அவர் பெரிதுபடுத்தியதில்லை.

சாதாரண நிகழ்வுகளாகவே எவற்றையும் பார்த்து, அந்த நிகழ்வுகளின் சுவாரஸ்யத்தில் வாழ்வை கடத்தச் சொல்வதே அவர் எழுத்தின் ஆதார ஸ்ருதி எனலாம். பெரிய புகழுக்குள் அடைபடாத அல்லது பெரிய புகழைத் தேடி அலையாத அவருடைய படைப்பு மனம், தொடர்ந்து இயங்கிக்கொண்டே இருந்திருக்கிறது. ஆழ்ந்த வாசிப்பின் புரிதல்களே அவருடைய எழுத்துக்களில் வெளிப்பட்டிருக்கின்றன.

தனக்கு முன்னே எழுதியவர்களை எத்தனை அக்கறையுடன் வாசித்திருக்கிறாரோ அதைப்போலவே, தனக்குப் பின்னே எழுத வந்தவர்களையும் வாசித்திருக்கிறார். கணையாழியில் நான் உதவியாசிரியராக இருந்த காலங்களில் எத்தனையோ இளம் எழுத்தாளர்களையும் கதைகளையும் எனக்குச் சொல்லி, அவர்கள் படைப்புகளை பிரசுரிக்க உதவியிருக்கிறார். முற்போக்குப் படைப்பாளிகளை வளர்த்தெடுப்பதில் அவர் கொண்டிருந்த ஆர்வம், வேறு எந்த மூத்த படைப்பாளிகளிடமும்

காணப்படாதது. அரசியலற்ற எழுத்தே நவீன இலக்கியத்தின் முகமாகப் பார்க்கப்பட்ட வேளையிலும், அவர் அவருடைய எழுத்தில் தீவிர அரசியலையே முன்வைத்திருக்கிறார். தஞ்சை ப்ரகாஷ்மூலம் அவருக்கு ஒட்டிக்கொண்ட, "மங்கள விலாஸ்" காபி பழக்கத்தையும் சாஸ்தீரிய இசை ரசனையையும் அவரால் இறுதிவரை கைகழுவ முடியாமல் போயிருக்கின்றன.

எப்பொழுதும் அவர் நாக்கு, ஒரு நல்ல காபிக்காக ஏங்கியிருக்கிறது. உற்றுக் கவனிக்கும் பொழுதுகளில் அவருடைய விரல்கள் இசைக்கான அபிநயத்தைப் பிடித்திருக்கின்றன. உரையாடலின் தொடக்கத்திலோ முடிவிலோ "ஒரு காபி சாப்பிடலாமா சார்?" என்பதே அவர் வழக்கம். எல்லோருமே அவருக்கு சார்தான். எல்லோருமே அவருடைய காபி டபராக்களை பகிர்ந்துகொள்பவர்கள்தான்.

எழுத்தின் சகல சூட்சமங்களையும் கற்றிருந்த அவர், அவற்றையெல்லாம் தம் உரையாடல்களில் வெளிப்படுத்தி, இறுக்கத்தை ஏற்படுத்த விரும்பியதில்லை. காபி என்பது அவர் வாழ்வில் தவிர்க்கமுடியாத ஒன்றாக இருந்திருக்கிறது. ஒரு மூத்த படைப்பாளியிடம் பழகுகிறோம் என்கிற தடையையும் எண்ணத்தையும் உடைக்க, அவர் தயாராக வைத்திருந்த வாக்கியம் அது. சதா விரலிடுக்கில் புகைந்த சிகரெட்டின் ஒவ்வொரு இழுப்பிலும், அவர் ஏதோ ஒரு புதுக்கதைக்கான புத்துணர்வைப் பெற்றிருக்கிறார். அதுவே தம்முடைய மரணத்தை விரைந்துகொண்டுவரும் என்று அவர் நினைத்திருக்கவில்லை.

இளம் எழுத்தாளர்களை அள்ளி அணைத்துக்கொள்ள விரும்பிய அவர், அவர்கள் அழைத்த இடத்திற்கே போய் வாழ்த்தியிருக்கிறார். மேடையை தம் கட்டுக்குள் வைக்கத் தெரிந்த அவருக்கு, எந்த அளவில் தம் பேச்சை நிறுத்திக்கொள்ள வேண்டுமெனவும் தெரிந்திருக்கிறது. ஒவ்வொரு மேடையிலும் புன்முறுவலுடன் "ஆகவே நண்பர்களே" என ஆரம்பித்திருக்கிறார். ஆகவே நண்பர்களே என்பது நானுமே, உங்கள் நண்பனாகிவிட்டேன் எனச் சொல்வதுதான். என்ன நினைப்பாரோ? என்ன சொல்வாரோ? என்கிற தயக்கமே இல்லாமல் எதைப்பற்றியும் அவரிடம் உரையாடலாம். "முடிந்தால் இந்த இந்தப் புத்தகங்களைப்

பாருங்கள் சார்” என்பதுடன் அவருடைய உரையாடல்கள் முடிந்திருக்கின்றன. இருக்கலாம், இருக்கக்கூடும் என்கிற நேர்மறையான வார்த்தைகளையே அவர் உதிர்த்திருக்கிறார். தம்முடைய படைப்புகளை வெளியிட்ட பதிப்பகங்கள் பலவற்றுடனும் அவருக்கு சுமூக உறவு இருந்ததில்லை. அதேசமயம் அவர்கள் தம்மை ஏமாற்றிவிட்டதாகவோ மோசடி செய்துவிட்டதாகவோ குற்றச்சாட்டுகளை மேடைகளில் வைத்ததில்லை. இன்னும் கொஞ்சம் கூடுதலாக தம்மை கவனித்திருக்கலாம் என்பதே அவர்கள்மீது அவர் வைத்த விமர்சனங்கள். “திரைத்துறைக்கு வந்திருந்தால் பொருளாதார ரீதியாக உயர்ந்திருக்கலாமே” என நான் கேட்டதற்கு, “என்னுடைய இயல்புக்கு அது சரியா படலையே சார்” என்றிருக்கிறார்.

கவிஞர் கங்கைகொண்டான் இயக்கிய ஒரு திரைப்படத்தில் அவர் உதவி இயக்குநராகப் பணியாற்றி இருக்கிறார். திரைத்துறையை ஆரம்பத்தில் அவர் நேசித்திருக்கிறார். ஆனால், அவருக்குக் கிடைத்த கசப்பான அனுபவங்கள் தொடர்ந்து அத்துறையில் இருக்கவிடாமல் செய்திருக்கின்றன. அவ்வப்போது சில இயக்குநர்கள் அவரிடம் வந்து தங்கள் கதைகளுக்கு ஆலோசனை பெற்றிருக்கிறார்கள். இயக்குநர் ஜெயதேவி இயக்கிய “பவர் ஆஃப் உமன்” என்கிற திரைப்படத்திற்கு அவர் உதவியிருக்கிறார்.

திரைக்கதையிலும் உரையாடலிலும் அவர் பங்களிப்புச் செய்த அந்தத் தருணத்தில், பாடலெழுத என்னை அழைத்துப் போயிருக்கிறார். “பணம் பெருசா கொடுக்கமாட்டாங்க, இருந்தாலும், நீங்க என் நண்பருன்னு சொன்னதால கூட்டிக்கிட்டு வரச் சொல்லிட்டாங்க. என்ன பண்ணுறதுன்னு தெரியல. ஒங்களுக்கு ஓ.கேன்னா வாங்க சார்” என்றார். அவர் கேட்ட அந்தத் தொனி என்னைக் கிறங்கடித்தது. அவர் அழைப்பின்பேரில் அந்தத் திரைப்படத்திலும், அதன்பின் ஜெயதேவி இயக்கிய மற்றொரு படத்திலும் என்னுடைய பாடல்கள் இடம்பெற்றிருக்கின்றன.

தன்னால் இயன்ற உதவியைப் பிறருக்குச் செய்ய அவர் தயங்கியதில்லை. அதே சமயம், தனக்கு உதவாதவர்கள் குறித்தும் ஒருவார்த்தை பேசியதில்லை. பெரும்பாலும்

உடன்பாடில்லாத விஷயங்களை அவர் விவாதத்துக்கு வெளியிலேயே விட்டிருக்கிறார். தேவையற்ற சர்ச்சைகளில் ஈடுபட்டு, தம்முடைய அகத்தையும் முகத்தையும் அவர் கெடுத்துக்கொண்டதில்லை.

அப்படியும் ஒருமுறை, ஒரு குறிப்பிட்ட தலைவரை முன்னிறுத்தி அவர் எழுதிய கட்டுரை, பெரும் சர்ச்சைக்கு வழி வகுத்திருக்கிறது. அரசியல் தளத்திலும் இலக்கியத் தளத்திலும் தமக்கிருந்த நற்மதிப்பை அந்தக் கட்டுரை குலைத்துவிட்டதாக அவரே பிறிதொரு சந்தர்ப்பத்தில் குறிப்பிட்டிருக்கிறார். உணர்ச்சி வசப்பட்டு தாம் அவ்வாறு எழுதவில்லை என்றும், அந்த தலைவரின் நடவடிக்கைகளே என்னை அவ்வாறு எழுதத் தூண்டின என்றும் அவர் எவ்வளவே விளக்கியும்கூட, அந்தக் கறையிலிருந்து அவரால் வெளிவர முடியாமல் போயிருக்கிறது. இத்தனைக்கும் தமிழினத்தின் புதிய தலைவராக பிரபஞ்சன் முன்நிறுத்திய அந்த ஒருவர், இலக்கியத்தின் பயன் குறித்தோ இலக்கியவாதிகளின் நலன் குறித்தோ எங்கேயும் பேசியதில்லை.

முதலும் கடைசியுமாக எழுத்தில் தாம் செய்துவிட்ட பிழையாக அக்கட்டுரையைப் பற்றி பலஇடங்களில் பிரபஞ்சனே சொல்லியிருக்கிறார். ஒரு நேரத்தில் தமக்குள் உருவாகும் கருத்தோ அபிப்ராயமோ காலப்போக்கில் மாறிவிடும் எனத் அறிந்திருந்தும், அவர் ஏன் அதற்காக அவ்வளவு தூரம் வருத்தினார் என்பது யோசனைக்குரியது. எழுத்தைத் தவமாக, எழுத்தையே வாழ்வாக கொண்ட அவர், எழுத்தினால் நேர்ந்த துன்பங்களையும் அனுபவித்திருக்கிறார். எழுத்தின் வழியே அவர் பெற்ற அங்கீகாரங்களும் உச்சபட்ச மரியாதைகளும் எவ்வளவோ அதே அளவு அவமானங்களையும் அவமதிப்புகளையும் சந்தித்திருக்கிறார்.

ஒருமுறை திருச்செந்தூரிலோ திருப்பூரிலோ அவரைப் பாராட்ட சில அன்பர்கள் சேர்ந்து ஒரு விழாவை ஏற்பாடு செய்திருக்கின்றனர். சாகித்ய அகாடமி விருது பெற்றிருந்த சமயம் என்று நினைவு. அந்த விழாவில் கலந்துகொள்ள அவரும் அவ்வூருக்குப் போயிருக்கிறார். பயணச்செலவுக்குக்கூட அவர்கள் பணம் அனுப்பவில்லை. இருந்தாலும், பாராட்ட அழைத்திருக்கிறார்களே என்பதற்காக சொந்தக் காசைச்

செலவழித்துப் போயிருக்கிறார். போனால், விழா தடபுடலாக நடந்திருக்கிறது. மாலையும் சால்வையும் புகழுரைகளுமாக நிகழ்ந்த அந்த விழாவில், அவருக்காகச் செய்த பிரத்யேகக் கேடயத்தையும் நினைவுப் பரிசாக வழங்கியிருக்கின்றனர். கேடயமென்றால் சாதாரணக் கேடயமல்ல. ஆளுயரக் கேடயம். உள்ளூர் பெரியவர்களும் முதலாளிகளும் பேசு பேசென்று பேசியதில் நள்ளிரவு வரை கூட்டம் நடந்திருக்கிறது.

பாராட்டு என்கிற பெயரில் யார் யாருடைய கதைகளையெல்லாம் அவருடையக் கதையாகவும் அளந்திருக்கிறார்கள். எல்லாவற்றையும் கேட்டு, சிரித்து ஒருவழியாக தூக்கமுடியாத அந்தக் கேடயத்தைத் தூக்கிக்கொண்டு பேருந்து நிலையத்திற்கு வந்திருக்கிறார். அப்போது அவரையும் அந்த கேடயத்தையும் சகபயணிகள் வித்தியாசமாகப் பார்த்திருக்கின்றனர். "இதுயென்ன சார் இவ்வளவு பெருசா?" என்றும் கேட்டிருக்கின்றனர்.

தாம் ஒரு சாகித்ய அகாடமி பரிசு பெற்ற எழுத்தாளர் என்றும், என்னை கௌரவிக்க நடத்தப்பட்ட கூட்டத்தில் அளித்த பரிசென்றும் சொல்லிச் சொல்லி மாய்ந்த அவர், அக்கேடயத்தை ஒருகட்டத்தில் சுமையாகக் கருதியிருக்கிறார். அத்துடன், பேருந்து நடத்துநர் அக்கேடயத்திற்குக் கூடுதல் கட்டணம் கேட்டதால், அக்கேடயத்தை யாருக்கும் தெரியாமல் அதே பேருந்து நிலையத்தில் வைத்துவிட்டுத் திரும்பியிருக்கிறார். "எழுத்தாளனுக்குச் சமூகம் தரக்கூடிய மரியாதையை, வீட்டுக்குக் கொண்டு வரமுடியாமல் போய்விட்டது சார்" என்று அச்சம்பவத்தை நகைச்சுவையுடன் ஒருசமயம் பகிர்ந்துகொண்டிருக்கிறார். "பாராட்டு விழா எடுப்பவர்கள் அவ்விழாவில் கலந்துகொள்ள வரும் எழுத்தாளனிடம் பணம் இருக்கிறதா என்று பார்க்க மாட்டாங்களா சார்" என்று சொல்லி, அவர் சிரித்த சிரிப்பு இன்னமும் என் நினைவில் இருக்கிறது.

ஒரு தேர்ந்த நாடகக் கலைஞனின் பாவனையை அவர் பேச்சில் உணரலாம். மலர்ந்த கண்களும் காற்றில் அசையும் கைகளுமாக அவர் பேசத் தொடங்கினால், அன்றைய பொழுதில் நாம் ஒரு ரசமான அனுபவத்தைப் பெற்றுத் திரும்பலாம். தம்மை ஈர்த்த கதைகளை அவர் மேடையில்

சொல்வது தனி அழகு. நிறுத்தி நிதானமாக ஆண்டன் செக்காவின் "தும்மல்" சிறுகதையை அவர் பல மேடைகளில் சொல்லியிருக்கிறார். ஒவ்வொரு முறையும் அக்கதையை வெவ்வேறு அடவுகளுடன் சொல்லியதை ஆச்சர்யத்துடன் கேட்டிருக்கிறேன்.

ஒரு கதையை ரசனையுடன் சொல்வதல்ல, அந்த ரசனையை அடுத்தவர்க்குக் கடத்தும் மிக அரிய கலை அவரிடம் இருந்திருக்கிறது. குழு மனப்பான்மையுடன் எந்த எழுத்தாளரையும் அவர் பார்த்ததில்லை. எல்லாக் குழுக்களுடனும் தம்மை ஐக்கியப்படுத்திக்கொள்ளவே விரும்பியிருக்கிறார். சிறுபத்திரிகைகளுக்கு எழுதுவதைத்தான் பெரும் பத்திரிகைகளிலும் எழுதியிருக்கிறார். வெகுஜன ரசனைக்காக அப்படியும் இப்படியும் எழுதுகிறேனென்று வாதிட்டதில்லை. அவர் தொடர்களாக எழுதிய கதைகளிலும் ஒருவித நேர்த்தியைக் காணலாம். அநேகமாகத் தமிழில் வெளிவரும் அத்தனைப் பத்திரிகைகளிலும் அவருடைய எழுத்துக்கள் வந்துள்ளன.

மிக சமீபத்தில் "எழுத்தே வாழ்க்கை" என்னும் தலைப்பில் எஸ். ராமகிருஷ்ணன் எழுதிய நூல் ஒன்றை வாசிக்க நேர்ந்தது. ஓர் எழுத்தாளன் தம் மொத்த வாழ்வையும் எழுத்துக்கு ஒப்புக்கொடுப்பது குறித்து அந்நூலிலிருந்து பகிர்ந்துகொள்ள நிறைய உண்டு. முக்கியமாக, முழு நேரத் தொழிலாக எழுத்தை கைகொள்வதில் உள்ள சிடுக்குகளையும் சிக்கல்களையும் அந்நூலில் விரிவாக விவரித்திருக்கிறார். ஆனாலும், அச்சிக்கல்களும் சிடுக்குகளும் அவரை அயர்ச்சியுறச் செய்யவில்லை. மாறாக, பெருமித உணர்வுகளையே தந்திருக்கின்றன. எழுதி வாழ்ந்துவிடமுடியும் அல்லது எழுத்தினால் வாழ்க்கையை நடத்திவிட முடியும் என்கிற நம்பிக்கையை எஸ். ராமகிருஷ்ணன் அந்நூலில் வெளிப்படுத்தியிருக்கிறார். எழுத்தாளர் பிரபஞ்சனும் அப்படியான முடிவுக்கு ஆட்பட்டே வாழ எத்தனித்தவர். என்றாலும், பிரபஞ்சனுக்கு எழுத்தை வாழ்வாகக் கொண்டது உவக்கவில்லை.

தம்மை சந்திக்க வரும் இளம் படைப்பாளர்களிடம் அதுகுறித்து அதிகம் பேசியிருக்கிறார். "எழுத்தாளராக வாழ்வது திருப்தியளித்தாலும், முழு நேரத் தமிழ் எழுத்தாளனராக

வாழ்வது சிக்கல்" என்றே சொல்லியிருக்கிறார். ஒரு வேளை ஆங்கிலத்திலோ பிரெஞ்சிலோ எழுதியிருந்தால் அவருடைய எண்ணம் மாறியிருக்கலாம். கதாநதியாக அறுபது ஆண்டுகள் ஓடிக்கொண்டிருந்த அவர், கக்கடைசியில் புதுச்சேரி வீதியொன்றில் கிடத்தப்பட்டிருக்கிறார்.

தேசியக் கொடி போர்த்தப்பட்ட அவர் உடலை அரசு, துப்பாக்கி குண்டு முழங்க மரியாதையுடன் அடக்கம் செய்திருக்கிறது. தமிழில், இதுவரை வேறு எந்த எழுத்தாளனுக்கும் கிடைக்காத உச்சபட்ச மரியாதை அது. என்றாலும், அழுத விழிகளுடன் இடுகாட்டில் நின்றிருந்த அத்தனை எழுத்தாள நண்பர்களும், அந்தச் சந்தர்ப்பத்தில் பிரபஞ்சனிடம் கேட்க நினைத்த ஒரு கேள்வி, "ஒரு காபி சாப்பிடலாமா சார்?"

ஞானமென்பது கிரீடம், பீடமல்ல

தமிழைத் தங்கள் பெருமைகளில் ஒன்றாகக் கருதக்கூடிய தமிழர்கள், தங்கள் காலைத் தாமே நக்கிக்கொள்ளும் நாய்கள். எழுத்தாளர் ஜெயகாந்தன் இப்படியொரு வாக்கியத்தை ஒரு மேடையில் பேசப்போக, தமிழ்நாடே கொந்தளித்தது. அவர் பேசிய மேடை, தமிழ் மேடை அல்ல. சமஸ்கிருத மேடை. சமஸ்கிருதத்தைத் தூக்கிப்பிடிக்கவும் தமிழைத் தாழ்த்திப்பேசவும் அவர் துணிந்ததை ஒருவர்கூட ஆதரிக்கவில்லை. சமஸ்கிருத சேவா சமிதியில் தனக்காக ஏற்பாடு செய்யப்பட்ட பாராட்டு விழாவில்தான் அப்படிப் பேசினார். 2005ஆம் ஆண்டு என்று நினைவு. அப்போதுதான் அவருக்குப் பத்மபூஷன் விருது கிடைத்திருந்தது. அவர், அந்த மேடையில் நிறைய சர்ச்சைகளைக் கிளப்பினார்.

வர்ணவேறுபாடுகள் இருக்க வேண்டும் என்றும் அது இருந்தால்தான் வாழ்க்கை சுவாரஸ்யமாக இருக்கும் என்றும் பேசினார். இதெல்லாம் நல்ல புத்தியுடைய ஒரு தமிழ் எழுத்தாளன் பேசக்கூடியதா? என விவாதம் தொடங்கியது. எப்போதும் ஜெயகாந்தன் இப்படித்தான், அதிரடியாகப் பேசி தன் இருப்பைத் தக்கவைத்துக்கொள்கிறார் என்றும் சிலர் பேசிக்கொண்டனர். எழுத்தையும்

இலக்கியத்தையும் தீவிரமாகக் கொண்ட என் தலைமுறையைச் சேர்ந்தவர்களுக்கு ஜெயகாந்தனைத் தெரியும். ஆனால், அவருடைய எழுத்துமுறையையும் சிந்தனை வார்ப்புகளையும் விளங்கிக்கொள்ள முடியாது. நாங்கள் இலக்கியத்தைப் பயிலத் தொடங்கிய காலத்தில் அவர் எழுதுவதை அறவே நிறுத்திவிட்டார். 2002இல் அவர் எழுதிய 'ஹர ஹர சங்கரா' என்னும் சிறுநூலைத் தவிர, அவர் வேறு எதையுமே புதிதாகப் படைக்கவில்லை. இருந்தபோதிலும் வாழ்நாள் சாதனையாளராக மதிப்பிட்டு இந்தியாவின் ஒரே உயரிய விருதான ஞானபீடம் விருது அவருக்கு வழங்கப்பட்டது. அதைக்கூட ஞானபீட விருதுக்காகவே அவர் சிறுநூலை எழுதியதாகச் சிலர் பழித்தார்கள்.

விருதுக்காக எழுதக்கூடிய எழுத்தாளராக அவர் என்றைக்குமே இருந்ததில்லை. ஞானபீட விருது குறித்து சொல்லும்போது, 'ஞானத்தையே பீடமாகக் கொண்ட எனக்கு பீடமெதற்கு? ஞானமென்பது கிரீடம். பீடமல்ல' என்றுதான் கருத்துத் தெரிவித்தார். ஜெயகாந்தன் அப்படி என்னத்தை எழுதிக் கிழித்துவிட்டார் என ஆவேசப்படும் சிறுபத்திரிகைக்காரர்கள் எங்களை ரொம்பவே குழப்பிக்கொண்டிருந்தார்கள். அவர் எழுதியதில் ஒன்றுகூட கதையம்சம் உடையன அல்ல. அத்தனையும் வெற்றுக்கூச்சல். கலாபூர்வமான சங்கதிகள் அவர் படைப்புகளில் எங்கேயும் தென்படவில்லை என்பதுவரை அவரைக் கட்டுடைத்துக் கொண்டிருந்தார்கள். ஓர் எழுத்தாளன் தான் எழுதியது போதும் என்று நிறுத்திக் கொண்டதையும் எழுத எதுவும் இல்லாமல் நிறுத்திக்கொண்டார் என்றுதான் விமர்சித்தார்கள்.

ஜெயகாந்தன் எழுத்து அறிமுகமாவதற்கு முன்பே அவருடைய மேடைப் பேச்சுகள் என்னைக் கவர்ந்துவிட்டன. பாரதி பற்றி அவர் ஆற்றிய சொற்பொழிவைக் கேட்டு, பாரதியை இவரிடமிருந்தே கற்கவேண்டும் எனத் தோன்றிற்று. காத்திரமான பேச்சு அவருடையது. முகம் கோணாமல் கருத்துகளை வைக்கவேண்டும் என்னும் அவை நாகரீகத்திற்கு எல்லாம் அப்பாற்பட்டதே அவர் பேச்சுமுறை.

எத்தனை மணிநேரம் பேசினாலும் அதைக் கேட்டுக்கொண்டே இருக்கலாம். அவருக்குப் பட்டதைத்

தர்க்க நியாயங்களோடு விளக்க முற்படுவார். ஒருமுறை இளையராஜாவின் சகோதரர் பாவலர் வரதராஜனின் நூல் வெளியீட்டு விழா. திரைத்துறையைச் சேர்ந்த முன்னணிப் பாடலாசிரியர்கள் எல்லாம் கலந்துகொள்கிறார்கள். அந்த விழாவில், 'வரதராஜன் வைத்திருந்த ஹார்மோனியப் பெட்டியை, இளையராஜா கல்லாப்பெட்டியாக்கிவிட்டான்' என்றிருக்கிறார். விழாவை ஏற்பாடு செய்தவர்களுக்கு என்ன செய்வதென்று தெரியவில்லை.

அதுமட்டுமல்லாமல், 'இந்த மேடையில் அமர்ந்திருப்பவன் எவனும் கவிஞனில்லை. இவனெல்லாம் இளையராஜாவை நக்கிப் பிழைக்கிறவன்' என்றும் சொல்லியிருக்கிறார். மக்களுக்காகப் பாடுபவனே கவிஞன். மக்களை முன்னோக்கி அழைத்துப்போக எண்ணாமல் அவர்களைப் பின்னுக்கு இழுக்கிறவர்களை எப்படிக் கவிஞர்களாகக் கருதமுடியும்? இவர்கள் பின்னுக்கு இழுப்பவர்கள் என்று சொல்லிக்கொண்டிருக்கையில் மேடையில் அமர்ந்திருந்த பாடலாசிரியர்கள் ஒவ்வொருவராக கீழே இறங்கியிருக்கிறார்கள். மறுநாள் தங்கள் கண்டனங்களையும் தெரிவித்திருக்கிறார்கள். புதுச் செருப்பு கடிக்கும் என்ற ஜெயகாந்தனின் கதைத் தலைப்பை வைத்து, புதுச்செருப்பு அடிக்கும் என்று புலவர் புலமைப்பித்தன் எழுதிய பதிவு அவற்றில் முக்கியமானது.

மொத்த அரங்கையும் தம் பக்கம் இழுத்துக்கொள்ளும் சாமர்த்தியத்தை அவர் பேச்சு கொண்டிருக்கும். முதல் வாக்கியத்தில் இருந்தே ரசிக்கவைப்பார். எஸ். ராமகிருஷ்ணனின் உலக சினிமா நூல் வெளியீட்டில், 'உலக சினிமா என்பது வேறு. சினிமா உலகம் என்பது வேறு' என்று ஆரம்பித்து, எது சினிமா என்று சொல்லி முடிக்கையில் அரங்கமே உறைந்திருந்தது. சினிமா, அரசியல், பத்திரிகை என்று சகல துறைகள் பற்றியும் அவரால் பேச முடிந்தது. இலக்கியத்தில் அரசியலையும் ஆன்மிகத்தையும் கலந்த அபூர்வ ரசவாதியாக அவரை வியந்துகொண்டே இருக்கலாம்.

ஜெயகாந்தனின் எழுத்துகளை வியப்பதில் உள்ள சிக்கல், அவர் அவ்வப்போது வெளிப்படுத்திவிடுகிற கருத்துகள். எழுத்தில் உள்ளதைத்தான் பேச வேண்டுமென்றோ பேசியவர்

கருத்தைப் பின்வாங்கிக் கொள்ளவேண்டுமென்றோ அவர் நினைப்பதில்லை. அவர் மேடையில் பேசிவிட்டுப் போனபிறகு அவரைப் பற்றி மட்டுமே பேசும்படியான நிலையை ஏற்படுத்திவிடுவார். இதை அவர் திட்டமிடுவதில்லை. இயல்பாக அவருடைய சிந்தனைகள் அப்படித்தான் அமையும். தத்துவார்த்த பலத்தில்தான் ஒரு எழுத்தாளன் நெடுநாளைக்கு ஜீவித்திருக்க முடியும் என்பார்கள். ஜெயகாந்தன் என்கிற ஜெ.கே. வுக்கோ அந்தத் தத்துவத்தையே மறுவிசாரணைக்கு உட்படுத்தும் ஆற்றலிருந்தது.

ஜெயமோகனின் விஷ்ணுபுர நாவலோ பின் தொடரும் நிழலின் குரல் நாவலோ சரியாக நினைவில்லை. அதிகப் பக்கங்கள் கொண்ட அந்த நாவலைப் பற்றிப் பேச வருகையில் இந்த நூலை என்னால் வாசிக்க முடியவில்லை. இந்த நூல் தன்னைத் தானே மூடிக்கொள்கிறது என்றார். மறைத்துப் பேசவோ மேலோட்டமாக ஒன்றைப் புகழவோ அவர் விரும்பியதில்லை. கதைகளின் வாயிலாகவும் அவர் மனித சமூகத்தின் மீது தனக்குள்ள விமர்சனங்களையே முன்வைத்தார்.

அதனால்தான் அவர் கதாபாத்திரங்கள் லாரி டிரைவராய் இருந்தாலும் ரிக்ஷாவாலாவாய் இருந்தாலும் அவரைப் போலவே பேசின. கம்பனில், பாரதியில், புதுமைப்பித்தனில் இருந்து அவர் தன்னை உருவாக்கிக் கொண்டவர் அல்லது நிறுவிக்கொண்டவர். அவர் காலத்தில் அவரைப் போல எந்த எழுத்தாளரும் கொண்டாடப்படவில்லை. மற்றவரைவிட, அவருக்கு ஒரு ரூபாயாவது அதிக சன்மானம் தர விகடன் போன்ற முன்னணிப் பத்திரிகைகளே விரும்பின.

எத்தனையோ பத்திரிகைகள் அவர் கதைகளைப் பிரசுரிப்பதைத் தங்களுக்கான கௌரவமாகக் கருதியிருக்கின்றன. சொல்வதை நிறுத்தி நிதானமாகக் கிளிப்பிள்ளைக்குச் சொல்வதைப் போலச் சொல்லுவார். இப்படியும் இருக்கிறதுதானே இதையேன் பார்க்கவில்லை என்பார். ஒருகாலத்தில் சொல்லிய கருத்தை மாற்றி தற்போது வேறு மாதிரி பேசுகிறீர்களே என்றால் அதுதான் வளர்ச்சி என்பார். சொன்னதையே சொல்ல வேண்டும் என்கிற அவசியம் என்ன இருக்கிறது? என்பார். அதன் காரணமாகவே ஆரம்பத்தில் இடதுசாரியாக இருந்த

அவர், அதன்பின் அதற்கு நேர்முரணான இந்துத்துவாவைக் கையிலெடுத்தார். அவரை விமர்சிப்பவர்களும் அவரைப் பொறுத்துக்கொள்ளவே செய்தார்கள். அவர் பேச்சைக் கேட்டவர்கள், அவர் படைப்புகளை வாசித்தவர்கள், ஒருமுறையாவது அவரை நேரில் சந்தித்துப் பேச விரும்புவார்கள். எனக்கு ஜெ.கே. என்றால் அப்படியொரு ஆசை. அவர் படைப்புகளை வாசிக்கையில் மிகுந்தெழுந்த பிரியத்தின் நீளத்தை அளவிடமுடியாது. அவர் மேடையில் நின்றுபேசும் கம்பீரம், முறுக்கிய மீசை, கேள்விகளைக் கேட்டு அவரே பதிலளிக்கும் முறை என நிறையச் சொல்லலாம். அப்படியாகப்பட்ட ஜெ.கே. வை நேரில் சந்திக்கும் வாய்ப்புக்காக ஏங்கிக்கொண்டிருந்தேன். அப்போது நான் கணையாழியில் உதவி ஆசிரியர்.

ஜெ.கே. வை அட்டைப்படமாகக் கொண்டு ஒரு சிறப்பிதழ் தயாரிக்கலாம் என ஆசிரியர் குழுவில் முடிவெடுத்தார்கள். அதற்கான முழுப் பொறுப்பும் என்னிடம் தரப்பட்டது. ஓவியர் ஆதிமூலம் அட்டைப்படம் வரைவதாக ஒப்புக்கொண்டார். சிறப்பிதழ் என்பதால் அவ்விதழில் ஜெ.கே. வின் நேர்காணல் அவசியம் இடம்பெற வேண்டும் என்று ஆசிரியர் ம.ரா. பிரியப்பட்டார். கேள்விகளை நீங்களே தயார் செய்யுங்கள் என்றும் சொல்லியிருந்தார். நெடுநாள் ஆசை நிறைவேறப் போகிறது என்னும் ஆவலில் பதினைந்து வருடங்களாக ஜெ.கே. விடம் கேட்க நினைத்த கேள்விகளையெல்லாம் தொகுத்துக்கொண்டேன். அவரை எனக்கு அறிமுகமில்லையே என்றபொழுதுதான் ராஜ்கண்ணனைத் தொடர்பு கொள்ளுங்கள் என்று ம.ரா. அறிவுறுத்தினார்.

அந்த ராஜ்கண்ணன், ஜெ.கே. வை நிரம்பப் படித்தவர். பல ஆண்டுகளாக ஜெ.கே. யுடன் நெருங்கிப் பழகியவர். ஜெ.கே. யின் படைப்புகளை வரிசைக் கிரமமாகச் சொல்லவும் அதன் நுட்பங்களை உணர்த்தவும் கூடியவர். அவரைத் தொடர்பு கொண்டதும் நிச்சயமாகச் செய்யலாம் என்றார். கேள்விகளை அவரிடமும் ஒருதரம் வாசிக்கக் கொடுத்தேன். அவரும் வாசித்துவிட்டுக் கேட்கவேண்டிய கேள்விகள்தான் என்றார். அத்தோடு ஜெ.கே. இந்தக் கேள்வியை இப்படி அணுகுவார், அந்தக் கேள்விக்கு அப்படி

பதில் சொல்வார் என யூகித்தார். கடைசியில் பார்த்தால் ராஜ்கண்ணன் சொன்னதுபோலவேதான் ஜெ.கே. வின் பதில்கள் அமைந்திருந்தன. ஒருவகையில் ஜெயகாந்தனின் வெற்றியாக அதைப் பார்க்கலாம். தன்னை வாசிப்பவர்களையும் தன் தரத்திற்கு மேம்படுத்திவிடக் கூடிய எழுத்து அவருடையது. ஒரு மதியப் பொழுதில் ராஜ்கண்ணனிடமிருந்து அழைப்பு வந்தது. ஜெ.கே. கேள்விகளை அனுப்பச் சொன்னதாகவும் அடுத்தவார இறுதிக்குள் பதில்களைத் தந்துவிடுவதாகவும் சொல்லியதாகத் தகவலைப் பகிர்ந்துகொண்டார். எனக்கோ கையும் ஓடவில்லை. காலும் ஓடவில்லை.

எழுதி வைத்திருக்கும் கேள்விகளில் எழுத்துப்பிழை வந்துவிடக் கூடாது என்பதற்காக ஒருமுறைக்குப் பத்துமுறை சரிபார்த்து அனுப்பிவைத்தேன். இடையில், ராஜ்கண்ணனின் இல்ல விழாவுக்கு ஜெ.கே. வந்திருந்தார். நானும் போயிருந்தேன். பரஸ்பர அறிமுகத்தில் இவர்தான் கேள்விகளைத் தயாரித்த யுகபாரதி எனவும் ராஜ்கண்ணன் சொல்லத் தவறவில்லை. ஓ, அப்படியா என்று என்னைப்பார்த்துச் சிரித்தார். நான் நமஸ்கரித்துக்கொண்டேன். அவரைப்பற்றி எழுதுவதால் வணக்கம்கூட நமஸ்காரம் என்றே வருகிறது.

சொன்னதுபோலவே சொன்ன தேதியில் பதில்கள் தயாராயிருப்பதாய் ஜெ. கே. வின் வீட்டிலிருந்து தொலைபேசி வந்தது. வழக்கம்போல அலுவலகப் பையனை அனுப்பாமல் நானே போய் வாங்கிவரலாம் என எண்ணினேன். அப்படிப் போவதன் மூலம் ஜெ.கே. வை மீண்டும் ஒருமுறை நேரில் தரிசிக்கலாம் என்னும் அற்ப ஆசை. கே.கே. நகரில் அவர் வீடு. வீட்டுக்குப் போய் அழைப்புமணியை அடித்தேன். ஜெ. கே. வே வந்து கதவைத் திறந்தார். எத்தனை பெரிய எழுத்தாளர், கதவைத் தானே வந்து திறக்கிறாரே என்றுபட்டது.

அவரிடம் கேட்டிருந்தால், என் வீட்டுக் கதவை வேறு எவன் வந்து திறக்கவேண்டும் என எதிர்பார்க்கிறாய் என்றிருப்பார். நான் எதையும் கேட்கவில்லை. அவரே தொடர்ந்தார். பாரதி, பதில்களைத் தட்டச்சு செய்து எடுத்துவா. நானே பிழைகளைத் திருத்தித் தருகிறேன். அதன்பிறகு அச்சுக்குப் போகட்டும் என்றார். என்னால் நம்பவே முடியவில்லை. ஒரே ஒரு முறை ராஜ்கண்ணன் வீட்டு விசேசத்தில் அறிமுகமான

என்னையும் என் பெயரையும் அவர் எப்படி மறக்காமல் வைத்திருக்கிறார். அந்த ஆச்சரியத்தில் எதையுமே என்னால் பேசமுடியவில்லை. சரி, ஜெ.கே என்றேன். பார்க்கலாம் எனச் சொல்லிவிட்டு வீட்டுக்குள் போய்விட்டார். அவர் வீட்டைவிட்டு வெளியே வந்ததும் அந்தப் பதில்களை உடனே வாசிக்கும் ஆர்வமேற்பட்டது. தமிழ்நாட்டின் வியக்கத்தக்க ஒரு ஆளுமை, என் கேள்விகளை எப்படி எதிர்கொண்டிருக்கிறார் எனப் பார்க்கும் ஆர்வமே அது. பக்கத்தைப் புரட்டினால் எல்லாக் கேள்விகளுக்கும் பதிலளித்திருந்தார்.

சமஸ்கிருத சமிதியில் அவர் பேசியது தொடர்பாகவும் ஒரு கேள்வியிருந்தது. அந்தக் கேள்விக்கு, ஆமாம் அப்படித்தான் சொன்னேன் என்றுமட்டும் எழுதியிருந்தார். பிறகு பிழை திருத்தும்போது அந்தக் கேள்வியைக் குறியிட்டு அது வேண்டுமா? பாருங்கள் என்று எழுதியிருந்தார். ஆசிரியர் குழு அந்தக் கேள்வியையும் பதிலையும் நீக்கிவிடச் சொன்னது. அவ்விதமே அடிபணிவதுதான் உதவி ஆசிரியனின் வேலை.

சமஸ்கிருத சமிதியில் அவர் பேசியது, அவரைப் பின் தொடர்ந்து கொண்டே இருந்தது. மறுப்போ மன்னிப்போ அவரிடமிருந்து வருமென்று எல்லோரும் எதிர்பார்த்தார்கள். அந்நாளில், மயிலாப்பூர் சீனிவாசா அரங்கத்தில் தி.க.சி. க்காக ஒரு விழா எடுக்கப்பட்டது. அந்த விழாவில், எந்த நாய் காலை நக்குகிறது. காலை நக்கக்கூடிய பிராணி பூனையே அல்லாமல் நாய் அல்ல. தமிழை தமிழனை நாயாகக் கருதிய பீடாதிபதி பதில்சொல்ல வேண்டும் என கோவி. லெனின் நேரடியாகக் கேட்டார். லெனினின் அன்றையப் பேச்சு தமிழ் இன உணர்வாளர்களின் உள்ளத்தைப் பிரதிபலிப்பதாக அமைந்தது. கைத்தட்டல் வேறு.

இறுதியாகப் பேசவந்தார் ஜெ.கே. சிங்கத்தைப் போல செருமிக்கொண்டார். என்ன இப்போ, நான் அதற்குப் பதில் சொல்ல விரும்பவில்லை என்று ஆரம்பித்த ஜெ.கே. வின் அன்றையப் பேச்சு முழுவதும் அதைப்பற்றியே இருந்தது. நாயென்று சொன்னதுதான் உன் பிரச்சனையா? அப்படியென்றால் தன் காலைத் தானே நக்கிக்கொள்ளும் சிங்கம், முயல், கரடி என்று வச்சுக்கோ என்றார். ஜெ.கே. கொஞ்சத்திலும் கொஞ் சமாக இறங்கிவந்த இடம் அதுவாக இருக்கலாம்.

ஜெ.கே. என்றால் சபை அனுபவங்கள் இல்லாமலா? அவருடையச் சபையைப்பற்றி ஓரளவு தெரியும். என்றாலும், கலந்துகொண்டதில்லை. எழுத்தாளர் சா.கந்தசாமி அப்போது ஜெ.கே.வை ஓர் ஆவணப் படமெடுக்கும் தயாரிப்பில் இருந்தார். அது நிமித்தம் ஜெ.கே. வைச் சந்திக்கும் வாய்ப்பு இருந்தது.

என்னை ம.ரா.வும் ஓவியர் ஆதிமூலமும் அழைத்துக்கொண்டு போனார்கள். இருப்பதிலேயே நல்ல சட்டையை அணிந்து வகிடெடுத்துத் தலைவாரி இருந்தேன். அன்றுதான் சா.கந்தசாமி, ஜெயகாந்தனைப் பற்றிய ஆவணப்படத்தின் இறுதிப் படப்பிடிப்பை முடித்திருந்தார். அடடே, சபைக்கா.. வருகிறோம். வருகிறோம் என்று வேறு சிலரும் எங்களுடன் வந்திருந்திருந்தார்கள். அவர் வீடுவரும்வரை எல்லோரும் எதை எதையோ பேசிக்கொண்டு வந்தார்கள். அவர் வீட்டைக் கார் அடைந்ததும் ஆளுக்கொரு சால்வையைத் தங்கள் தோள்களில் அணிந்துகொண்டார்கள். எனக்கு ஒன்றும் புரியவில்லை.

ஒருவேளை ஜெ.கே. வின் சபைக்குப் போவதென்றால் சால்வையோடுதான் போக வேண்டுமோ? எனத் தோன்றியது. ஏற்கெனவே சொல்லியிருந்தால் நானும் சால்வையோடு வந்திருப்பேனே என்பதுபோல பார்த்தேன். அதுமட்டுமல்லாமல் ஒருவரைப் பார்க்கப் போவதென்று வைத்துக்கொள்ளுங்கள். சம்பந்தப்பட்டவருக்குத்தானே சால்வையைப் போர்த்துவார்கள். இவர்கள் அவருக்குப் போர்த்தாமல் தங்களுக்குத் தாங்களே போர்த்திக்கொள்கிறார்களே எனவும் பட்டது. ஜெ.கே. வின் சந்திப்பில் நிகழப்போகும் ஆச்சர்யங்களில் இதுவும் சேர்ந்ததுதானோ? என அமைதியாயிருந்தேன்.

மாடிப்படிகளில் ஏறி ஒவ்வொருவராக உள்ளே போனார்கள். இறுதியாக நான். உள்ளே ஜெ. கே. வெறும் பனியனோடு தலையில் முண்டாசுக் கட்டிக்கொண்டு உட்கார்ந்திருந்தார். வா, பாரதி. எதிரே உட்கார் என்றார். எல்லோரும் அவரவர்க்குப் பிடித்தமாதிரி உட்கார்ந்துகொண்டார்கள். அதன்பிறகு ஒவ்வொருவரும் சால்வையை விலக்கி சால்வைக்குள்ளிருந்த மதுபாட்டில்களை மேசையில் பரப்பினார்கள். சால்வைகள் அவர்கள் தோளை மறைக்க

அல்ல. பாட்டிலை மறைக்கவே அணிந்த கதை எனக்கு அப்போதுதான் பிடிபட்டது. மூலையில் ஒருவர். துணியில் வைத்து எதையோ புகையாக்கிக்கொண்டிருந்தார்.

கோப்பைகள் பரப்பப்பட்டன. எல்லாக் கோப்பையிலும் மது ஊற்றப்பட்டது. என் முன்னாலிருந்த கோப்பையிலும். எனக்கு நடுக்கமும் பதட்டமும் ஏற்பட ஜெ.கே. வைப் பார்த்தேன். பரவாயில்லை. எடுங்கள் என்பதுபோல அவர் பாவனை இருந்தது. நான் தயங்கினேன். 'இதற்குமுன் பழகியிருந்தால் என் முன் தொடர்வதில் தவறில்லை. பழக்கமில்லையென்றால் விட்டுவிடுங்கள். இங்கே தொடங்காதீர்கள்' என்றார். உடனே, ஓரத்திலிருந்து ஒரு குரல். அது எப்படி ஜெ.கே. சபை ஒருவருக்கு மட்டும் விலக்கு அளிக்க முடியும் என்றது அந்தக்குரல்.

அப்போது ஜெ.கே. இதமாக இரண்டு மிடறு கோப்பையை உறிஞ்சியிருந்தார். 'அது ஒன்றுமில்லை. ஏற்கெனவே பழகியிருந்தால் பிரச்சனையில்லை. இங்கு முதலில் ஆரம்பித்தால் பிறகு எப்போது அருந்தினாலும் என்னைத் திட்டும்படி ஆகிவிடும். இப்பொழுதும் என்னை முதலில் குடிக்கவைத்தவனை நான் திட்டுகிறேனில்லையா. அதுபோல அந்தச் சாபம் என்னையும் சேர வேண்டாமே' என்றுதான் சொன்னேன் என்றதும் எல்லோரும் சிரித்தார்கள். என் கோப்பையை யாரோ ஒருவர் எடுத்து வேறு இடத்தில் வைத்தார். அதற்கிடையிலேயே சித்த வஸ்து சுழற்சி தொடங்கியது. ஒவ்வொருவராக உள்ளிழுத்து அறையைப் புகையால் நிரப்பினார்கள்.

ஜெ.கே. வின் கண்கள் சிவக்கத் தொடங்கின. பற்கள் நறநறத்தன. பேசத் தொடங்கினார். நாக்கு தடிமனான நிலையில், 'பாரதி ஏன் தேசாபிமானம் பாஷாபிமானம் என்று சொன்னான். தேசப்பற்று, மொழிப்பற்று என்று சொல்லியிருக்கலாமே. அபிமானம் என்ற சொல், சமஸ்கிருதமென்று அவனுக்குத் தெரியாதா. பாஷை, தேஸம் என்று சொல்ல வேண்டிய அவசியமென்ன?' சொல்லுங்கள். தமிழ் வளர்ச்சித்துறை இயக்குநரே என்று ம.ரா. வைப் பார்த்துக் கேட்டார். அடுத்து சா.கந்தசாமி. ஆதிமூலம் என்று ஒவ்வொருவராகப் பதில் சொல்ல முனைந்தார்கள். யாருடைய பதிலையும் அவர்

ஏற்கவில்லை. பதில்களுக்கெல்லாம் குறுக்குக் கேள்விகளைப் போட்டுக்கொண்டே வந்தவர், நான் சொல்கிறேன் என மீசையை நீவிக்கொண்டு பேசத்தொடங்கினார். இரண்டுமணி நேரம். பாரதியின் பாடல்களைக் குறுக்கும் நெடுக்குமாகச் சொல்லிச் சொல்லி அவனே மகாகவி என்று முடித்தார். பற்று என்ற சொல்லுக்குப் பற்று அற்ற என்ற நிலை இருக்கிறது. மொழியின் மீதோ தேசத்தின் மீதோ ஒருபோதும் பற்று அறக்கூடாது. பற்று கூடிக்கொண்டே இருக்கவேண்டும்.

அபிமானத்திற்குப் பொருத்தமான தமிழ்ச் சொல் எங்கேயிருக்கிறது காட்டுங்கள் பார்ப்போம் என்றார். அவர் மதுவை அருந்தியிருந்தாலும் எனக்குத் தலை சுற்றியது. இப்படிக்கூட பாரதியை அலசவும் பேசவும் முடியுமா? என்றிருந்தது. ஒரு குறிப்போ ஒரு தயாரிப்போ இல்லாமல் இரண்டு மணிநேரமும் வார்த்தைகளில் சிலம்பம் ஆடிவிட்டார். மொழி குறித்தும் திராவிட இயக்கம் குறித்தும் அவர் கொண்டிருந்த பார்வைகள் சிக்கலானவை. ஆன்மாவின் அடியாழத்திலிருந்துதான் அவர் எல்லாவற்றையும் அணுகினாரா? என்பது விவாதத்துக்குரியது.

அவர் எழுதிய சிறுகதைகள், நாவல்கள், கட்டுரைகள் அனைத்திலும் அவருடைய சிக்கலான இக்கருத்துகளே சக்தியாகவும் சவாலாகவும் அமைந்திருக்கின்றன. அதன் விளைவாகவே அண்ணாவையும் பெரியாரையும் பார்க்காமல் போயிருந்தால் நான் கம்யூனிஸ்டாகியிருப்பேன் என்று கலைஞர் சொல்லியிருக்கிறாரே என்று கேட்டதற்கு, அவர்களைப் பார்த்ததால்தான் நான் கம்யூனிஸ்டானேன் என்று ரவிசுப்ரமணியன் தயாரித்த ஆவணப்படத்தில் பதிலளிக்கிறார்.

கணையாழி தயாரித்த சிறப்பிதழில் ஜெ.கே. பத்திரிகையாளராக இருந்து கலைஞரை எடுத்த கல்பனா இதழ் பேட்டியும் வந்திருந்தது. பதில்களைவிட கேள்விகளே நீளமான அந்தப் பேட்டியில் ஜெ.கே.யின் தத்துவார்த்தப் புரிதல்கள் பதிவாகியுள்ளன. நாத்திகம் பற்றிய கேள்வியில் முதலில் நான் ஆத்திகம்பற்றியும் என்னைப்பற்றியும் விளக்கிவிடுகிறேன் என்கிறார். ஒரு பத்திரிகையாளன், தன்னைப் பற்றிச் சொல்லவேண்டியதில்லை. ஆனாலும், ஜெயகாந்தன் சொல்கிறார். ஏனென்றால், அவர் ஜெயகாந்தன்.

ஒருமுறை சர்.பிட்டி தியாகராய அரங்கில் மேலாண்மை பொன்னுசாமி நூல் வெளியீட்டுவிழா. விழா தாமதமாகத் தொடங்கியது. சால்வை அணிவிப்பது பற்றி ஜெ.கே ஏதோ எழுத்தாளர் பிரபஞ்சனிடம் கமெண்ட் அடித்தார். கூட்டத்திலிருப்பவர்களுக்கு அவர்கள் இருவரும் எதையோ தீவிரமாகப் பேசுவதாகப்பட்டது.

பிரபஞ்சன் பேச எழுந்தார். உடனே விழாக் குழுவினர் ஓடிவந்து அவருக்கு சால்வை போர்த்தினர். பிரபஞ்சன் சால்வையைப் பெற்றுக்கொண்டு, 'ஆகவே நண்பர்களே, எனக்கும் அந்த அசம்பாவிதம் நடந்தது. இந்தச் சால்வையை வைத்துக்கொண்டு என்ன செய்வது? கட்டிக்கொண்டு குளிக்க முடியுமா? உடுத்திக்கொண்டு வெளியே போகமுடியுமா? என்று சொல்லி ஒன்றுக்கும் பிரயோசனமில்லாத சால்வைக்குப் பதில் புத்தகமோ பணமோ தரக்கூடாதா' என்று முடித்தார். அரங்கம் அதிர கைத்தட்டு. அடுத்து, ஜெ.கே. 'என்னயிது, நாகரீகமில்லாமல். ஒருவர் அன்போடு கொடுத்தால் அதை நிராகரிப்பதா? விஷமே ஆனாலும், குடிப்பதுதானே பண்பு' என்று பிளேட்டைத் திருப்பி அடித்தார். பிரபஞ்சனுக்குத் தட்டிய அதே கைகள் ஜெயகாந்தனுக்கும் தட்டின.

விழா முடிந்தது. எல்லோரும் கலைந்துபோய்க் கொண்டிருந்தனர். ஓரத்தில் பிரபஞ்சன் நின்று புகைத்துக்கொண்டிருந்தார். என்ன சார், என்றேன். 'நான் மேடையில் பேசிய அவ்வளவும் அவர் என்னிடம் உடனிருந்து மேடையில் பேசிக் கொண்டிருந்ததுதான்' என்றார். ஜெயகாந்தனையும் அவர் எழுத்தையும் தெள்ளத் தெளிவாகப் புரிந்துகொண்டவர்கள் யாருமில்லை என்றுதான் சொல்லவேண்டியிருக்கிறது.

வார்த்தைகளைத் தூரெடுத்தவன்

இருபத்தைந்து ஆண்டுகளுக்கு முன்பு நா. முத்துக்குமார், மிகவும் பழசான பராமரிக்கப்படாத ஒரு மிதிவண்டியில் என்னைச் சந்திக்க வந்திருந்தான். பத்திரிகையில் வெளிவந்திருந்த என்னுடைய சிறிய கவிதை ஒன்று அவனுக்குப் பிடித்திருந்தது. அந்தக் கவிதையைப் பாராட்டி தேநீர் வாங்கிக்கொடுத்தான். தேநீரை மட்டுமே வாங்கித்தரும் வசதிதான் அப்போதிருந்தது. அந்தத் தேநீரில் நிறைவடையும் மனம்தான் எனக்கும் இருந்தது.

முத்துக்குமார் என்னைச் சந்திக்க வந்தபோதே எழுத்தாளர் சுஜாதாவால் அவனுடைய 'தூர்' கவிதை சிலாகிக்கப்பட்டிருந்தது. ஆனாலும், பரவலான கவனிப்பை பெற்றிருந்த கவிஞனாக அவன் இருந்தான். அவன் அளவுக்கு எழுதவோ அறிமுகமோ பெற்றிராத என்னை அவன் சந்திக்க வந்தது ஒருவிதத்தில் எனக்குப் பெருமையாய் இருந்தது. சக கவிஞனை பாராட்டவும் அவனை வேறு வேறு தளத்திற்கு இட்டுச்செல்லும் வெள்ளந்தி மனமும் வாய்த்தவனாக அப்போது அவனிருந்தான்.

ஒரு சில வெள்ளிக்கிழமை மாலைகள் அவனோடு கிறிஸ்தவக் கல்லூரியில் நிகழ்ந்துவந்த வனம் கவிதைக்

கூடலில் கழிந்தன. அவன் மூலமே எனக்கு பாரதிபுத்திரனும் இயக்குநர் ராமும் அறிமுகமானார்கள். கவிதைக்கான வாய்ப்புகளைக் கண்டடையத் துடித்த அவனுடைய அந்தக் காலங்களில் எத்தனையோ விவாதங்களை அவன் என்னோடு நிகழ்த்திக்கொண்டிருந்தான். இரவு பகலாக அலைந்து திரிந்து அவன் கண்டடையும் சாத்தியங்களை எனக்குச் சொல்லிக்கொண்டே இருந்தான். கதவுகளைத் திறந்து திறந்து ஒரு பெரும் பயணத்திற்கு என்னைத் தயார்ப்படுத்தினான்.

என்னை விட இரண்டொரு வயது மூத்தவன் என்றாலும் அவனை உரிமையோடு ஒருமையில் அழைக்க அனுமதித்தான். அப்படி அழைப்பதையே இறுதிவரை விரும்பினான். மரணமுறுவதற்குச் சில நாள்கள் முன்புவரை அவன் என்னைப் பாராட்டிக்கொண்டே இருந்தான். பரஸ்பரப் பாராட்டுகளில் எங்களுடைய இருபத்தி ஐந்து வருட அன்பு எதனாலும் அறுபடாமல் இருந்தது.

என் கவிதைகளைத் தொகுப்பாக பார்க்கும் ஆவல் என்னைவிட அதிகமாக அவனுக்கிருந்தது. அப்போது ஓர் அரசியல் வாரப் பத்திரிகையில் உதவி ஆசிரியராகப் பணிபுரிந்து வந்த என்னை இலக்கிய வெளியை நோக்கி நகரச் சொல்லிக்கொண்டே இருந்தவன் அவன்தான். கவிதைகளைத் தொகுத்துப் புத்தகமாக வெளியிடு என்றதோடு நில்லாமல் என் கவிதைநூல் வெளியீட்டு விழாவுக்குத் தஞ்சாவூருக்கு வந்து வாழ்த்தினான். என் அப்பாவுக்கும் அம்மாவுக்கும் அவனே மூத்த மகனாகவே இருந்துவந்தான். எந்தத் தொலைபேசி அழைப்பிலும் அம்மாவும் அப்பாவும் அவனை விசாரிக்கத் தவறியதில்லை. அவன் தந்தையும் என்னை அப்படியே கருதினார்.

ஒருவர் மீது அன்பு செலுத்திக் கிறங்கடிப்பதற்கு அவனுக்குக் கவிதை மட்டுமே போதுமானதாய் இருந்தது. நெருக்கடியான தருணங்களில் நிக்கோடின் மணத்தோடு அவன் பேசிய ஆறுதல் வார்த்தைகளால்தான் இன்றுவரை நானிருக்கிறேன் என்றுகூடச் சொல்லலாம். நவீன இலக்கியவாதிகளைச் சந்திக்கவும் அவர்களுடைய படைப்புகளில் கரைந்துபோகவும் அவன் போல எனக்கு யாரும் கற்பிக்கவில்லை. அவன் கைகாட்டிய திசையில் இருந்துதான் கணையாழியைப் பார்த்தேன். ஆறு

ஆண்டுகாலம் அங்கே நான் பணிபுரியக் காரணமாகவும் உந்து சக்தியாகவும் அவனிருந்தான். எந்த சந்தர்ப்பத்திலும் அவன் சந்திப்பு சலிப்பை ஏற்படுத்தியதில்லை. ஒரு புதுச் செய்தியை ஒரு புதுக் கவிதையை அவன் எனக்குத் தந்துகொண்டிருந்தான். அந்தக் கவிதையும் செய்தியும் நம்ப முடியாத அதிர்ச்சியைக் கொண்டிருக்கும். இறுதிச் செய்தியிலும் அதே அதிர்ச்சியை ஏற்படுத்திவிட்டுப் போய்விட்டான்.

வீரநடை திரைப்படத்தில் அவன் பாடல் எழுதிய செய்தியை அறிவுமதி அண்ணனுக்குப் பிறகு அவன் பகிர்ந்துகொண்டது என்னிடம்தான். ஹைக்கூ உத்திகளைத் திரைப்பாடலில் எழுதியிருக்கிறேன் என்று வரிகளை வாசித்துக்காட்டினான். அப்போதுவரை கூட நான் திரைப்பாடல் எழுதுவது குறித்து யோசித்திருக்கவில்லை. நீயும் திரைப்பாடல் எழுதவேண்டும் என்று கேட்டுக்கொண்டான். தனக்குத் தெரிந்த இயக்குநர் தயாரிப்பாளர்களிடம் எல்லாம் எனக்காக என் கவிதைத் தொகுப்பைக் கொடுத்துப் பேசுவதாகவும் சிபாரிசு செய்வதாகவும் உறுதியளித்தான்.

ஓரிருவரை சென்று பார்க்கவும் ஏற்பாடு செய்தான். அந்தச் சமயத்தில் திரைப்பாடல் துறையில் முன்னணிப் பாடலாசிரியராக இருந்துவந்த கவிஞர் வாசனைப் பற்றிப் பேசிக்கொண்டிருப்போம். ஒருகட்டத்தில் வளர்ந்துவந்த வாசன் மஞ்சள்காமாலையில் மரணமுற்ற செய்தியை எனக்கும் சரவணனுக்கும் (ராஜுமுருகன் சகோதரன்) வந்து சொன்னவன் அவன்தான். அதே மஞ்சள்காமாலை அதே செய்தி அவனைப்பற்றியும் வருமென்று அப்போது நாங்கள் நினைத்திருக்கவில்லை.

அவனுடைய பட்டாம்பூச்சி விற்பவன் கவிதை நூலுக்கு விமர்சனக் கூட்டம் ஏற்பாடு செய்யலாம் என்று நான் சொன்னபோது எனக்கு மட்டுமென்ன விமர்சனம்? என்னோடு சேர்த்து உன்னுடைய மனப்பத்தாயம், பச்சியப்பனின் உனக்குப் பிறகான நாட்கள், ஆசுவின் ஆறாவது பூதம், மா.காளிதாசின் சந்திப்பின் கடைசி நொடியில், எல்லா நூலுக்கும் இணைத்து ஒரு விழா ஏற்பாடு செய்வோம் என்றான். அப்படித்தான் லலித் கலா அகாடமியில் ஓவியர்களின் உதவியோடு அவ்விழா வெகு சிறப்பாக நடந்தேறியது. என் நூல் குறித்து

கவிதாபாரதியும் அவன் நூல் குறித்து பாரதிபுத்திரனும் பேசியவை குறிப்பிட்டுச் சொல்லத்தக்க இலக்கிய ஆவணம். எங்கள் பார்வைகளை மடைமாற்றிய அவ்விழாவுக்குப் பிறகு நாங்கள் இருவரும் அடுத்தடுத்த கட்டங்களை நோக்கி நகரலானோம். தீவிர இலக்கிய வாசிப்பில் கறாராக இருந்த அவன் எப்போதும் யாரேனும் ஒரு நவீன படைப்பாளியின் எழுத்துக்களில் உருகிக்கொண்டே இருந்தான். வெகுஜன ஊடகங்களில் திரைப்பாடலாசிரியராக அவன் முன்னிறுத்தப் பட்டாலும் சிற்றிதழ்களில் அவன் பெயர் இடம்பெறுவதையே பெருமையாகச் சொல்லிக்கொள்வான்.

ந.பிச்சமூர்த்தியிலிருந்து கு.உமாதேவிவரை அவன் வாசிப்பில் கவனிக்கப்பட்டார்கள். நவீன இலக்கியத் தெறிப்புகளைத் திரைப்பாடலுக்குள் கொண்டுவரும் வேட்கை அவனுக்குள் தகித்துக்கொண்டே இருந்தது. அதற்காகப் பல இசையமைப்பாளர்களிடம் பல இயக்குநர்களிடம் அவன் முரண்படவும் செய்தான். ஒரு பாடலில் ஒரு வரியாவது புதிது வேணாமாடா என்று என்னிடம் ஆதங்கப்படுவான்.

வணிக சினிமாவை அவன் புரிந்து வைத்திருந்த போதும் இலக்கிய நுகர்வு அவனைப் போராளியாகவே வைத்திருந்தது. எந்தச் சூழலுக்கும் எளிய சொற்களில் விரைவாக எழுதும் ஆற்றலை அவன் கொண்டிருந்தான். அப்பா மீதான அவன் பிரியமும் அவர் வாங்கிக்குவித்திருந்த புத்தகத்தின் மீதான பிரியமும் இறுதிவரை அவனுக்குக் குறையவே இல்லை.

மத்தியதர வர்க்கத்து இளைஞனின் எல்லா போதாமைகளையும் கவிதைக்குள் பாடலுக்குள் கொண்டுவர சிந்தித்துக்கொண்டே இருந்தான். பயணமும் தனிமையும் அவனுக்குப் வெகுவாகப் பிடித்திருந்தது. எங்கேயாவது போய்க்கொண்டே இருந்தான். ஏதோ ஓர் ஊரில் ஏதோ ஓர் இடத்தில் நல்ல கவிதையை நல்ல கவிஞனைச் சந்திப்பதே அவனுக்கு வேலையாயிருந்தது. கடந்த பத்து ஆண்டுகளாக அவனே அதிகத் திரைப்பாடலை எழுதியவன். என்றாலும், அவன் பயணத்திற்கே முன்னுரிமை கொடுத்தான். யுவன் முத்துக்குமார் கூட்டணி பெருவெற்றி பெற்றிருந்த சமயங்களில் திரைப்பாடல் படைப்பின் உச்சத்தை அவன் தொட்டுவிட்டான். அதற்குமேல் போவதற்கு ஒன்றுமே இல்லை என்னும்

அளவுக்கு அழகழகான வாக்கியங்களில் அவன் கட்டி எழுப்பிய கோட்டைக்குள் என்னையும் கூப்பிட்டுக்கொண்டே இருந்தான். வெற்றியை அவனுக்குச் சுகிக்கத் தெரியாது. எப்பவும் நிறைவுறாத மனம் அவனுடையது.

போதும் என்று அவன் எதையும் நிறுத்தத் தெரியாதவன். இரண்டுமுறை தேசிய விருது வாங்கினான். இரண்டு முறையும் வாழ்த்துச் சொல்ல அழைக்கையில், எப்போடா நீ தேசிய விருது வாங்குவ என்றுதான் கடிந்துகொண்டான். நீ விடமாட்ட போலிருக்கே என்று சொன்னதற்கு ஒனக்காக வேணா... இந்த வருசம் எழுதாம இருக்கட்டுமா? என்றான். அடுத்தவர்க்கு எதையும் விட்டுத்தரத் துணிவது அவனுடைய இயல்பு. எங்கு என் பெயரைப் பார்த்தாலும் அவனிடமிருந்து அழைப்பு வரும்.

சமீபத்திய விகடன் கவிதையைக் குறித்தும் பகிர்ந்துகொண்டான். ஃபுல் பாஃம்ல இருக்குடா... அசத்து என்றான். பெரும்பாலும் ஒலிப்பதிவுக் கூடங்களில்தான் எங்கள் சந்திப்புகள் நிகழ்ந்துவந்தன. அவனும் நானும் இணைந்து எழுதிய பல படங்களில் அவனை நானும் என்னை அவனும் ரசித்துக்கொண்டே இருந்தோம். பாரதி.. என்ன எழுதினான் என இசையமைப்பாளர்களிடம் நச்சரித்துப் பாடலை ஒலிக்கக் கேட்டு, ‘கேட்டேண்டா... நல்லா எழுதியிருக்க’ என்று சொல்வான். அவன் என்னை எங்கேயும் போட்டியாளனாகக் கருதவே இல்லை.

அவனைப் போட்டியிட்டு ஜெயிக்க முடியாது என்பதால் நான் ஜெயிப்பதற்கான வாய்ப்புகளை அவன் ஏற்படுத்த எண்ணினான். என்னையும் ஒரு தம்பியாகவே வரித்துக்கொண்டான். ஆதவனுக்கு (முத்துக்குமார் மகன்) ஊதா கலரு ரிப்பன் ரொம்பப் புடிச்சிருக்குடா என்று கைபேசியைக் கொடுத்துப் பேச வைத்தான். வெள்ளப் பாதிப்புக்காக சன் டிவி, என்னையும் அவனையும் இணைந்து ஒரு பாடல் எழுதக் கேட்டபோது ஆதவனையும் அழைத்துவந்து, இவன் தான்டா உன் மாமன் என்று கட்டித்தழுவினான். திரைப்பாடல் வரலாற்றில் அவன் பெயர் அழிக்க முடியாத இடத்தில் பொறிக்கப்பட்டிருக்கிறது. ஆழமாகவும் வேகமாகவும் அவன் எழுதும் அழகை அருகிருந்து பார்க்கையில் வாசிப்பு

ஒரு படைப்பாளனை எவ்வளவு நேர்த்தியாக்கும் என அறிய முடியும். பறவைகள் மீது அவனுக்குத் தீராத காதல். பறந்துகொண்டே இருப்பது அவனுக்குப் பிடித்திருந்தது. பழசான மிதிவண்டியில் தொடங்கி உலகத்திலுள்ள பல விமானங்களில் அவன் பறந்திருக்கிறான்.

ஒரு பறவைக்கு நிகரான சிறகுகள் தனக்கும் கிடைக்க வேண்டும் என அவன் விரும்பியது, இவ்வளவு சீக்கிரம் பறந்துபோகத்தானா என நினைக்கையில் அழாமல் இருக்க முடியவில்லை. பட்டாம் பூச்சிகளை விற்கத் தொடங்கியவன் கடைசியில் தானுமொரு பட்டாம்பூச்சியாக மாறிவிட்டதை விதி என்பதா? விருப்பம் என்பதா? 'ஏய் முத்து.. நீ செய்றது சரியில்லடா' எனச் சொல்லிக்கொண்டே இருந்தேன். 'ஆயிரத்து சொச்ச / அசைவுகளுக்குப் பின் / அடங்கிவிட்டது / பாட்டியின் பாம்படம்' என்றொரு கவிதையில் எழுதியிருப்பான்.

பாட்டியின் பாம்படத்தைப் போலவே தன்னையும் அவன் மரணத்தில் அடக்கிக்கொண்டுவிட்டான். செய்றது சரியில்லடா என்று சொல்லிய என்னைச் செஞ்சது சரியில்லடா என்று சொல்லும் நிலைக்குத் தள்ளிவிட்டான். என்வரையில், முத்துக்குமார் தன் ஆரோக்கியத்தில் அவ்வளவு அக்கறை காட்டுபவனில்லை. விட்டேத்தியான மனமும் அவசரமும் அவனை ஆட்கொண்டிருந்தன. சதா சிந்தனை உளைச்சலுக்குள் அவன் சிக்குண்டிருந்தான்.

படைப்பு மனம் அவனைத் துரத்திக்கொண்டே இருந்தது. பழசான மிதிவண்டியில் வந்து என்னையும் என் கவிதைகளையும் மரியாதை செய்த ஒருவனுக்கு மின் மயானத்தில் இறுதி மரியாதை செய்ய நேர்ந்த கொடுமையைவிட மரணம் ஒன்றும் அவ்வளவு அவலமில்லை என்றே சொல்லத் தோன்றுகிறது. அவனே எழுதியது போல மனம் என்பது பைத்திய எண்ணங்களின் தொகுப்பு, காற்றில் மிதக்கும் தூசிகளுக்கு திசை என்பது இல்லை. அவன் நம்மைத் தூசியாக்கிவிட்டுக் காற்றாகத் தன்னுடைய பயணத்தை தொடர்ந்துவிட்டான். அவன் வேடிக்கை காட்டுவதற்கும் பார்ப்பதற்கும் பிரியப்பட்டவன். இப்போதுதான் புரிகிறது அவன் காட்டியதும் பார்த்ததும் வேடிக்கை இல்லையென்று. காரியங்களில் அவன் காட்டிய அவசரம் மரணத்திலும்

என்னும்போதுதான் அவனை மன்னிக்க முடியவில்லை. இதிலும் அவன் என்னை எங்களைத் தோற்கடித்துவிட்டான். கடல் தாண்டும் பறவைக்குக் கண்டங்கள் எதுவுமில்லை என்று எழுதியவன் வேறு என்ன செய்வான்?

வாழ்வை வம்புக்கிழுப்பதும் கவிதைகளோடு வாழ நினைப்பதும் ஒன்றுதான். ஒருவர் தன் முதல் கவிதையை எழுதிய உடனேயே பாரதியாகவும் பிச்சமூர்த்தியாகவும் தன்னைக் கருதிக்கொள்ள இடமளிக்கும் அதே கவிதைகள், எதார்த்த வாழ்விலிருந்து அவனை நாடுகடத்திவிடுகின்றன. இதுதான் கவிதையின் ஆச்சர்யம். இதுதான் கவிதையின் அபாயமும். எந்த ஒரு நல்ல கவிதையும் வாசிப்பவனைப் பரவசப்படுத்துவது போலவே எழுதியவனை இம்சிக்காமல் இருப்பதில்லை. அதனால்தான், ஒரு கவிஞன் கவிதையின் நுட்பங்களை அறிந்து மேலெழுந்து வருகையில் அவன் மனதாலும் உடலாலும் சிதைந்து காணப்படுகிறான்.

உண்மையில், கவிதைகள் வெளிப்பார்வைக்குத்தான் ரம்மியமானவை. அதை ஆக்கியளிக்கும் கவிஞனுக்கு அப்படியல்ல. நா.முத்துக்குமார், தன்னை முழுக் கவிஞனாக அறிவித்துக்கொள்ள ஆரம்பித்த தொண்ணூறுகளின் இறுதியில் இருந்தே எனக்கு அறிமுகம். நானும் அவனும் கவிதைகளின் வாயிலாக உறவு கொண்டிருந்தோம். என் கவிதைகளில் சில அவனுக்கும் அவன் கவிதைகளில் பல எனக்கும் பிடித்து இருந்தன. அப்போது இருவருமே உலகத்தால் அறியப்படாதவர்கள்.

ஒரு நல்ல கவிதை எழுதி முடிக்கப்பட்ட உடனேயே தன்னை யாரிடமாவது வாசித்துக்காட்டு என நச்சரிக்கும். நான், எத்தனைச் செப்பமாக வந்திருக்கிறேன் என்று பிறர் சொல்வதைக் கேட்க, நல்ல கவிதைகளுக்கு அப்படியொரு விருப்பம். என் கவிதைகளை அவனும் அவன் கவிதைகளை நானும் அப்படித்தான் பரிமாறிக்கொள்வோம். கவிதைகளை வாசித்துக் காட்டிவிட்டு எதிரே இருப்பவரின் அபிப்ராயத்தை அறிந்துகொள்ள காத்திருக்கும் அந்தத் தருணங்கள் கவிதைகளைவிடவும் ஆனந்தமளிப்பவை. பிரமாதம் என்ற ஒற்றை வார்த்தையைப் பெற்றதும்தான் அந்த ஆர்வ மனம் அமைதியடையும். முத்துக்குமார் என்னிடமிருந்து எத்தனையோ

பிரமாதங்களைப் பெற்றிருக்கிறான். அவனுடைய பட்டாம்பூச்சி விற்பவன் கவிதை நூலும் நியூட்டனின் மூன்றாம் விதி கவிதை நூலும் பக்கத்திற்கு பக்கம் என்னிடமிருந்து பிரமாதங்களை வாங்கியவை. ஒரு கவிதை சொல்லவரும் செய்தியை நேரடியான மொழியில் சொல்லப் பழகியிருந்த முத்துக்குமார், அவ்விரு தொகுப்புகளால் உலகமே அறியக்கூடிய உன்னத கவிஞர்களில் ஒருவனாகத் தன்னை நிறுவிக்கொண்டான். விளையாட்டுப்போல கவிதைகளை எழுதிவந்த முத்து, ஒரு கட்டத்தில் அக்கவிதைகளால் விளையாடப்பட்டான்.

ஒரு பிரமாதம் கொடுத்த உந்துதலில் இருந்து ஓராயிரம் கோடி பிரமாதங்களைப் பெற அவன் சித்தமானான். சின்னச் சின்ன கவிதைகளின் மூலம் விரிந்த அவனுடைய உலகம், பின்னாட்களில் கவிதைகளே உலகம் என்ற கற்பனையில் மிதக்க வைத்தது. வார மாத இதழ்களில் அங்கும் இங்குமாக பிரசுரிக்கப்பட்ட தன்னுடைய பெயர் பிரசுரமாவதைப் பார்க்கும் ஆவலுக்கு அவன் இரையானான். தொடர்ந்து எழுதுவது, தொய்வில்லாமல உழைப்பது என்ற கட்டத்திற்கு வந்த முத்துக்குமார் இறுதிவரை அந்தச் செயல்பாட்டில் இருந்து தன்னை விலக்கிக்கொள்ளவே இல்லை.

‘இறந்த பாட்டியின் மருந்து புட்டியில் / மண்ணெண்ணெய் / விளக்குகள் / ஞாபகங்கள் எரிகின்றன’ என்றொரு கவிதையை முத்து, தன்னுடைய குழந்தைகள் நிறைந்த வீடு நூலில் எழுதியிருப்பான். அவனுடைய கவிதைகளும் அத்தகைய விளக்குகளாகவே எனக்குத் தோன்றுகின்றன. ஆனாலும், அவனுடைய ஞாபகங்கள் எரியக்கூடியவை அல்ல. நினைவுகளின் அடுக்குகளில் அவன் கவிதைகள் நிம்மதியாக உறங்கினாலும் என்னை எழுப்பிக்கொண்டே இருக்கின்றன.

என்னை மட்டுமல்ல; எல்லோரையும் எழுப்பக்கூடிய ஏராளமான கவிதைகளை அவன் எழுதிவிட்டுப் போயிருக்கிறான். ஏறக்குறைய இருபத்தைந்து வருடங்களுக்கு மேலாக அவன் மூலம் கவிதை தன்னை எழுதிக்கொண்டிருக்கிறது. எல்லாவிதமான சூழல்களையும் அவனுக்கு வழங்கி, கவிதைகள் தன்னை வாழ்வித்துக்கொண்டன. ஒரு கவிதைபோல் இன்னொரு கவிதை இல்லை என்னும்

விதத்தில் ஒவ்வொரு கவிதையும் தன்னைத் தனித்துவமாக வெளிப்படுத்திக்கொண்டன. முத்துக்குமார், அதிர்ந்து பேசி நான் அறிந்ததில்லை. அவனுடைய கோபங்கள் கவிதைகளைவிட மென்மையாயிருக்கும். வாழ்வில் அதிருப்தியுற்ற நேரங்களிலும் அவன் கவிதைகள் பூனையின் தலையை வருடிக்கொடுக்கும் குழந்தைகளைப் போலவே இருக்கும். சமூகம் சார்ந்த சிந்தனைகளில்கூட குறும்பும் விளையாட்டுத்தனமும் மிளிரும். இது, யாருக்கும் வாய்க்காத அரிய தன்மை.

பாரதி, தன்னுடைய கவிதைகளில் சத்திய ஆவேசம் கொள்ளுமிடத்தில் கவிஞன் என்பதிலும் பார்க்க விடுதலைப் போராளியாகவே வெளிப்படுவார். அதன் காரணமாக அவர் கவிதைகளில் இயல்பாக எரியத்தொடங்கும் நெருப்பு நம்மைச் சுடும். சுட்டெரிக்கும். ஆனால், முத்துக்குமார் தன்னுடைய கவிதைகளில் எங்கேயும் அப்படியான நெருப்புகளைக் கொளுத்த விரும்பியதில்லை. நெருப்பைத் தன்னுள்ளே இழுத்துக்கொண்டு புகையை மட்டுமே வெளியிடுவான். அந்தப் புகையின் வீச்சம் நெருப்பைத் தாண்டிய நெடியை நமக்குள் ஏற்படுத்தும்.

முத்துக்குமார், தன்னுடைய அம்மாவை இளம் வயதிலேயே இழந்தவன் என்பதால் எல்லாப் பெண்களிடம் அவன் தன் தாயைத் தேடிக்கொண்டிருந்தான். அம்மாவின் சாயலைத் தேடுவதில் இருந்து கடைசிவரை அவன் விடுபடவில்லை. இப்போதும் அவன் தன் அம்மாவைத் தேடியே போயிருக்கிறான். அவனுக்காக அவனுடைய அம்மா பால்சோற்றோடு ஆகாயத்தில் அமர்ந்திருக்கிறாள். நிலவைக் காட்டி சோறூட்டாத தாய், நிலவுக்குள்ளிருந்து சோறூட்டப் போகிறாள். தொட்டிலிலிட்டுத் தூங்கவைக்க விரும்பிய அவன் தாய், அவனைத் தூங்க வைத்துத் தன் இதயத் தொட்டிலுக்குள் இடம்பெயர்த்துக் கொண்டாள். யாரையும் ஏமாற்றக்கூடாது என்று எண்ணுகிறவர்களைக்கூட, வாழ்க்கை மிக எளிதாக ஏமாற்றிவிடுகிறது. முத்துக்குமார் தன் சோகங்களை எழுத்தில் சொல்லிய அளவுக்கு நேர்ப்பேச்சில் வெளிப்படுத்தியதில்லை. என்னடா, ஒருமாதிரி இருக்க என்றால் ஒண்ணுமில்லையே நல்லாதானே இருக்கேன் என சமாளித்துச் சமாளித்து

சகலத்தையும் தன்னுள் மறைத்துக்கொள்வான். வெடித்துச் சிரிக்கும் பொழுதுகளிலிலும் அவனுடைய கண்களில் கவ்வியிருந்த லேசான சோக ரேகையை அருகில் இருந்த நண்பர்கள் அறிந்திருக்கிறோம். ஒரு நல்ல கவிதையை எழுதி முடிப்பதற்குள் சிந்தனையில் ஏற்படும் உளைச்சலைச் சொல்லி மாளாது. உணவோ, உடையோ, உறக்கமோ பிரதானமில்லை என்ற எண்ணத்தை ஒரு நல்ல கவிதை ஏற்படுத்திக்கொண்டே இருக்கும். எழுதி முடித்த பிறகு அது நல்ல கவிதைதானா என்ற சந்தேகத்தைக் கொடுக்கும்.

சந்தேகத்திற்கு விளக்கமளிக்க மீண்டும் ஒரு நல்ல கவிதையை எழுதவேண்டிய அவசியம் ஏற்படும். இப்படித்தான் ஒரு கவிஞன் தொடர்ந்து சிந்தனை உளைச்சலுக்குள் சிக்கிக்கொள்கிறான். முத்துக்குமார், இதில் ஒருபடி மேலே போய் எழுதுவதெல்லாம் நல்லதாகவே வரவேண்டும் என எண்ணக்கூடியவன். அது சாத்தியமில்லை என்றாலும்கூட சமாதானம் அடையாதவன். 'அடுக்குமாடிக் குடியிருப்பின் / மொட்டை மாடியில் / நிலா இருக்கிறது / சோறும் இருக்கிறது/ ஊட்டுவதற்குத் / தாய் இல்லை' என்றொரு கவிதை. அ'னா ஆ'வன்னா கவிதை நூலில் ஆறு வித்தியாசங்கள் என்னும் தலைப்பில் கீழ் வெளிவந்த இக்கவிதையை வாசித்துவிட்டு அப்போதே அவனிடமே பகிர்ந்துகொண்டதாக ஞாபகம்.

அப்பாவையும் அம்மாவையும் அவன் நினைவுகளில் சுமந்தவனாகவே திரிந்துகொண்டிருந்தான். அவங்க எனக்கு அம்மா மாதிரி எனப் பலரை பல நேரங்களில் சொல்லியிருக்கிறான். தூக்குக்கயிற்றிலிருந்து அம்மாவைப் பிரேதமாக இறக்கிய காட்சியை அவனால் இறுதிவரை மறக்க முடியவில்லை. சோகச் சித்திரமாக அக்காட்சியை மூளையில் அவன் தீட்டிக்கொண்டிருந்தான். அழிக்கவே முடியாத அந்தச் சித்திரம் அவனைத் துரத்திக்கொண்டிருந்தது. மிதிவண்டியில் இருந்து ஆகாய விமானம்வரை அவன் பறந்து பறந்து உலகத்தின் எந்தத் திக்கிற்குப் போனாலும் அவனை அச்சித்திரம் பயமுறுத்தியது.

வீடு நிறைய புத்தகங்களை அவன் அப்பா வாங்கிக் குவித்திருந்தார். அதற்குள் மறைந்துகொண்டாலும் அந்தச் சித்திரம் அவன் காதைத் திருகி இழுத்து வந்தது. திரைப்பாடலில்

ஷோபா மறைவில் அவன் தன்னைப் பதுக்கிக்கொண்டாலும் அந்தச் சித்திரம் அவனைத் தூங்கவிடாமல் செய்தது. முத்துக்குமாரின் எந்தக் கவிதைத் தொகுப்பிலாவது அம்மாவைப் பற்றிச் சொல்லப்படாமல் இருக்கிறதா என ஆராய்ந்தால் எல்லா தொகுப்பிலும் அம்மாவைப் பற்றி அவனால் தீட்டப்பட்ட அழகழகான சித்திரங்கள் இல்லாமல் இல்லை.

அவனே அப்பாவாக மாறிய பின்னும் அவன் அம்மாப் பிள்ளையாகவே இருந்திருக்கிறான். உடன் இருந்து ஒரு அம்மா என்னென்ன செய்வாளோ அவை அனைத்தையும் அவன் அம்மா இல்லாமல் செய்திருக்கிறான். நினைவுகளைக் கழித்துவிட்டால் வாழ்வில் ஒன்றுமில்லை என்பார்கள். நினைவுகள் ஒன்றுமில்லாமல் போக எந்தக் கவிஞனும் சம்மதிப்பதில்லை. சிறுசிறு கவிதைகள் எழுதிய காலத்தில் இருந்து திரைத்துறையில் தவிர்க்கமுடியாத இடத்தை முத்துக்குமார் பெறும் வரையிலும் உடனிருந்து பார்க்கும் வாய்ப்பை நான் பெற்றிருக்கிறேன். அந்த வகையில் முத்துக்குமாரிடம் பழக்கத்தில் எந்த மாறுதலையும் நான் கண்டதில்லை.

சென்னை டிரஸ்ட்புர வன்னியர் தெருவில் ஆரம்பித்த எங்கள் பழக்கம் வெளி மாநில வெளிநாட்டு ஒலிப்பதிவுக் கூடங்கள்வரை ஒரே மாதிரிதான் இருந்தது. ஒருவரை ஒருவர் பாராட்டிக் கொள்வதும் ஒருவரை ஒருவர் கிண்டல் செய்து கொள்வதும் இயல்பாக இருந்தன. இரண்டு கவிஞர்கள் இவ்வளவு நெருக்கமாக நட்புடன் நடந்துகொள்ள முடியுமா எனச் சம்பந்தப்பட்ட இசையமைப்பாளர்களும் இயக்குநர்களும் கேட்கவும் செய்திருக்கிறார்கள். ஒரு புது மரபை ஏற்படுத்த முத்துக்குமார் விரும்பியது பலருக்குத் தெரியாது. நவீன கவிதைகளையும் நவீன சொல்லாடல்களையும் திரைப்பாடலுக்குள் கொண்டுவரும் தீவிரத்தை அவன் காட்டியதைப் போலவே நண்பர்களிடமும் அவனுடைய அன்பின் தீவிரம் எதன் பொருட்டும் குறையவே இல்லை.

இரண்டு தேசிய விருதை, இளம் வயதில் பெற்ற பெருமையை எங்கேயும் அவன் காட்டிக்கொண்டதில்லை. சகஜமாகப் பழகுவதிலும் உடனிருக்கும் உறவுகளை

விசாரிப்பதிலும் அவன் தன்னைக் கவிஞனாக அல்லாமல் மனிதனாகவே வைத்திருந்தான்.முத்துக்குமாரின் அநேகக் கவிதைகள் மத்தியதர வர்க்கத்து இளைஞனின் குரலைப் பிரதிபலிப்பவை. தனக்கு நேர்ந்த நேராத சம்பவங்களின் ஏக்கங்களை அக்கவிதைகள் பேசுகின்றன. சின்னச் சின்ன சந்தோசத் தருணங்கள், வார்த்தைகளாக வடிவம் பெற்றிருக்கின்றன.

அதிகபட்சக் கனவுகளில் ஒன்றாக முனியாண்டி விலாஸுக்குச் சென்று உணவருந்துவதையும் தீபாவளி, பொங்கலுக்குச் துணியெடுப்பதையுமே அவன் கண்டிருக்கிறான். காற்று முழுக்கத் தன் ஆசைகளைப் பாடல்களாக உலவிவிட்ட பிற்பாடும்கூட அக்கனவுகள் அவனிடமிருந்து கலைய மறுத்தன. பெரிய உயரங்களைத் தொட்டுவிட்டாலும் சின்னச் சின்னப் பூக்களில் வசமிழக்கும் தன்மையோடே அவன் இருந்தான். இதழ்க்கடையில் எப்போதும் அரும்பியிருக்கும் அவனுடைய சிரிப்புப் பூக்கள் எதனாலும் உதிர்வதில்லை.

குழந்தைகளுடன் பேசும் கலை என்றொரு கவிதை. முத்துக்குமாரின் ஆகச்சிறந்த கவிதைகளில் ஒன்று. 'கடவுளிடம் பேசுகிறோம் / என்கிற பயமே இல்லாமல் / குழந்தைகளிடம் பேசுகிறார்கள் /வளர்ந்த மனிதர்கள்' என்று ஆரம்பிக்கும் அக்கவிதை ஒரு குழந்தையிடம் நம்முடைய உரையாடல்கள் எத்தனை போலியான தோற்றத்தைக் கொண்டிருக்கிறது என்பதைப் பேசும். ஒரு குழந்தையைக்கூட கொஞ்சத் தெரியாத சமூகத்தை அதைவிடக் காத்திரமாகச் சொல்லிய கவிதையை வேறுயாரும் படைக்கவில்லை. குழந்தைகள் நிறைந்த சூழலை முத்துக்குமார் விரும்பினான். தன்னையும் பொம்மையாகப் பாவித்து அவர்கள் விளையாட மாட்டார்களா என ஏங்கினான். இன்னும் சொல்லப்போனால், குழந்தைகளால் தான் உடைபடுவதையும் உடைக்கப்படுவதையும் குதூகலத்தோடு ஏற்றுக்கொண்டான். குழந்தைகளால் விளையாடப்படுவது குழந்தைகளால் விளையாடப்படுவது அல்ல.

அது, கடவுளால் விளையாடப்படுவது என்றே அவன் கருதினான். 'எல்லாக் காலத்திலும் / குழந்தைகளின் வானத்திலிருந்து / இசையுடன் உதிர்ந்துவிழுகிறது / ட்விங்கிள் ட்விங்கிள் / லிட்டில் ஸ்டார்' என்பான்.

பால்யத்தில் தனக்குக் கிடைக்காமல் போன விளையாட்டுப் பொம்மைகளும் அம்மாவின் அரவணைப்புகளும் அவன் கவிதைகளில் திரும்பத் திரும்ப வந்துகொண்டே இருந்தன.

குழந்தைகளின் உலகத்தை திறக்கும் சாவியாகக் கவிதைகளை அவன் கையாண்டான். அதே கவிதையில் குழந்தைகளுடன் பேசுகையில் பிரபஞ்சத்தின் இருப்பு ஒரு புள்ளியாகச் சுருங்கிவிடுகிறது என எழுதியிருப்பான். குழந்தைகள் வளர்ந்தவர்களையும் குழந்தையாக்கிவிடுகின்றன எனச் சொல்வதற்கு ஏற்ப அவனுடைய குழந்தைகள் பற்றிய கவிதைகள் நம்மையும் பால்யத்தை நோக்கிப் பயணப்பட வைக்கின்றன. மூக்கொழுகும் குழந்தைகளை அசூயை இல்லாமல் அள்ளிக்கொஞ்சம் ஒருவனால்தான் இப்படியான கவிதைகளை எழுத முடியும்.

மயிலிறகுகளைச் சேகரித்துக் குட்டிபோடும் என நம்புகிற இதயம் உள்ளவனாக அவன் இருந்தான். அதைவிட, அந்த மயிலிறகுகள் உண்ணுவதற்குப் புத்தகங்களின் இடுக்குகளில் தானியமிடுபவனாகவும் அவன் இருந்திருக்கிறான். எனவேதான், எல்லாப் பள்ளிக்கூட வாசலிலும் கைகள் நடுங்க வேர்க்கடலை விற்கும் பாட்டிகளை அவனால் எழுத முடிந்தது. சாப்பிடும்போது புத்தகம் படிக்காதே ருசி தெரியாது எனத் திட்டும் வீடுகளை விவரிக்க முடிந்தது. அத்தனை ரயில் நிலைய சிமெண்டு பெஞ்சிலும் படிந்திருக்கும் பறவைகளின் எச்சங்களைப் பாசத்தோடு பார்க்க முடிந்தது. அடகுக்கடை கம்மலில் உலராமல் ஒட்டியிருக்கும் அதைக் கழற்றிக்கொடுத்த பெண்ணின் கண்ணீரை அக்கறையோடு துடைக்க முடிந்தது. மரண வீட்டில் யாருக்கும் சொல்லாமல் சாப்பாட்டுக்கடை நோக்கி நகரும் ஒருவனைச் சந்திக்க முடிந்தது. முத்துக்குமார், மெல்லிய உணர்வுகளின் மேலிருந்துதான் தன் கோட்டையைக் கட்டி எழுப்பினான். திரைப்பாடல் வரலாற்றில் அத்தகைய மெல்லிய உணர்வுகளை அவனுக்கு முன்னே யாரும் அவ்வளவு துல்லியமாகப் படம்பிடிக்கவில்லை.

தாயம் ஆடும் பெண்கள் என்னும் கவிதை குமுதம் இதழில் வெளிவந்தது. தொண்ணூறுகளுக்குப் பிறகு தாயம் என்றழைப்படும் விளையாட்டைப் பற்றி நம்முடைய பெண்களுக்குத் தெரியாமல் போனது. மதிய உணவு முடித்த

மத்தியதர குடும்பத்துப் பெண்கள், வானொலியில் ஒலிச்சித்திரம் கேட்டுக்கொண்டே தாயம் ஆடிய அழகுகளை இன்றைய நவீன உலகம் இழந்துவிட்டது. தொலைக்காட்சிகளின் வருகைக்குப்பின் நாம் இழந்த எத்தனையோ அற்புதங்களில் தாயமும் ஒன்று.

வீட்டுக்கூடத்தில் அமர்ந்துகொண்டு தங்கையுடனோ நாத்தனாருடனோ நம்முடைய பெண்கள் அவ்விளையாட்டை ஸ்நேகத்தோடு விளையாடினார்கள். ஒருவரை ஒருவர் விட்டுக் கொடுத்து வெட்டக் கொடுத்து காய்களை நகர்த்துகையில் அந்தப்பெண்கள் தன் வீட்டின் ஆளுமை பொருந்திய நடவடிக்கைகளைக் கற்றுக்கொள்வார்கள். ஒருவரை அனுசரித்து வாழவும் ஒருவரை அகமகிழ்ந்து வரவேற்கவும் அவ்விளையாட்டு சொல்லித்தரும். ஒவ்வொரு கட்டங்களாகத் தாண்டித் தாண்டி பூரண கட்டத்தை நோக்கி வந்தடையும் வித்தைகளை அவர்கள் அவ்விளையாட்டில் இருந்தே படித்துக்கொண்டார்கள்.

முத்துக்குமார் அக்கவிதையை முடித்திருந்த விதம் என்னை ஆச்சர்யப்படுத்தியது. 'கடைசிவரை / எல்லாப் பெண்களுக்கும் / பிடிபடுவதே இல்லை, / சமையலறைக் கட்டங்களைத் /தாண்டி மலையேற / என்றைக்குத் தாயம் விழும்?' ஒரு சின்னப் பொறியிலிருந்து அடர்ந்த காட்டையே பற்றவைக்கும் அதிசயமான பதிவுகள் அவனுடையன. சாதாரண நிகழ்வுகளிலிருந்து சமூகத்தை நோக்கி அவன் வீசிய பார்வைகள் நவீனக் கவிதைகளை வெளிச்சப்படுத்தின. சில இலக்கியவாதிகள் அவனுடைய கவிதைகள் குறித்துப் போதிய புரிதல் இல்லாமல் விமர்சித்தாலும் அவனுடைய இருப்பையும் முயற்சிகளையும் அவர்களால் தவிர்க்க முடியாது. வெகுசனப் பாடலாசிரியனாக அவன் புகழ்பெற்ற வேளையிலும் கூட அவன் வாசிப்பு நல்ல இலக்கியங்களைக் கண்டுகொள்ளத் தவறியதில்லை.

ஒலிப்பதிவுக் கூடத்தில் அவனைச் சந்திக்க நேர்ந்த அத்தனைச் சந்தர்ப்பத்திலும் அவன் கையில் உயிர்மையோ காலச்சுவடோ இருந்ததை நான் கவனித்திருக்கிறேன். இதைப் படித்தாயா, அதைப் படித்தாயா என அவன் தன் உரையாடலை ஆரம்பிக்கும் தொனி தீவிர இலக்கியவாதியை

அடையாளப்படுத்துவதாகவே இருக்கும். இயக்குநராகும் அவனுடைய இலட்சியத்திற்கான தரவுகளை அவன் சேமித்துக் கொண்டே வந்தான். சேதாரங்களைக் கணக்கிடாமல் தன்னைச் செலவழித்துக் கொள்ளும் மனவுறுதி அவனுக்கு இயல்பிலேயே வாய்த்திருந்தது.

கொஞ்ச நேர உரையாடலிலேயே அவன் தன்னுடைய உயரத்தைக் காட்டிவிடுவான். பூஃகோ, நீட்சே, பிராய்ட் என்று பேசும் ஒரு திரைப்பாடலாசிரியனை அவனுக்கு முன்னால் யாரும் அறிந்திருக்க வாய்ப்பில்லை. குறுக்கும் நெடுக்குமாக ஜெயகாந்தனை அவன் சொல்வான். குழப்பம் இல்லாமல் தி.ஜானகிராமனை, சுந்தரராமசாமியை கி.ராஜநாராயணனை அவன் உள்வாங்கிக்கொண்டிருந்தான். ஜெயகாந்தனும் ஜெயமோகனும் எதிரெதிர் நிலையில் உள்ளவர்கள் என்றபோதும் அவர்கள் இருவரையுமே காய்தல் உவத்தல் இல்லாமல் அவன் தன்னுள்ளே ஈர்த்து வைத்திருந்தான்..

இளையராஜாவிடம் முதல் பாடல் எழுதப் போன அனுபவத்தை எனக்குச் சொல்லி, அவரிடம் நான் எப்படி நடந்துகொள்ள வேண்டும் என்பதை அவனே கற்பித்தான். பெரும் இசை ஆளுமையாக இருந்துவரும் இளையராஜா எதை விரும்புவார்? எதை விரும்ப மாட்டார்? என அவன் சொல்லிய தன்மையில் கொஞ்சமும் பிசகாத தன்மையோடுதான் இளையாராஜா என்னிடம் நடந்துகொண்டார். போட்டிகள் நிறைந்த திரைத்துறையில் ஒரு பாடலாசிரியன் இன்னொரு பாடலாசிரியனுக்கு இத்தகைய உதவிகளைச் செய்திருக்கிறான் என்பது திரைத்துறைக்கு அப்பாலுள்ளவர்களுக்கு ஆச்சர்யமளிக்கலாம். ஆனால், அத்தனை ஆச்சர்யங்களையும் முத்துக்குமாரால் நிகழ்த்த முடிந்தது.

இயக்குநர்களில் சிலர் தன்னுடன் முரண்படுகையில் எல்லாம் அவன் என் பெயரைச் சொல்லி அனுப்பியிருக்கிறான். இந்தப் பாடலை முத்துக்குமார் உங்களை வைத்து எழுதிக்கொள்ளச் சொன்னார் என்று அவர்கள் சொல்லிய நிமிடங்களை இப்போது நினைத்தால் பிரமிப்பாக இருக்கிறது. விருது, வியாபாரம் எல்லாவற்றையும் கடந்த நிலையை முத்துக்குமார் அடைந்திருந்தான். என் கவிதைகளை எங்குப் பார்த்தாலும் தொலைபேசியில் அழைத்து வாழ்த்தும் அன்பை

அவன் பெற்றிருந்தான். முத்துக்குமாரிடம் இருந்து இனி எந்த ஒரு அழைப்பும் வராது என்று சொல்லிய, அந்தக் கடைசி அழைப்புக் கொடுத்த வலியில் இருந்து விடுபட முடியாமலிருக்கிறேன்.

கல்லறையில்கூட ஜன்னல் ஒன்று வைத்து உந்தன் முகம் பார்த்திருப்பேன் என்று தீபாவளி திரைப்படத்தில் எழுதியிருப்பான். செல்மாவின் பிரிவைத் தாங்கிக்கொள்ள முடியாமல் கலீல் ஜிப்ரான் எழுதிய முறிந்த சிறகுகளுக்கு நிகரான அவ்வரியை ஒரு திரைப்பாடலில் எழுதும் ஆற்றலை முத்துக்குமாருக்கு முன்னும் பின்னும் வேறு யாரும் பெற்றிருக்கவில்லை.

ஆனந்த யாழை மீட்டிய அவனுடைய இதய நரம்புகள் அன்பினால் பின்னப்பட்டவை. இந்த மரணம் அவனை அவ்வளவு எளிதாக நம்மிடமிருந்து அறுத்துவிடாது. வாழ்வை வம்புக்கிழுப்பதும் கவிதைகளோடு வாழ நினைப்பதும் ஒன்றுதான் என்று ஆரம்பத்தில் நான் சொல்லியது போல வாழ்வு அவனைத் தோற்கடித்தாலும் கவிதைகள் அவனை ஜெயிக்க வைக்கின்றன. எதார்த்த வாழ்விலிருந்து அவன் நாடு கடந்துவிட்டாலும் எல்லா வீடுகளிலும் அவன் செல்லக் குழந்தையாகவே பார்க்கப்படுவான். அம்மாப் பிள்ளையாக இருக்க விரும்பிய அவன் அம்மாக்கள் எல்லோருமிடும் ஆசைமுத்தமாக அவதரிப்பான். நினைவுகளை நீக்கிவிட்டால் வாழ்வில் ஒன்றுமில்லை. அவன் நம்முடைய வாழ்வின் நினைவுகளிலிருந்து நீங்காதவன். பறந்துகொண்டே இருக்கப் பிரியப்பட்ட அவன், மரணத்திலும் தேங்காதவன். முத்துக்குமார் என்பது பெயரல்ல. பிரியம்.

கோமல் எனும் பொதுமேடை

நாடகக்கலையிலும் சினிமாத்துறையிலும் மிகுந்த ஈடுபாடு கொண்டிருந்த ஒருவர், கலை இலக்கியப் பத்திரிகையின் அகத்தையும் முகத்தையும் அழகாக மாற்றுவதில் அக்கறை கொண்டிருந்தார். அந்த அவர் வேறு யாருமல்லர். கோமல் சுவாமிநாதன். அதுவரை கலை இலக்கியப் பத்திரிகைகளில் நிலவிவந்த குழு மனப்பான்மையை அவரால் ஏற்றுக்கொள்ள இயலவில்லை. எழுத்துகளின் வகைகளுக்கேற்ப எழுத்தாளர்களும் பிரிந்துகிடந்தார்கள். எதார்த்த இலக்கியமென்றும் எதிர்கால இலக்கியமென்றும் ஏதேதோ பெயர்களில் இயங்கிவந்த அவர்களை, 'சுபமங்களா' என்னும் இலக்கிய இதழ்மூலம் அவரால்தான் ஒன்றிணைக்க முடிந்தது. யாருடைய கருத்துகளும் புறந்தள்ளக் கூடியதல்ல என்பதால், அவரவர் தங்கள் கருத்துகளைப் பேசும் பொதுமேடையாக சுபமங்களாவை உருவாக்கியதில் அவர் பங்கு மிகுதி.

இடது, வலது, மேல், கீழ், உள், வெளி என்ற பாகுபாட்டையெல்லாம் அவர் ஒவ்வொரு இதழிலும் உடைத்தெறிந்தார். அப்படி உடைத்தெறிய இரண்டு பக்கத்திலும் உள்ள நியாயங்கள் அவருக்குத் தெரிந்திருந்தன. எது சரி,

எது தவறு என்னும் தராசில் அவர் எந்தப் படைப்பையும் படைப்பாளனையும் எடைபோட விரும்பவில்லை. காலம் செய்யவேண்டிய காரியம் அதுவென்று ஒதுங்கியே நின்றார். என்றாலும், அவருக்கென்று சில சார்புகளும் கொள்கைகளும் இருந்தன. காங்கிரஸ்காரராக வாழ்வைத் தொடங்கிய அவர், இறுதிக் காலங்களில் தன்னை ஒரு கம்யூனிஸ்டாக அறிவித்துக்கொண்டார். கோமல்சுவாமிநாதன் ஆசிரியப் பொறுப்பேற்கும்வரை சுபமங்களாவின் முகம், பெண்கள் பத்திரிகையின் முகமாக இருந்தது. பெரிய கவனத்தையோ அதிகமான வாசகர்களையோ கொண்டிராத அப்பத்திரிகையை, கலை இலக்கிய வரலாற்றை முன்னெடுத்தப் பத்திரிகையாக மாற்றிய பெருமை அவருக்கே உரியது.

கலை இலக்கியத் துறையில் அவருக்கிருந்த பரிச்சயத்தைவிட, கலை இலக்கியம் கற்றுக்கொடுத்த பண்பாட்டைக் கடைசிவரை அவர் காப்பாற்றினார். யாரோடும் சுமூகமான ஸ்நேகமான அன்பை அவர் கொண்டிருந்தார். தமிழ்ப் படைப்பாளர்கள் அத்தனைபேரும் ஒரு குடையின் கீழ் நின்று நிழல்பெறவும் நிலைபெறவும் அவர் விரும்பினார்.

கலை இலக்கியப் பத்திரிகையுலகில் அவருக்கு முன்பும் அவருக்குப் பின்பும் அப்படி ஒருவர் இருந்திருக்கிறாரா? என்னும் கேள்விக்கு, அவரே தீபம் நா.பார்த்தசாரதி இருந்ததாகக் குறிப்பிட்டிருக்கிறார். கோமல் சுவாமிநாதன் என்றதும் சட்டென்று நம்முடைய நினைவுக்கு வருவது அவருடைய “தண்ணீர் தண்ணீர்” நாடகம்தான். நாடகமென்றால் நகைச்சுவைத் துணுக்குகளின் குவியல் என்றிருந்த காலத்தில், அதை ஒரு சமூக ஆயுதமாக நிறுவியவர் அவரே.

இன்றைக்கும் குடிநீர் கேட்டுப் போராடும் தாய்க்குலங்கள், காலிக் குடங்களைச் சாலையில் இருத்திப் போராடும் வடிவ உத்தியை அவர்தான் வழங்கினார். தேர்தல் புறக்கணிப்பு என்னும் சொல்லை, அதற்குமுன் எந்த ஒரு நாடகப்பிரதியும் கொண்டிருக்கவில்லை. அரசர்களின் வரலாற்று நாடகங்களை மட்டுமே கண்டுவந்த நம்முடைய மக்களுக்கு, சமூக வரலாற்றைக் கற்பிக்கும் நாடக ஆக்கங்களை அவர் எழுதினார். போராட்டங்களைத் தூண்டுவதாக அவர் நாடகங்கள் பலமுறை காவல் துறையால் தடைசெய்யப்பட்டிருக்கிறது. எழுபதுகளில்

தமிழகத்தில் பரவலாக இயங்கிவந்த நக்ஸலைட்டுகளுக்கு ஆதரவான குரல் அவருடையது. என்றாலும், தனி மனித பயங்கரவாதத்துக்கு அவர் ஒருபோதும் ஒத்துழைப்புக் கொடுத்ததில்லை. அவருடைய "அனல்காற்று" திரைப்படம், தனி மனிதப் பயங்கரவாதத்தை விமர்சித்தே எடுக்கப்பட்டது.

மக்கள் சக்தியே விடுதலையைப் பெறும் வழியென்று மிகத் தீவிரமாக அவர் நம்பினார். அத்திரைப்படத்தில் இடம்பெறும் வசனங்கள், வடகிழக்கு மாநிலங்களில் இன்று போராடிவரும் மாவோயிஸ்டுகள் மீதான விமர்சனங்களையும் உள்ளடக்கியவை. எதற்குப் போராடுகிறோம் என்பதும் எப்படிப் போராடுகிறோம் என்பதும் ஒரு போராளிக்குத் தெரியவில்லை என்றால், அந்தப் போராட்டமே பாழ்பட்டுவிடும் என்றுதான் அத்திரைப்படத்தில் சொல்லியிருப்பார். ஆளும் ஆதிக்கச் சக்திகளை முறியடிக்க, அப்பாவிகளைக் கொல்வது ஒரு புரட்சிக்காரனுக்கு எந்தவிதத்திலும் பெருமை சேர்க்காது என்பதை அத்திரைப்படத்தில் மிக நேர்த்தியாக வடித்திருப்பார்.

வனாந்தரங்களிலும் மலைக்குகைகளிலிலும் ஒளிந்துகொண்டு மக்களுக்காகப் போராடுகிறோம் என்பவர்கள், அதே மக்களால் புறக்கணிக்கப்படுவார்கள் என்பதை அதைவிட காத்திரமாகச் சொல்லிய படம் ஒன்றில்லை. மக்களால் முன்னெடுக்கப்படும் போராட்டங்களே விடுதலையைப் பெற்றுத்தரும் என்னும் தெளிவை அவருடைய நாடகங்களும் திரையாக்கங்களும் முன்மொழிந்தன. "ஓர் இந்தியக் கனவு" என்னும் திரைப்படத்தில் மலைவாழ் மக்களின் அவலங்களையும் அவர்களுக்கு இழைக்கப்பட்டுவரும் அநீதிகளையும் பேசியிருப்பார். அத்திரைப்படத்தில் கதாநாயகிமூலம் அவர்களுக்கான உரிமைகள் பேசப்பட்டிருப்பது குறிப்பிடத்தக்கது.

அவருடைய எல்லா படைப்புகளுமே இடதுசாரி மனநிலையில் இருந்துதான் எழுதப்பட்டிருக்கின்றன. அவர் காங்கிரஸ்காரராக இருந்த காலத்திலும்கூட அவருடைய படைப்புகள், முற்போக்குச் சாயத்தையே பூசிக்கொண்டன. இன்றைக்கு மத்தியில் ஆண்டுவரும் பாரதீய ஜனதா கட்சி, வெகுவிரைவில் காங்கிரஸ்காரர்களையும் சிவப்புச் சட்டை போட வைத்துவிடும் என்றுதான் தோன்றுகிறது. மதவாத இனவாத சாதிவாத போக்குகளைக் கண்டிக்கும் திராணியுடைய

எழுத்து ஆளுமையாகக் கோமல் இருந்திருக்கிறார். அவர் படைப்புகளின் வாயிலாக மக்களிடம் விதைக்க விரும்பிய புரட்சிகரக் கருத்துகள், முளைவிட்டுக் கிளைவிட்டு முழு மரமாகும் சாத்தியமுடையன.

முப்பதுகளில் பிறந்த கோமல் சுவாமிநாதன், தன்னுடைய பதினேழாவது வயதிலிருந்தே அரசியல் ஈடுபாடுடையவர். ஒன்றாயிருந்த காங்கிரஸ் பேரியக்கத்தின் மேடைகளில் அவர் சொற்பொழிவாளராக சிலகாலம் தோன்றியிருக்கிறார். இடிமுழங்குவதுபோல் பேசிவந்த அவரைக் "கோடையிடி கோமல்" என்றே அழைத்திருக்கிறார்கள். ஒருகட்டத்தில் அரசியலிலிருந்து அவர் பார்வை நாடகக்கலைப் பக்கம் திரும்பியது. 1978இல் காங்கிரஸ் பிளவுபட்டபோது 'இதயத்துடிப்பு' என்னும் நாடகத்தை அரங்கேற்றிய அவர், அதன்பின் முழுநேர அரசியலில் இருந்து தன்னை விடுவித்துக்கொண்டார்.

நாடகத்துறையில் அவர் கால்பதிக்க, எஸ்.வி.சகஸ்ரநாமம், பி.எஸ்.ராமையா, முத்துராமன், மேஜர் சுந்தர்ராஜன், கு.அழகிரிசாமி உள்ளிட்டோர் உதவியிருக்கிறார்கள். சகஸ்ரநாமம் நடத்திவந்த "சேவா ஸ்டேஜ்" நாடகக்குழுவுக்கு அவர் எழுதியளித்த "புதியபாதை, மின்னல்காலம், தில்லைநாயகம்" ஆகிய நாடகங்கள், குடும்பம் சார்ந்த கதையோட்டத்தில் நுட்பமானச் சமூக விமர்சனங்களைக் கொண்டிருந்தன.

மேஜர் சுந்தர்ராஜனுக்காக அவர் எழுதிய "அவன் பார்த்துப்பான், டில்லி மாமியார், அப்பாவி" முதலிய நாடகங்களும் நடிகை மனோரமாவுக்காக அவர் எழுதிய "என் வீடு, என் கணவன், என் குழந்தை", என்ற நாடகமும் பின்னர் தொலைக்காட்சித் தொடர்களாக வெளிவந்து, மக்களின் ஏகோபித்த பாராட்டுகளைப் பெற்றன. "தண்ணீர் தண்ணீர்" நாடகத்தைப்படமாக்குவதே தன் இலட்சியம் என்று கூறிய கே.பாலச்சந்தர், அந்நாடகத்தைத் திரையாக்குவதில் எடுத்துக்கொண்ட சிரத்தையிலிருந்து நாடகத்திற்கும் திரைக்குமான இடைவெளியைக் கோமல் புரிந்துகொண்டிருக்கிறார். குடிநீர் பஞ்சத்தை முன்வைத்து ஒரு திரைப்படம் என்ற அளவில் இல்லாமல், அத்திரைப்படம்

சமூகத் தளத்தில் ஏற்படுத்திய அதிர்வலைகள் அதிகம். அத்திரைப்படத்தை வெளியிடக்கூடாதென்று எம்.ஜி.ஆர்.ஆட்சி காலத்தில் குரல் கொடுத்தவர்களில் அமைச்சர் ஆர்.எம்.வீ.யும் ஒருவர். அவரே திரைப்படத் தயாரிப்பாளராக இருந்தபோதும், ஒரு திரைப்படம் வெளிவர அவர் ஏன் தயக்கம் காட்டினார் என்பதுதான் 'தண்ணீர் தண்ணீர்' பேசிய அரசியல்.

பெரியாரின் சீடர்களாகத் தங்களைச் சொல்லிக்கொண்டவர்களும் அத்திரைப்படம் பேசிய கருத்துகளை உள்வாங்கிக்கொண்டு எதிர்வினையாற்ற எண்ணவில்லை. மாறாக, அரசுக்கு எதிரான படம்போல அதைச் சித்திரித்துவிடுவதில்தான் அவர்கள் அக்கறைகள் இருந்தன. அதன் விளைவாக வெற்றிப் படமாகியிருக்க வேண்டிய அத்திரைப்படம், பெருவெற்றிப் படமாக அமைய நேர்ந்தது. எதிர்ப்பினால் கோரிக்கைகளைப் பெறலாம் என்று சொல்லித்தந்த அந்தத் திரைப்படமும் எதிர்ப்பினால்தான் பெருவெற்றி பெற்றது என்பதை மாற்று சினிமாக்காரர்கள் ஒத்துக்கொள்ள மாட்டார்கள்.

தமிழ்ச்சூழலில் 'தண்ணீர் தண்ணீர்' திரைப்படத்திற்குப் பிறகுதான் கோமலைக் கூர்ந்து கவனிக்கும் நிலை ஏற்பட்டது. அதற்கு முன்பே அவர் தனது நண்பர்களின் உதவியுடன் ஆரம்பித்த ஸ்டேஜ் பிரண்ட்ஸ் என்னும் நாடகக்குழு அரங்கேற்றிய, "நவாப் நாற்காலி, சந்நிதி தெரு, பட்டணம் பறிபோகிறது, வாழ்வின் வாசல், யுத்த காண்டம், அஞ்சு புலி ஒரு பெண், கூடு இல்லா கோலங்கள், ஆட்சி மாற்றம், ராஜ பரம்பரை" போன்ற நாடகங்கள், தண்ணீர் தண்ணீர் திரைப்படத்தின் வெற்றியால் மீண்டும் மீண்டும் மேடையேறின.

ஒவ்வொரு நாடகமும் பலமுறை மேடையேறும் வாய்ப்பைப் பெற்றன. கருத்தும் செறிவும் நிறைந்த அவருடைய நாடகப் பிரதிகளைக் காலத்தின் கையேடுகள் என்றும் கூறலாம். அவ்வப்போதைய சமூகப் பிரச்சனைகளை முன்வைத்து, அவரால் எழுதப்பட்ட நாடகங்களை நவீன நாடகங்களின் தோற்றுவாயாகக் கருத இடமுண்டு. நவீன நாடகங்கள் என்னும் பெயரில் நிகழ்த்தப்பட்டுவந்த கூத்துக்களை அவர் ஒருபோதும் ஆதரித்ததில்லை. நாடகம்

குறித்த உலகளாவிய பார்வை அவரிடமிருந்தது. அரங்க அமைப்பிலும் கதாபாத்திரத் தெரிவிலும் அவருடைய தனித்துவங்கள் வெளிப்பட்டன. கேரளத்திலும் வங்கத்திலும் நிகழ்த்தப்படுவதைப்போல தமிழகத்திலும் மக்களின் குரலையும் மக்களுக்கான குரலையும் நாடகங்கள் கொடுக்க வேண்டும் என அவர் விரும்பினார்.

கோமல் தம்முடைய நாடகங்களுக்குப் பெயரிடுவதில்கூட விசேஷக் கவனத்தை எடுத்துக்கொண்டவர். குறிப்பாக, "சுல்தான் ஏகாதசி, செக்கு மாடுகள், மனிதன் என்னும் தீவு, கல்யாண சூப்பர் மார்க்கெட், நள்ளிரவில் பெற்றோம்" ஆகியன நாடகத்தின் உட்கருவை மிகச் சரியாகப் பிரதிபலிப்பவை. அரசியல் சமூகப் பிரச்சனைகளை நாடகங்களாக ஆக்கி, அதை மேடையேற்றுவதில் ஆர்வமுடைய அவர், சக நாடகக் கலைஞர்களுடன் சுமூகமான உறவைக் கொண்டிருந்தவர்.

ஒருகாலம்வரை அவர் நாடகங்களைப் பார்ப்பதற்கென்றே தனிக்கூட்டம் கூடியிருக்கிறது. தோழர். ஜீவாவும் வி.பி. சிந்தனும் தன்னுடைய நாடகங்களைப் பார்க்க வந்ததை, அவர் எழுதிய "பறந்துபோன பக்கங்கள்" நூலில் பதிவு செய்திருக்கிறார். சக நாடகாசிரியர்களுடன் அவருக்கிருந்த நல்லுறவினால்தான் வெற்றிகரமான நாடக விழாக்களைச் சென்னையிலும் மதுரையிலும் அவரால் நடத்த முடிந்தது.

தில்லியில் பிரசித்தி பெற்ற யதார்த்தா நாடகக்குழுவைத் தமிழகத்திற்கு அறிமுகப்படுத்தியவரும் அவரே. யதார்த்தா நாடகக்குழுவினர் நிகழ்த்திவந்த சி.சு.செல்லப்பாவின் "முறைப்பெண்" நாடகத்தின் சிறப்பை அவர் பலமுறை குறிப்பிட்டிருக்கிறார். எதார்த்தா நாடகக்குழுவைத் தமிழகத்திற்கு அறிமுகப்படுத்தியதுடன், அந்நாடகத்தை எழுதிய செல்லப்பாவையும் அவர்தான் பெருமைப்படுத்தினார். ஒரு நாடக ஆசிரியனுக்கு ஏற்படும் நியாயமான கோபங்களைப் பொருட்படுத்தி, அவனைச் சாந்தப்படுத்தும் ஆற்றலைக் கோமல் பெற்றிருந்தார். நிஜநாடகக் குழுவைச் சேர்ந்த மு.ராமசாமியின் ஒத்துழைப்பிலும் ஒருங்கிணைப்பிலும் நிகழ்ந்த மதுரை நாடகவிழாவைக் கோமல் தன் சொந்தவிழா போலவும் வீட்டு விசேஷம் போலவும் நடத்திக் காட்டினார். நாடகக் கலைஞர்கள் அத்தனைப்பேரையும் அரவணைத்து அவர்களின்

தேவைகளை உணர்ந்து செயல்படும் பக்குவமுடையவராக அவர் இருந்திருக்கிறார். ஆரம்பத்தில் தன் நாடகத்தைப் பார்க்கவும் வரமறுத்த செல்லப்பாவை, கோமலின் அன்புதான் கூட்டிவந்ததென யதார்த்தா பென்னேஸ்வரன் எழுதியிருக்கிறார்.

சக நாடக ஆசிரியர்கள் மீது கோமல் சுவாமிநாதன் கொண்டிருந்த மதிப்பும் மரியாதையும் அளவிட முடியாதது. யாரையும் தன்வயப்படுத்தும் தகுதியை அவர் எழுத்துகளும் அணுகுமுறைகளும் கொண்டிருந்தன. என்றாலும், தன்னுடைய கருத்துகளைத் திணிக்கும் காரியத்தை அவர் எங்கேயும் எப்போதும் செய்ததில்லை. ஒருவரை அதே பலத்தோடும் அதே பலவீனத்தோடும் அங்கீகரித்துப் பழகியவர் அவர். நாடகக் கதாசிரியர், இயக்குநர், எழுத்தாளர், பத்திரிகையாளர், மேடைப் பேச்சாளர் எனப் பன்முக அடையாளங்களைக் கொண்டிருந்த அவர், தேசிய விருதுக் குழுவிலும் இடம்பெறும் வாய்ப்பைப் பெற்றிருக்கிறார்.

இந்தியாவின் உயரிய விருதான தேசிய விருது, யாருக்கு எப்படி வழங்கப்படுகிறது என்னும் வேடிக்கைகளை அவர் ஒருவர்தான் வெளி உலகுகிற்கு வெளிச்சம்போட்டுக் காட்டியவர். அவர் நடுவர் குழுவில் பங்குவகித்த ஆண்டில்தான் பாரதிராஜா இயக்கிய 'முதல் மரியாதை' திரைப்படம் தேசிய விருதுக்குப் பரிந்துரைக்கப்பட்டது. அப்படத்தில் சிறப்பாக நடித்ததற்காக சிவாஜிகணேசனுக்கு விருது வழங்கப்படும் வாய்ப்பிருந்திருக்கிறது. முப்பது நாற்பது ஆண்டுகளாக நடிப்புலகில் தனக்கான இடத்தை அகில இந்திய அளவில் சிவாஜிகணேசன் பெற்றிருந்த போதிலும், அந்த ஆண்டு அவருக்கு அவ்விருது வழங்கப்படவில்லை.

ஏதேதோ காரணங்களைச் சொல்லி, சிவாஜிகணேசனுக்கான விருதை சசிகபூருக்கு அறிவித்தார்கள். ஜெயாபச்சனின் தலைமையில் இயங்கிய நடுவர் குழு, சிவாஜிகணேசன் காங்கிரஸ் கட்சியில் இருப்பதால், சிறந்த நடிகராக அவரைத் தேர்ந்தெடுத்தால், காங்கிரஸ் கட்சியின் சலுகையினால் அவருக்கு விருது வழங்கப்பட்டதாக எதிர்க்கட்சிகள் புரளியைக் கிளப்பும் என்று புதுக்கரடியை அவிழ்த்துவிட்டதாகக் கோமல் குமைந்திருக்கிறார். "ஒருவருடைய அரசியல் செயல்பாடுகளை

வைத்து அவருடைய கலைச் செயல்பாடுகளைக் கணக்கிடுவது சரியா" எனக் கோமல் கேட்டிருக்கிறார். உடனே, அவர்கள் "சிவாஜிகணேசன் குண்டாயிருக்கிறார்" என்றிருக்கிறார்கள். "கிராம மக்களின் மரியாதைக்குரிய ஒரு குணச்சித்திரக் கதாபாத்திரம் குண்டாயிருந்தால் என்ன" என்று திரும்பவும் கோமல் கேட்டிருக்கிறார். "அதுவும் சரிதான். ஆனால், நாங்கள் எல்லோரும் சசிகபூரைச் சிறந்த நடிகராகத் தேர்ந்தெடுக்க விரும்புகிறோம்" என்றிருக்கிறார்கள்.

ஏற்கெனவே எடுக்கப்பட்ட முடிவுகளின் அடிப்படையில்தான் தேசிய விருதுகள் அறிவிக்கப்படுகின்றன. அந்த ஆண்டும் தேசிய விருது பெறுவதற்குரிய தகுதியிருந்தும் சிவாஜிகணேசன் தமிழனாகப் பிறந்ததால் விருது மறுக்கப்பட்டதாகக் கோமல் குறிப்பிட்டிருக்கிறார். அதே ஆண்டு சிறந்த நடிகைக்கான விருதைச் சிந்து பைரவியில் நடித்த சுஹாசினியும் சிறந்த பாடலாசிரியருக்கான விருதை வைரமுத்துவும் பெற்றார்கள். தகுதி ஒருபுறம் இருந்தாலும் அதைப் பெற்றுத்தருவதில் கோமல் கொண்டிருந்த போர்க்குணம் குறிப்பிடத்தக்கது. சிவாஜிக்கு மறுக்கப்பட்ட விருதை எப்படியாவது பிறிதிருவர்க்குப் பெறும் நோக்கில் சுஹாசினிக்காகவும் வைரமுத்துக்காகவும் அவர் போரிட்டிருக்கிறார்.

அவரே, "பாரதிக்குப் பிறகு வைரமுத்துதான் என இருபது நிமிடங்களுக்குமேல் என்னென்னவோ விவாதித்துதான் வைரமுத்துவுக்கான முதல் தேசிய விருதைப் பெற்றேன்" என சுபமங்களாவில் எழுதியிருக்கிறார். எத்தனைத் தகுதிகளைக் கொண்டிருந்தாலும் அத்தகுதிகளை எடுத்துச் சொல்லவும் அதுவே உயர்ந்ததென்று அழுத்திச் சொல்லவும் ஒருவர் தேவைப்படுகிறார்.

ஒருவராவது தேவைப்படுகிறார் என்பது இன்னும் பொருத்தம். கோமல் சுவாமிநாதனின் தந்தை அஞ்சல் துறையில் பணியாற்றியவர். அதனால் தமிழகத்தின் பலபகுதிகளிலும் அவருடைய வாசம் இருந்திருக்கிறது. பணிமாற்றலாகி ஒவ்வொரு ஊருக்குப் போகும்போதும் அந்த ஊரிலுள்ள இலக்கிய நாடகக்காரர்களை ஸ்நேகித்திருக்கிறார். மிகச் சிறிய வயதிலிருந்தே எழுத்துகளை வாசிப்பதில் அவருக்கிருந்த அலாதியான ஆர்வம், நல்ல எழுத்துகளை நோக்கி நகரவும்

எழுத்தாளர்கள் மீதான நேசத்தை வளர்த்துக்கொள்ளவும் உதவியிருக்கிறது. தன்னுடைய கால்சட்டைப் பருவத்தில் தோழர் ஜீவாவை ரயில்பயணத்தில் சந்தித்திருக்கிறார்.

1956இல் கால்சிராயோடு தினமும் தன்னுடன் பயணிக்கும் அந்தப் பெரியவர்தான் ஜீவா எனத் தெரிந்து, எப்படியாவது அவரிடம் பேசிவிட வேண்டுமென ஏங்கியிருக்கிறார். அதற்காகவே ஒரு கேள்வியையும் தயாரித்துக்கொண்டு ஜீவாவிடம் அக்கேள்வியைக் கேட்டிருக்கிறார். "புரட்சிக்குப் பின்னான சோவியத் ரஷ்ய எழுத்தாளர்கள், புரட்சிக்கு முன்னிருந்த டால்ஸ்டாய், தஸ்தயெல்ஸ்கி, செகாவ், துர்கனேவ் போல மாபெரும் இலக்கிய கர்த்தாக்கள் உருவாகவில்லையே. அப்படியானால் அது சோவியத் ரஷ்யாவின் தோல்விதானே" என்றிருக்கிறார்.

கேள்வியைக் கூர்ந்து கவனித்த ஜீவா, சிறுவனாயிருந்த கோமலைத் தட்டிக்கொடுத்துவிட்டு, "புரட்சிக்குப் பின்வந்த ரஷ்ய எழுத்தாளர்கள் யாரையாவது படித்திருக்கிறீர்களா" என்றிருக்கிறார். இல்லை என்றதும் அவரே "ஷோலக்கோவ்வைப் படியுங்கள்" என்றிருக்கிறார். "உங்கள் கேள்விக்கான பதில் மிக விரிவானது. குறிப்பாக இலக்கியத்தின் வளர்ச்சி இரண்டுவிதத்தில் இருக்கிறது. பெர்பெண்டிக்குலர் குரோத், ஹரிசாண்டல் குரோத் என்று சொல்வார்கள். சீரழிந்த ரஷ்யாவின் இலக்கிய வளர்ச்சி பெர்பெண்டிக்குலர் வளர்ச்சியை ஒத்தது. புரட்சி மலர்ந்த ரஷ்யாவின் வளர்ச்சி ஹரிசாண்டல் வளர்ச்சியைப் பெற்று வருகிறது" எனப் பொறுமையாக விளக்கியிருக்கிறார்.

இலக்கிய வளர்ச்சியின் நீளத்தையும் அகலத்தையும் விளக்கிக்கொண்டே வந்த ஜீவா, கோமலுக்காக முந்தைய நிறுத்தத்திலேயே இறங்கி சிலமணிநேரம் அவருக்காகச் செலவழித்திருக்கிறார். "ஹரிசாண்டல் வளர்ச்சியைப் பொறுத்தவரை மிக நிதானமாகத்தான் நடைபெறும் என்பதால் தற்போதைய மாற்றங்களை உங்களால் யூகிக்க முடியவில்லை. யூகிக்க முடியாததைத் தோல்வி என்று சொல்ல முடியுமா" என்றிருக்கிறார். ஒரு மாபெரும் தலைவர், தன் முன்னால் வைக்கப்பட்ட சிறுவனின் கேள்விக்குக் கொடுத்த முக்கியத்துவத்தை எண்ணி எண்ணி கோமல்

சுவாமிநாதன் சிலாகித்திருக்கிறார். அதைப்போலவே காமராஜரும் பேர் சொல்லி அழைக்கும் இடத்தில் கோமல் இருந்திருக்கிறார். காங்கிரஸ் கட்சியில் தீவிரமாகச் செயல்பட்டுவந்த காலத்தில், காமராஜர் கேட்டுக்கொண்டதற்கு இணங்கியே கதராடைக்கு மாறியிருக்கிறார். காமராஜரைப் பொறுத்தவரை யாரையும் ஒன்றுபோல நடத்தக்கூடியவர். ஒருமுறை மதுரை மாவட்டத்தில் ஒரு சின்னக் கிராமத்தில் கூட்டம். ராஜாஜி மந்திரிசபை நடந்துகொண்டிருந்த காலம்.

அக்கூட்டத்தில் கலந்துகொள்ள காமராஜர் வருவதாக ஒப்புக்கொள்கிறார். காமராஜர் வருகிறார் என்றதும் ஊர்க்காரர்களுக்கு ஏக குஷி. தடபுடலாக விருந்துக்கு ஏற்பாடு செய்கிறார்கள். அவ்வூரில் முஸ்லிம் சகோதரர்கள் அதிகம் என்பதால் பறப்பன, மிதப்பன, ஊர்வன, உதைப்பன எல்லாம் உணவாகத் தயாராகியிருக்கிறது. தலைவர் வரும்வரை அக்கூட்டத்தைக் கட்டுக்குள் வைக்க, கோமல் உள்ளிட்ட பிரமுகர்களும் மாவட்ட நகரக் கழக முன்னோடிகளும் அழைக்கப்பட்டிருக்கிறார்கள்.

தலைவர் வந்தவுடன் உணவருந்தலாம் என்றிருந்த நிலையில், வெவ்வேறு ஊர்களில் கூட்டத்தை முடித்துக்கொண்டு காமராஜர் வருகிறார். விருந்து ஏற்பாட்டாளர்கள் இலைவிரிக்கலாமா? எனக் கேட்டிகிறார்கள். அவர்கள் கேள்வியை முடிப்பதற்குள், காமராஜர் சட்டென்று அடுக்களைக்குள் தலையை நீட்டி, சைவமா? அசைவமா? எனக் கேட்கிறார். விருந்து ஏற்பாட்டாளர்கள் மிகுந்த சந்தோசத்தில் அசைவ உணவுதான் என்கிறார்கள். தலைவரின் பாராட்டைப் பெறப்போகிறோம் எனும் தொனியில் அவர்கள் சொல்லத் தொடங்குகிறார்கள். “அதுசரி சைவ உணவு சாப்பிடுகிறவர்களுக்கு என்ன இருக்கிறது” என்கிறார்.

“வெள்ளை சாதமும் ரசமும் இருக்கிறது” என்கிறார்கள். “அது மட்டும்தான் இருக்கிறதா” எனக் கேட்ட காமராஜருக்குக் கோபம் வந்துவிடுகிறது. “என்னைப்போலவே ஊர் ஊராகக் காங்கிரஸுக்காக சுற்றிவரும் இவர்களுக்கு வெள்ளை சாதமும் வெறும் ரசமும் போதுமா, அப்படியானால் இவர்கள் ஒசத்தியில்லையா. உடனே, மாமிசம் சாப்பிடாதவர்களுக்குக் கறிகாய்களைக் கொண்டுவந்து சமையுங்கள். அதன்பின் உணவு

உண்ணலாம்" என்று கடிந்துகொள்கிறார். அதுவரை அசைவ உணவென்றால் என்னவென்றே தெரியாத கோமலுக்கும் இன்னபிறருக்கும், தாங்கள் சொல்லாமலே தங்களுக்குச் சார்பாகப் பேசிய காமராஜரைப் பிடித்துவிடுகிறது. அடுத்தவர்களின் வயிறையும் இதயத்தால் பார்க்கத் தெரிந்த காமராஜர், அந்நிகழ்ச்சியில் சைவ உணவு தயாராகும்வரை சாப்பிடாமல் காத்திருந்திருக்கிறார். இதை ஏதோ சாப்பாட்டுப் பிரச்சனை என்பதாகப் பார்க்க முடியவில்லை. தகுதி வாய்ந்த தலைவர் ஒருவரின் தகைமையைக் காட்டக்கூடிய ஒரு சோற்றுப்பதமாகவே பார்க்கத் தோன்றுகிறது.

தன்னைப் போலவே பிறரும் கவனிக்கப்பட வேண்டும், மதிக்கப்பட வேண்டும் என எண்ணிய காமராஜரைக் கோமல், தன் தலைவர்களில் ஒருவராகக் கருதியதில் வியப்பில்லை. கோமல் சுவாமிநாதனின் திரைத்துறை அனுபவங்களைச் சொல்லத் தொடங்கினால் சொல்லிக்கொண்டே இருக்கலாம். சுவையும் சுவாரஸ்யமும் நிரம்பிய அவருடைய அனுபவங்கள் பிரபல இயக்குநர். கே.எஸ்.கோபாலகிருஷ்ணனிடமிருந்து தொடங்குகிறது. கே.எஸ். ஜீயிடம் உதவி இயக்குநராகக் கோமல் பணிபுரிந்த காலத்தில், சினிமாவின் இயல்புகள் முற்றிலும் வேறுமாதிரி இருந்தன.

படக் கம்பெனிகள் முழுக்கவும் ஜோதிடத்தை நம்பிக்கொண்டிருந்தன. ஒரு கதையைச் சொன்னால், அக்கதையைச் சொல்லியவரின் ஜாதகத்தை வைத்துதான் அக்கதையைப் படமெடுக்கலாமா, வேண்டாமா? என முடிவெடுத்திருக்கிறார்கள். கோமல் சொல்லிய ஒரு கதை கே.எஸ்.ஜிக்கும் அதைத் தயாரிக்க விரும்பிய வி.கே. ராமசாமிக்கும் பிடித்துவிடுகிறது. ஆனால், அப்படக் கம்பெனியை நிர்வகித்து வந்த வி.கே.ராமசாமியின் சகோதரர் முத்துராமலிங்கமோ ஜோசியக் குறிப்பை வைத்து முடிவெடுப்பவர். அதன்படி அவர், மேற்கு மாம்பலத்தில் வசித்துவந்த காகபுசுண்டரிடம் அழைத்துப்போய் கோமலின் நாடி ஜோதிடத்தைக் கணித்திருக்கிறார்.

காகபுசுண்டருக்கு ஆயிரம் ரூபாயில் பிராயச்சித்தம் செய்தால் கதையைப் படமாக்கலாம் எனக் காகபுசுண்டரின் மறு அவதாரம் சொல்லிவிடுகிறது. அதன்பிறகு அப்படியெல்லாம்

ஒரு கதையைப் படமாக்கத் தேவையில்லை என்று முத்துராமலிங்கம், கோமலுக்கு டாட்டா காட்டிவிடுகிறார். காரல்மார்க்ஸைப் படித்த ஒருவர், சினிமாவுக்கு வந்துவிட்டால் காகபுசுண்டரின் காலையும் பிடிக்க வேண்டிய நிலை எற்பட்டுவிடுவதைக் கவலையோடு "காகபுசுண்டரும் கார்ல்மார்க்ஸும்" கட்டுரையில் பதிந்திருக்கிறார். என்றாலும், கோமலுக்கும் இறுதிக்காலத்தில் ஜோதிடத்தில் நம்பிக்கை வந்ததை அறியமுடிகிறது.

ஒன்றைத் தெரிந்துகொள்வதில் அவருக்கிருந்த தாகம், சித்த மருத்துவத்தையும் ஜோதிடத்தையும் கற்க வைத்தது. கே.எஸ். கோபாலகிருஷ்ணனின் கற்பகம், கைகொடுத்த தெய்வம், பேசும் தெய்வம், போன்ற படங்களில் வசன உதவியாளராகப் பணிபுரிந்த கோமல், பாலூட்டி வளர்த்த கிளி, பெருமாளே சாட்சி, நவாப் நாற்காலி போன்ற படங்களுக்குக் கதை வசனம் எழுதியிருக்கிறார். அப்படங்கள் போதிய கவனத்தைப் பெறவில்லை. என்றாலும், அவர் எழுத்து முயற்சிகள் எங்கேயும் தடைபடவில்லை. நாடகங்களாகப் பெரு வெற்றிப் பெற்ற அவருடைய கதைகள், திரைப்படமாக எடுக்கப்படுகையில் ஏனோ மக்களால் கொண்டாடப்படவில்லை.

அவரே இயக்கிய யுத்தகாண்டம் திரைப்படமும் ரசிகர்களால் கண்டுகொள்ளப்படாதது துக்கமே. கே.எஸ்.கோபாலகிருஷ்ணனோடு பணியாற்றியதால்தான் குருதத்தின் அறிமுகம் கோமலுக்குக் கிடைக்கிறது. கே.எஸ்.ஜி. இயக்கிய சாரதா என்னும் தமிழ்த் திரைப்படம் வெற்றி அடைந்ததைத் தொடர்ந்து, கே. எஸ். ஜி. இயக்கிய மற்றொரு வெற்றித் திரைப்படமான ''கை கொடுத்த தெய்வம்" என்னும் திரைப்படத்தை இந்தியில் தயாரிக்க ஏ. எல். சீனிவாசன் விரும்புகிறார்.

தமிழில் அப்படத்தை எம். எஸ். வேலப்பன் தயாரித்திருந்தார். அப்போது இந்தி சினிமாவின் நம்பிக்கை நட்சத்திரமாக குருதத் ஒளிவீசிக்கொண்டிருந்தார். பியாசா, காகஸ் கிஃபூல், சாஹிப் பீபி அவர் குலாம் போன்ற படங்கள் வெளிவந்திருந்தன. ஓர் ஆண்மீது இரண்டு பெண்கள் காதல்வயப்படுவதை மையமாகக் கொண்ட அக்கதைகளை இந்திய ரசிகர்கள் வரவேற்றார்கள். அதைப்போலவே குருதத்தின் வாழ்வும் அமைந்திருந்ததை

அவர்கள் அறிந்திருக்கவில்லை. அசலான கலைஞனாக அறியப்பட்ட குருதத்தின் இயற்பெயர் சிவசங்கர் படுகோன். கர்நாடகத்தைப் பூர்வீகமாகக் கொண்ட அவர், காதலின் சோகத்தைத் தத்ரூபமாக வெளிப்படுத்தக் கூடியவர். சொந்த வாழ்வில் எத்தனையோ சறுக்கல்களையும் சிக்கல்களையும் சந்தித்த அவரை இந்தித் திரையுலகம் கைவிடாத காலம் அது. அவர் நடித்த, இயக்கிய, தயாரித்த அத்தனைப் படங்களுமே கிளாசிக் என்று சொல்லத் தக்கவை. அப்படியான ஒருவரைத் தங்களுடைய படத்தில் நடிக்க வைக்க சாரதா படக்குழுவினர் மும்பைக்குப் போயிருக்கிறார்கள்.

அந்தப் பயணத்தில்தான் முதன்முதலாகக் கோமல் சுவாமிநாதன் விமானத்தில் பயணிக்கிறார். ஒருபக்கம் குருதத்தைச் சந்திக்கும் மகிழ்ச்சி. இன்னொரு பக்கம் விமானப் பயணம். இரண்டுமே பதட்டம் நிறைந்ததாக அவருக்கு இருந்திருக்கிறது. மிகுந்த நம்பிக்கையோடு போன சாரதா படக்குழுவினரிடம் குருதத் சொல்கிறார். "சிவாஜி கணேசன் நடிப்புச் சக்ரவர்த்தி. அவர் போல என்னால் நடிக்க இயலாது. அவர் நடித்திருப்பதில் கால் பங்கைக்கூட நான் தாண்டமாட்டேன்.

ஒரு மாபெரும் கலைஞன் நடித்த பாத்திரத்தில் என்னை நீங்கள் நினைத்துப்பார்த்தது மகிழ்ச்சி. ஆனால், அந்த ரோலுக்கு என்னைக்காட்டிலும் ராஜ்கபூர்தான் பொருத்தமாயிருப்பார். வேண்டுமானால் நானே பேசி கால்ஷீட் வாங்கித் தருகிறேன். இதற்குப் பிறகும் இந்தப் படத்தில் நான் இருக்க வேண்டும் என்று நீங்கள் விரும்பினால் எஸ். எஸ். ஆர். செய்த ரோலை நான் செய்கிறேன்" என்றிருக்கிறார். குருதத் போன்றவர்களே வியந்த அப்படியான சிவாஜிக்கு இறுதிவரை சிறந்த நடிகருக்கான தேசிய விருது வழங்கப்படவேயில்லை. தான் நடுவர் குழுவில் இருந்தும்கூட அவ்விருதை சிவாஜிக்குப் பெற்றுத் தர இயலவில்லை என்னும் வருத்தம் கோமலுக்கு கடைசிவரை இருந்தது.

கோமல் சுவாமிநாதன், வியாபார சினிமாவில் பணியாற்றிக் கொண்டே மாற்று சினிமாவைப் பற்றிய கனவிலிருந்தவர். சத்யஜித்ரேயின் பதேர் பாஞ்சாலியைப் போல தமிழிலும் சினிமாக்கள் வரவேண்டும் என விரும்பியவர். "பதேர்

பாஞ்சாலியை ஒவ்வொருமுறை பார்க்கும்போதும் ஒவ்வொரு மாதிரியான அர்த்தங்களைக் கொடுக்கிறது. முப்பதாண்டுகளாக அப்படத்தை அவ்வப்போது பார்த்துவருகிறேன். என்றாலும், அப்படத்தின் முழு அர்த்தத்தையும் நான் விளங்கிக்கொண்டேனா எனத் தெரியவில்லை" என்றிருக்கிறார்.

காலங்கடந்த படைப்புகளை உருவாக்கக்கூடிய கலைஞன், ஒருகட்டத்தில் தன்னை ரசிப்பவர்களையும் கலைஞனாக்கி விடுகிறான். அவனுக்கு வேறு எதுவுமே முக்கியமில்லை. சோறோ, சுகமோ, கொள்கையோ, கோட்பாடோ அவனுக்குக் குறுக்கே நிற்பதில்லை. அவன் கண்டதைப் பகிர்ந்துகொள்ள விரும்புகிறான். பகிர்ந்து கொள்வதன்மூலம் மேலும் சில படைப்புகள் உருவாகும் என நம்புகிறான். கோமல் சுவாமிநாதனும் அவ்விதமே இருந்திருக்கிறார். பல்வேறு அடையாளங்களைப் பெற்றிருந்தபொழுதிலும் இலக்கியவாதிகளோடு அவர் ஏற்படுத்திக்கொண்ட பத்திரிகை அடையாளமே தனித்துத் தெரிவது.

தி.ஜானகிராமன், க.நா.சுப்ரமணியம், திருலோக சீதாராம், ஜெயகாந்தன், கி.ராஜநாராயணன், ப.சிங்காரம், சுந்தரராமசாமி, சண்முகசுந்தரம், விக்ரமாதித்தியன், கலாப்ரியா, வண்ணதாசன், சி.எம்.முத்து, இராசேந்திரசோழன் என அவர் பழகாத எழுத்தாளர்களே தமிழில் இல்லை எனலாம். நீண்ட வாசிப்பையும் நெடிய தொடர்புகளையும் பேணிவந்த அவர், யார் ஒருவர் குறித்தும் புகாரோ புலம்பலோ கொள்ளவில்லை என்பதுதான் விசேஷம். தன்னை உணர்ந்தவர்கள் அகத்தையும் முகத்தையும் அழகாக வைத்திருக்கிறார்கள்.

கோமல் சுவாமிநாதனைப் போன்றவர்கள், அடுத்தவர்களின் அகத்தையும் முகத்தையும்கூட அழகாக்கிவிடுகிறார்கள். சுபமங்களாவின் ஆசிரியப் பொறுப்பேற்கும்வரை அப்பத்திரிகை சனாதனமாக, சமஸ்கிருதமாக, பெண்கள் பத்திரிகைபோல இருக்கிறதேயென்ற அதே கோமல்தான், அப்பத்திரிகையைக் கலை இலக்கியத்தை முன்னெடுக்கும் முன் மாதிரிப் பத்திரிகையாக உருவாக்கினார். அதிருப்தியில் இருந்துதான் அரிது உண்டாகிறது. இப்போதைய சிறுபத்திரிகைச் சூழலிலும் ஒரு கோமலின் தேவை இருக்கிறது.

குறுஞ்செய்தியில் வரலாறு

இன்னும்கூட அந்தநாள் என் நினைவிலிருந்து நீங்கவில்லை. தொண்ணூறுகளின் இறுதி. என் முதல் கவிதைத் தொகுப்போடு அவரைச் சந்திக்கப் போயிருந்தேன். அவரைச் சந்திப்பதற்கு முன்பாகவே அவரைப் பற்றி ஓரளவு எனக்குத் தெரிந்திருந்தது. அவருடைய 'தீ, சடங்கு, ஆண்மை, நனவிடை தோய்தல்' ஆகிய நூல்களை எழுத்தாளர் தஞ்சை. பிரகாஷும் ஓவியர் சேகரும் வியந்து சொல்லியிருந்ததால் நானும் விடாப்பிடியாக அவற்றைத் தேடி வாசித்திருந்தேன். பிரமிக்கத்தக்க ஈழத்து இலக்கிய ஆளுமை என்று அவரைப் பற்றி எல்லோரும் சொல்வார்கள். பிறர் போற்றிச் சொல்லும் அப்பதத்திற்கு அப்படியே பொருந்திப் போகிறவராகவே அவர் என்னை எதிர் கொண்டார்.

சென்னை கோடம்பாக்க மேம்பாலத்திற்குக் கீழே இயங்கிவந்த மித்ர வெளியீட்டகம். இடுங்கலான அறை. அவரே எழுந்துகொள்ள வேண்டும் என்றாலும் மேசையை அகற்றிவிட்டுத்தான் எழ வேண்டும். அப்படியான அறையில், சதா புகைந்துகொண்டிருக்கும் சிகரெட் புகைச் சுருளுக்குள்ளிருந்து அவர் என்னைச் சிரித்து வரவேற்றார். அந்தச் சிரிப்பில் அவரது பாசம் மொத்தமும் எனக்குள்

படர்ந்தது. எஸ்.பொ. என்று அழைக்கப்பட்ட எஸ். பொன்னுத்துரை ஈழத்தில் பிறந்தவர். நைஜீரியாவிலும் ஆப்பிரிக்காவிலும் பேராசிரியராகப் பணியாற்றியவர். ஆஸ்திரேலியாவில் தன் மகன் டாக்டர் பொன். அநுரவுடன் வசித்தவர். அங்கேயே உடல் நலக் குறைவினால் தன் எண்பத்தி இரண்டாவது வயதில் மரித்துப்போனவர் என்று அவரைப்பற்றி எளிதாக எழுதிவிட முடியாது.

ஏனெனில், அறுபதாண்டுக் கால ஈழத்து இலக்கிய வரலாற்றில் அவரை நீக்கிவிட்டு எதையுமே சொல்வதற்கு இடமில்லை என்பதுதான் அவருடைய சாதனை. இடையறாமல் எழுதியவர். என் போன்ற ஏராளமான இளம் படைப்பாளிகளை உண்மையான எழுத்தை நோக்கி நடக்க வைத்தவர். கைலாசபதி, சிவத்தம்பி போன்ற மார்க்சிய அறிஞர்கள் முன் வைத்த விமர்சனங்களை எல்லாம் சர்வசாதாரணமாகத் தாண்டி மேலெழும்பியவர்.

அவருடனான என் முதல் சந்திப்பிலிருந்து அவர் மூலம் நான் பெற்றுக்கொண்ட இலக்கிய நேர்த்தியை மிகையில்லாமல் சொல்வது சிரமம். கவிஞர்கள் என்றால் எப்படி என்றும் எழுத்தாளர்கள் என்றால் எவ்விதம் என்றும் திறனாய்வாளர்கள் என்றால் எங்ஙனம் என்றும் அவர் சொல்லக் கேட்பதே தனி சுவாரஸ்யம். மு. தளையசிங்கத்தில் இருந்து இன்று எழுதுகிற ஈழவாணி வரை ஈழத்துப் படைப்பாளிகள் அத்தனை பேர் குறித்தும் அவரால் விளக்க முடியும். விரல் நுனியில் தகவல்களை வைத்திருப்பார்.

ஆங்கிலமும் தமிழும் அவரிடம் சரளமாகப் புழங்கும். தமிழில் மொழிப் புலமையோடு கூடிய படைப்பாற்றலை அவர் பெற்றிருந்தார். உலக இலக்கியங்களில் ஆழ்ந்த தேர்ச்சியும் அதை விமர்சனப் பூர்வமாக அணுகுவதில் அவருக்குத் தனித்துவமும் இருந்தது. இஸங்களுக்குள்ளிருந்து தமிழை விடுவிப்பதே முதல் வேலை என்பதுபோலச் செயல்படுவார். பாரதி, புதுமைப்பித்தன், லா.ச.ரா, மௌனி போன்ற புகழ்பெற்ற ஆளுமைகளின் தெறிப்புகள் அவர் எழுத்தில் உண்டு. அவர் எழுத்தின் செழுமைக்கு அவரே சொல்வது போல மார்க்சிய அறிவு மாபெரிய உதவி புரிந்தது. ஒரு கோட்பாட்டுக்குள்ளிருந்து தன் எழுத்தை தகவமைத்தவர்,

பின்னாட்களில் அக்கோட்பாட்டுக்கு எதிராகவும் களமிறங்கும் நிலை ஏற்பட்டது. 'முற்போக்கு' என்பதற்கு மாற்றாக 'நற்போக்கு' என்னும் இலக்கிய வகைமைக்கு வார்த்தை கொடுத்தவர் அவரே.

அவருக்குள் அடங்காத கனவு ஒன்றிருந்தது. ஒருநாள் நேர்ப்பேச்சில் அக்கனவைப் பற்றி என்னிடம் பகிர்ந்துகொண்டார். ஈழத்து வரலாற்றைத் தன் வரலாற்றோடு இணைத்து எழுத வேண்டும் என்பதே அக்கனவு. அக்கனவு நிஜமாகிவிட்டால் என் எழுத்து பூரணமாகும் என்றார். அதற்கு ''நான் என்ன செய்ய வேண்டும் அய்யா'' என்று கேட்டபோது வயசு போயிட்டது தம்பி, வரலாற்றில் வாழ்தல் என்னும் தலைப்பில் ஈழத்து மொத்த அரசியல் இலக்கிய நிகழ்வுகளையும் எழுத வேணும். வேகமாக முடிக்க வேணும். உன் உதவி தேவை. நான் சொல்லச்சொல்ல உன்னால் எழுத ஏலுமா? என்று அவர் ஏக்கத்தோடு கேட்டார். அந்த ஏக்கத்தில் அவருடைய தீராத எழுத்து நேசம் விளங்கிற்று. என் ஆர்வத்தின் காரணமாக நாளையே தொடங்கலாம் என்றேன். நாளை இல்லை தம்பி. ''நாளை ஒருநாள் மட்டும் நான் காணாமல் போகப்போகிறேன். நாளை மறுநாளில் இருந்து தொடங்குவோம்'' என்றார்.

அதன்படி ஒரு மார்கழி அதிகாலையிலிருந்து வரலாற்றில் வாழ்தல் நூலை எழுதத் தொடங்கினோம். இரண்டாயிரம் பக்கம். தினமும் காலை மாலை என்று அவர் சொல்லச் சொல்ல எழுதிய என் கைவிரலில் இன்னமுமே அந்தத் தழும்பு, அவர் மரணச் செய்தியைப் போல் காயாமல்தான் இருக்கிறது. ஏற்கெனவே எழுதி வைத்த புத்தகத்தை வாசிப்பது போலத் தொடர்ச்சியாக அவரிடமிருந்து வார்த்தைகள் வந்து விழும்.

நீண்ட புகைச்சுருளுக்குள் இருந்து அவர் தூக்கி எறியும் வாக்கியங்களில் ஈழத்தின் மொத்த வரலாறும் எனக்குப் பிடிபட்டது. முதல் பிரதியிலேயே அது முழுமையைக் கொண்டிருந்தது எனலாம். இடையில் அவர் மாற்றுச் சிகரெட்டைப் பொருத்திக்கொள்ள எடுத்துக்கொள்ளும் நேரத்தைத் தவிர இடைவெளியில்லாமல் சொல்லிக்கொண்டே இருப்பார். அருவியைத் திறந்துவிட்டதுபோல அழகழகான

பதங்கள். அவர் வாழ்வில் நிகழ்ந்த அந்தரங்கப் பரிவர்த்தனைகள், வாழைத்தோட்டத்துக் கருப்பழகிகள், வரலாறு மறைத்து வைத்த தமிழர் வாழ்வியல், மகாவம்சப் பித்தலாட்டங்கள்,பௌத்த கவசங்களிட்டு சைவ மரபைக் காணாமல் பண்ணிய சிங்கள களேபரம், பண்டார நாயக்காவின் பம்மாத்துகள், ஸ்ரீமாவோவின் தத்துபித்துகள், விடுதலைப் புலிகளின் போராட்ட நிமிடங்கள் என அந்நூல் மூலம் நான் அறிந்துகொண்டவை எத்தனையோ. இரண்டாயிரம் பக்கமும் அவர் சொல்லச் சொல்ல எழுதிய போது ஒரு பெரிய கனவின் அடர்த்தியை மட்டுமல்ல; அக்கனவின் அற்புதத்தை முதலில் தரிசித்த திருப்தி இன்றும் என்னுள் இருக்கிறது.

தமிழகத்தின் அத்தனை எழுத்து ஆளுமைகளும் அவரைச் சந்திக்க வருவார்கள். சின்னவர் பெரியவர் என்ற பாகு பாடெல்லாம் அவரிடம் இருந்ததே இல்லை. எல்லோரையும் அவர் அரவணைத்து அழைத்துச் செல்கிற அன்பைப் பழகிக்கொள்ள வேண்டும். தொடர்ந்து வாசித்துக்கொண்டே இருந்தார். நாளதுவரை வந்த சிற்றிதழ்களோடு அவருக்கு ஒருவித நெருக்கம் இருந்துகொண்டே இருந்தது.

தொ.மு.சி, தி.க.சி, வல்லிக்கண்ணன், ஞானி, இந்திரா பார்த்தசாரதி, அசோகமித்திரன், சுந்தர ராமசாமி ஆகியோரை அவ்வப்போது நினைவு கூர்வார். தி. ஜானகிராமனும் கு. ப. ராவும் அவர் மதிப்புக்குப் பாத்திரமானவர்கள். “அடே தம்பி... கி. ராவைப் பாத்துட்டு வருவோம்” என்று திடீரென்று ஒருநாள் பாண்டிச்சேரிக்கு என்னைக் கூட்டிக்கொண்டு போனார். ஆய்வறிஞர் பஞ்சாங்கத்தைப் பற்றி வரும் வழியெல்லாம் பேசிக்கொண்டே வந்தார். அடிக்கடி அவரைச் சந்திக்க வரும் இயக்குநர் பாலுமகேந்திரா அவருடைய மாணவர். போலவே, காசி ஆனந்தனும் வி.கே.டி. பாலனும் ஆசி. கந்தராஜாவும் அவர் பேச்சில் வராமல் இருக்க மாட்டார்கள்.

அவருடைய எல்லாவித இலக்கியச் செயல்பாட்டிற்கும் உறுதுணையாய் இருந்தவர் இளம்பிறை. எம்.ஏ. ரஹ்மான். அவர் நடத்திவந்த அச்சகத்தின் பின்பகுதிதான் எஸ்.பொ. வின் எழுத்துக் கூடம். தன் இலக்கிய சகாவாக இருந்த டொமினிக் ஜீவா, டேனியல், செ.கணேசலிங்கன் ஆகியோரோடு அவருக்குக் கருத்து மாறுபாடு ஏற்பட்ட போதிலும்கூட

அவர்களைப் பற்றிய உயர்ந்த மதிப்பீடுகளையே அவர் இதயத்தில் கொண்டிருந்தார். அந்தக் காலத்துல அப்படி நடந்துகிட்டேன் என்பதுபோலத்தான் அவர் ஆதங்கம் வெளிப்படும். மார்க்சிய அறிஞர் சிவத்தம்பியோடு அவருக்கு இருந்த பிணக்கை நானும் பா.ரவிக்குமாரும் (புதுவைப் பல்கலைக் கழகம்) அறிந்து இரண்டு பேரிடமும் தொலைபேசி வாயிலாக பேசி சுமூகத்தை ஏற்படுத்தினோம்.

அதன் பின் இரண்டு பேருமே பழைய நட்புணர்வோடு பேசிக்கொள்ளத் தொடங்கினார்கள். கணையாழியில் பணியாற்றியதால் இவையெல்லாம் சாத்தியப்பட்டது. இரண்டு பேரிடமும் கட்டுரை வாங்கப் போய் ஒரு சமயத்தில் அவர்கள் இருவருக்கும் மகனாவே மாறிப்போனேன். இரண்டுபேருமே என்னை ராசா என்றுதான் விளிப்பார்கள். பெரும் தீவிரத்தோடு அவர்கள் இருவருமே கடைசிவரை இயங்கினார்கள்.

வரலாற்றிலிருந்து நாம் பெற்றுக்கொள்ளத் தக்கது என்ன என்பதை எஸ்.பொ. தன் எழுத்தின் ஊடாக வெளிப்படுத்தி இருக்கிறார். வரலாற்றில் வாழ்தல் எழுதுகையில் போரில் புலியாக மரித்த தன் இரண்டாவது மகன் மித்ரவைப் பற்றிய பதிவில் அவர் கண்கள் குளமாயின. அவரால் இயலவில்லை. தேம்பலும் செருமலுமாக அந்த அத்தியாயத்தை இரண்டு நாள் ஒத்திப்போட்டார். ''ஒரு தகப்பனாக அவனுக்கு நான் எதுவுமே செய்யவில்லையடா என்று சொல்லிவிட்டு, ஆனால் ஒரு மகனாக போராட்டத்தின் உண்மையை அவன் எனக்குப் புரிய வைத்துவிட்டான்'' என்றார். தாங்கிக்கொள்ள முடியாத மனவலியோடு அவ்வார்த்தைகளை அவர் பிரயோகித்தார். சரி, எல்லா மகன்களையும் வீட்டுக்குக் கொடுக்கிறோம். அவன் ஒருவனையாவது நாட்டுக்குக் கொடுத்தோமே என்று சொல்லிக் கண்களைத் துடைத்துக்கொண்டார்.

எஸ்.பொ. அழவும் செய்வார் என்பது அப்போதுதான் எனக்குத் தெரிந்தது. இடதுசாரிகளின் எழுத்துக் கொள்கைகள் மீது அவருக்கு அதிருப்தி இருந்தாலும்கூட அதிலிருந்து அவரால் முழுமையாக வெளியேற இயலவில்லை என்றே சொல்ல வேண்டும். நாவல், சிறுகதை, கட்டுரை, நாட்டார் பாடல், நாடகம் என அவர் இலக்கியத்தின் சகலத்

துறைகளிலும் பயணிக்க விரும்பினார். சின்னச் சின்ன வாக்கியங்களில் பெரிய பெரிய கொள்கைகளை அவர் முன்வைக்கக் கூடியவராயிருந்தார். ஈழத்துப் படைப்பாளி என்பதில் அவருக்குள் தனித்த பெருமிதம் இருந்துகொண்டே இருந்தது. தமிழகப் படைப்பாளிகளிலும் பார்க்க நாங்கள் நிறைய முயன்றிருக்கிறோம் என்று அவ்வப்போது வாதிடுவார்.

வ.அ.ராசரத்தினம், தேவகாந்தன், தர்மகுலசிங்கம், சாலை இளந்திரையன் போன்றோரை அவர் அன்புமிக ஆதரிப்பார். புத்தாயிரம், தமிழ்த்துவம் போன்ற சொற்களை அவர் மூலமே இலக்கிய உலகம் பெற்றுக்கொண்டது. அடுத்த இலக்கியத் தலைமைத்துவம் என்பது புலம்பெயர் இலக்கியவாதிகளிடமே இருக்கிறது என்று எஸ். பொ. சொல்லப்போக, தமிழகப் படைப்பாளிகளிடமிருந்து பரவலாகக் கண்டனக் குரல் எழுந்தது.

அக்குரலுக்குப் பதில் சொல்லும் விதமாக 2004இல் தனி நபராக நின்று புத்திலக்கிய மாநாட்டைச் சென்னையில் சிறப்பாக நடத்திக் காட்டினார். அம்மாநாட்டிற்கு உலகெங்கிலுமிருந்து வந்த படைப்பாளிகள் பங்கு பற்றினார்கள். அந்நிகழ்வில் சரஸ்வதி பத்திரிகையை நடத்தி வந்த விஜயபாஸ்கரும் கௌரவிக்கப்பட்டார். தன் குரலிலுள்ள நேர்மையை அவர் எதற்காகவும் விட்டுத்தரச் சம்மதிக்காதவர். தனக்குப் பட்டதை சமூக மதிப்பீடுகளில் இருந்து பாராமல் உணர்வுத்தளத்தில் இருந்தே வெளிப்படுத்துவார். நல்லது நிற்கும். அல்லது விற்கும் என்று அவர் அடிக்கடி சொல்வதுண்டு. தம்முடைய மித்ர பதிப்பகத்தின் மூலம் அவர் எத்தனையோ நூல்களை வெளியிட்டிருக்கிறார்.

அவை எல்லாம் வியாபார இலக்கைப் பெரிதாக அடையவில்லை. ஆனாலும், அவர் பிறருடைய எழுத்துக்களைச் செப்பனிட்டு வெளியிடத் தவறவே இல்லை. பதிப்பைத் தொழிலாகக் கருதாமல் கடமையாகச் செய்ய எஸ். பொ. ஒருவரால்தான் முடிந்தது. புலம்பெயர் இலக்கியத்தை வளமையும் புதுமையும் படுத்திய மூத்தவர் என்று அவரைச் சொல்லலாம். எஸ்.பொ. விற்கு கனடிய இலக்கியத் தோட்டம் ‘இயல் விருதை’ 2011இல் வழங்கியது. இறுதிவரை எழுத்துப் போராளியாகவே அவர் அறியப்பட்டார். கருத்துக்களை

முன்வைப்பதிலும் அதைச் செய்து காட்டுவதிலும் அவர் சறுக்கியதே இல்லை. வருடத்திற்கு ஒருமுறையோ இருமுறையோ ஆஸ்திரேலியாவிலிருந்து தமிழகம் வருவார். தமிழகத்தை அவர் தன் எழுத்தைச் சுழற்றிக்காட்டும் களமாகக் கருதினார்.

ஒவ்வொரு பயணத்திலும் ஒருநாள் காணாமல் போவார். அந்த ஒருநாள் அவர் எங்கே எதற்காகக் காணாமல் போகிறார் என்று யாருக்கும் தெரியாது. அதை அவர் பகிர்ந்துகொள்ளவும் விரும்பியதில்லை. கடைசிவரை அதை ரகசியமாகவே வைத்திருந்தார். அரிய மனிதர்களின் அந்தரங்கத்திற்குள் பிரவேசிப்பது அநாகரீகம் என்று நாங்களும் விட்டுவிடுவோம். இம்முறை அவர் வராமலேயே காணாமல் போய்விட்டதாகச் செய்தி வந்தது. ஒருநாள் காணாமல் போகக்கூடியவர், ஒரே அடியாகக் காணாமல் போகும் நிலையை மரணம் ஏற்படுத்திவிட்டது. கக்கடைசியில், ஒரு வரலாறு குறுஞ் செய்தியோடு முடிந்துவிட்டது.

விமர்சன வாத்தியார்

பெரும்பாலான நேரங்களில் அரைக்கால் டிராயரணிந்து இலக்கியக் கூட்டத்திற்கு வரும் பையனாக அறியப்பட்டிருந்த நான், வயது வித்தியாசமில்லாமல் எல்லா இலக்கியவாதிகளிடமும் பழகிக்கொண்டிருந்தேன். நான் அவர்களுடன் பழகிக்கொண்டிருந்தேன் என்பதைவிட அவர்கள் என்னைப் பழக அனுமதித்தார்கள் என்பதுதான் விசேஷம். இந்தப் பையனுக்கு என்ன தெரியும் என்று அவர்கள் ஒதுக்கவில்லை. வேலை இருக்கிறது. பிறகு பார்க்கலாம் எனத் தட்டிக்கழிக்கவில்லை. தங்கள் படைப்புகளைப் படிக்கக் கூடியவனும் தங்களுக்கு நிகரானவனே என அவர்கள் நம்பினார்கள். அதன் பொருட்டே அவர்கள் என்னிடம் இலக்கியம் குறித்து ஆசையாகவும் அன்பாகவும் பகிர்ந்துகொண்டார்கள்.

அவர்களில் ஒருசிலர் இன்னும் ஒருபடி மேலேபோய் நீங்கள் இதுகுறித்து என்ன நினைக்கிறீர்கள் என்றும் கேட்டிருக்கிறார்கள். எதுகுறித்தும் அறிந்திராத எனக்கு அவர்கள் அப்படிக் கேட்பதும் அதற்கு நான் பதில்போல எதையாவது சொல்வதும் தொடர்ந்து கொண்டிருந்தது. பதின்மூன்று பதினான்கு வயதில் இலக்கியமாகப்பட்டது என்னையும்

பொதுவெளியில் ஓர் ஆளாக எண்ண வைத்தது. நாளை வந்துவிடுங்கள் என்று யாராவது துண்டுப்பிரசுரம் கொடுத்தால் அங்கே ஆஜராகிவிடுவேன். அது, அரசியல் கூட்டமா இலக்கியக் கூட்டமா என்றெல்லாம் பார்த்துக்கொண்டிருக்க மாட்டேன். அழைத்தால் கிளம்புவேன். அலுப்பூட்டினால் திரும்புவேன். அவ்வளவுதான். அதன் விளைவாக என்ன நிகழ்ந்ததென்றால் எழுத்தாளர் அசோகமித்ரனில் ஆரம்பித்து எங்களூர் இலக்கியச்செம்மல் சிவக்கொழுந்துவரை என் உறவு நீண்டிருந்தது.

வயதுக்கு மீறிய பழக்கத்தினால் வழி தவறிவிடுவேனோ என வீட்டில் உள்ளவர்கள் பதறிக் கொண்டிருந்தார்கள். ஆனால், அதுபற்றியெல்லாம் நான் கவலைப்படாமல் எழுதுகிற எல்லோரையுமே எழுத்தாளர் என்று நம்பி, பத்திர எழுத்தரிடமும் பாசத்தோடு பழகிய காலம் அது. ஒருகட்டத்திற்குப் பிறகுதான் இவர் வேறு அவர் வேறு என்று புரிந்தது. இன்னின்னார் இன்னின்ன நூல்களை எழுதியிருக்கிறார்கள் என அறியவும் தெரியவும் நூல்களை வாசிக்கத் தொடங்கினேன்.

அந்நூல்களில் அவர்கள் என்ன எழுதியிருக்கிறார்கள் என்றோ எதுகுறித்து விவாதிக்கிறார்கள் என்றோ புரியாத பருவத்தில் வாசிப்பு தரும் மயக்கம் கள்வெறிக்கு ஒத்ததுதான். நாமும் அறிவுத் தளத்தில் இயங்குகிறோம் என்ற மயக்கம் இருக்கிறதே அதற்கு இணையாக ஒன்றைச் சொல்ல முடியாது. நூலிலுள்ள விஷயங்களே தெளிவாகப் புரியாத தருணத்தில் அந்நூல்கள் குறித்த விமர்சனங்களை என்னோடு பகிர்ந்துகொள்பவராக எழுத்தாளர் சுகன் இருந்தார். என்னிடம் பகிர்ந்துகொள்ளும் அளவுக்கு நான் என்னை அறிவாளியாக அவரிடம் காட்டிக்கொண்டிருக்கிறேன்.

உண்மையில், அவர் நம்பும் அளவுக்குப் படித்திருக்கிறேன் என்பதைவிட நடித்திருக்கிறேன் என்பதுதான் இதிலுள்ள சுவாரஸ்யம். சுகன்தான் முதன்முதலில் வெ.சா.வைப்பற்றி எனக்குச் சொல்லியவர். வெ.சா. என்றால் வெங்கட் சாமிநாதன். அவரே தமிழ் நவீனத்துவத்தின் முகமாக மிளிர்கிறார். கடந்த அரை நூற்றாண்டுக்கு மேலாகத் தனிக்குரலாகவும் எதிர்க்குரலாகவும் ஒலித்த குரல்

அவருடையது. கலை இலக்கியத்தின் தகுதிப்பாடுகளை தனக்கே உரிய மூர்க்கத்தோடும் முனை மழுங்காத ஆதங்கத்தோடும் வெளிப்படுத்திய அவர் கலை இலக்கிய விமர்சனத்துறை முன்னோடிகளில் ஒருவர். க.நா.சுவைத் தொடர்ந்து விமர்சனத்துறையில் குறிப்பிடத்தக்க திசைவழியை ஏற்படுத்தியவர். இன்னும் சொல்லப்போனால் தமிழ்க் கலை இலக்கியத்தின் அடிப்படைக் கேள்விகளை அவர் ஒருவர்தான் தொடர்ந்து எழுப்பிக் கொண்டிருந்தவர். இலக்கியப் படைப்புகளில் எது தக்கன, எது தகாதன என வரையறுத்துச் சொல்லக்கூடியவராக அவர் தன்னை வடிவமைத்துச் செயல்பட்டார். தன்னை மிஞ்சி எவருமே எழுதுவதற்கு இல்லை என்பவர்களைக்கூட அவருடைய விமர்சனத் தராசு நிறுக்காமல் விட்டதில்லை.

ஓசையை வைத்துக்கொண்டு கவிதையென்று வாதிடுபவர்களை அவரால் பொறுத்துக்கொள்ள முடிந்ததில்லை. எழுத்து என்னும் பேரால் வெளிவரும் இலக்கியக் குப்பைகளை அவர் அப்புறப்படுத்த விரும்பினார். அவருடைய விமர்சனத்தை எதிர்கொள்ள முடியாமல் அவர் விமர்சகரே இல்லை என்று பலரும் விளாசித் தள்ளினார்கள். அப்பொழுதும் அவர் தன்மீது வைக்கப்பட்ட விமர்சனங்களை எந்தத் தயக்கமும் இல்லாமல் ஏற்றுக்கொண்டார். எதன் பொருட்டும் அவர் தன்னுடைய கொள்கைகளிலிருந்தும் கோட்பாடுகளிலிருந்தும் விலகாமல் நடைபோட்டார்.

தமிழுக்குச் சிந்தனை மரபு இல்லை. ஆராய்ந்து பார்க்கும் மரபு இல்லை. நம்பிக்கை அடிப்படையிலான பார்வை மட்டுமே இருக்கிறது என்று அவர் எழுதப்போக, பண்டித சிகாமணிகள் அவரை உண்டு இல்லை என்று பண்ணிவிட்டார்கள். அதுசரி, உங்கள் விமர்சன அளவுகோல்தான் என்ன என்று வெ.சா. விடம் கேட்டதற்கு என் சுய அனுபவம்தான் என் விமர்சன அளவுகோல் என்றிருக்கிறார்.

வெ.சா. கொள்கை சார்ந்து எழுதுபவர்களை ஏற்பதில்லை. அவருடைய கொள்கைகளும் கோட்பாடுகளும் நிறுவனமயமான கொள்கைகளுக்கும் கோட்பாடுகளுக்கும் எதிரானவை. குறிப்பாகச் சொல்ல வேண்டுமானால் கட்சி சார்ந்த கோஷங்களையோ முழக்கங்களையோ அவர் இலக்கியப்

படைப்புகளாக ஒப்புக்கொள்வதில்லை. சுகன் நடத்தி வந்த சுந்தர சுகன் இதழில் வெ.சா.வைப் போல பல இலக்கிய ஆளுமைகள் எழுதிவந்தது குறிப்பிடத்தக்கது. சில நூறு பிரதிகள் மட்டுமே அச்சாகும் அவ்விதழ்கள் மூலம் இந்த இலக்கிய ஆளுமைகள் தங்களையும் தங்கள் கருத்துகளையும் வெளிப்படுத்தி வந்ததும் வருவதும் வியப்புக்குரியதுதான். எண்ணிக்கை முக்கியமில்லை என்பதால்தான் அவர்களால் அச்சிறு இதழ்களிலும் தொடர்ந்து எழுத முடிகிறது. பெரு வணிக ஏடுகளால் எட்டமுடியாத பல நுணுக்கமான புரிதல்களையும் எழுச்சிகளையும் அவ்விலக்கிய ஏடுகளே உருவாக்குகின்றன.

சி.சு.செல்லப்பாவின் எழுத்து இதழில் வெளிவந்த 'பாலையும் வாழையும்' என்ற வெ.சா.வின் கட்டுரையை வாசித்திருக்கிறீர்களா? எனச் சுகன் கேட்டபோதுதான் அப்படியொரு கட்டுரையும் நூலும் வந்திருக்கும் தகவலே எனக்குத்தெரிய வந்தது. அறுபதுகளில் வெளிவந்த அக்கட்டுரையை எழுபதுகளுக்குப் பிறகு பிறந்த எனக்குத் தெரியப்படுத்தும் நோக்கில்தான் அவர் அவ்வாறு கேட்டார். அதுவரை வெங்கட்சாமிநாதன் என்பவர் நாவலோ சிறுகதையோ எழுதுபவர் என்றுதான் எண்ணியிருந்தேன்.

படைப்பிலக்கியத்தை உருவாக்குபவர்களே இலக்கியவாதிகள் என்றும் விமர்சனக் கட்டுரைகள் எழுதுபவர்கள் படைப்பாளர்களே இல்லை என்றும் கருதியிருந்தேன். என் கருதுகோள்களிலிருந்த பிழையை உணர்த்தி, இலக்கியமும் விமர்சனமும் எத்தகையன என்பதை எனக்கு விளங்கப்படுத்தியதில் சுகனின் அன்புக்குப் பெரும்பங்குண்டு. பாலையும் வாழையும் என்ற கட்டுரையை வாசித்தால் அது ஒருவருடைய முதல் கட்டுரை என்று சொல்லமுடியாது. அந்த அளவுக்குத் தீவிரமான இலக்கியப் பார்வையுடைய கட்டுரை அது. நம்முடைய பன்னெடுங்கால இலக்கியப் பாரம்பர்யத்தை மீட்டெடுக்கும் சத்தியக் குரல் அக்கட்டுரையில் ஒலிக்கும்.

கேள்வியும் பதிலும் ஆவேசமும் பின்னிப்பிணைந்த அக்கட்டுரைகள் எழுப்பிய கேள்விகள் இன்றும் அப்படியேதான் இருக்கின்றன. அதற்கு விடைகாணும் முயற்சியில் ஒவ்வொரு

படைப்பாளரும் எழுதித் தோற்கிறார்கள் அல்லது தோற்று எழுதுகிறார்கள். ஒருவர் நல்ல இலக்கியத்தைத் தேர்ந்துகொள்ள அக்கட்டுரையை மட்டும் வாசித்தாலே போதுமானது. இலக்கிய வளர்ச்சிக்கு எவையெவை உதவுகின்றன. எவையெவை தடையாக இருக்கின்றன என்பதை அக்கட்டுரையில் சொல்லியிருக்கிறார். தனக்கு முன்பிருந்த கலை இலக்கிய விமர்சகர்களிடமிருந்து வேறுபட்டு, வெ.சா. தனித்துத் தெரியவும் அதுவே காரணமாயிருக்கிறது.

வளர்ச்சியை நோக்க வேண்டுமானால் சிறந்ததைக் கண்டடைய வேண்டும் என்பதில் அவர் தெளிவோடு இருந்திருந்தார். அதன் பொருட்டே அவர் நம்முடைய பழந்தமிழ் இலக்கியங்களில் உள்ள நல்லனவவற்றைப் பட்டியிலிடுகிறார். அது அவர் உருவாக்கிய பட்டியல், அதை எப்படி நல்லதாக ஏற்க முடியும் என்றவர்களைத் தாண்டிச்செல்லவும் அவர் தயங்கியதில்லை. வெங்கட் சாமிநாதன் பழக எளியவரல்லர். எந்த நேரத்திலும் சட்டென்று பிணங்கிக்கொள்வார். ஒரு மாமத யானையைக் கையாள்வதைவிடக் கடினமானது அவரையும் அவர் எழுத்துகளையும் விளங்கிக்கொள்வது என்றுதான் பலரும் எனக்குச் சொல்லியிருந்தார்கள்.

ஒருவர் அறிமுகமாவதற்கு முன்பே அவரைப் பற்றிய கற்பிதங்களால் நான் கதிகலங்கிப் போயிருந்தேன். விமர்சகர் என்றால் அவரிடமிருந்து பத்தடியாவது தள்ளியிருக்க வேண்டும் என என் நெருங்கிய இலக்கிய நண்பர்களால் அறிவுறுத்தப்பட்டிருந்தேன். அந்த சமயத்தில்தான் எழுத்தாளர் தஞ்சை.ப்ரகாஷ் “வெ.சா. எழுத்து” என்றொரு மாத இதழைத் தொடங்கினார். முழுக்க முழுக்க வெங்கட்சாமிநாதனின் எழுத்துக்கள் மட்டுமே இடம்பெற்று வெளிவந்த இதழ் அது. பழுப்புத்தாள்களில் அச்சிடப்பட்ட அவ்விதழ்களே எழுத்தின் மெய்யான நிறத்தை வெளிக்கொண்டு வந்தன.

வெங்கட்சாமிநாதன், கொள்கை சார்ந்து எழுதக்கூடியவர்களை ஒருபோதும் ஏற்காதவர். அதைவிட, கொள்கை சார்ந்து எழுதுவதன் மூலம் அவர்கள் தங்கள் கோஷங்களை முன்வைக்கிறார்கள் என்பதுதான் அவர் கருத்தாக இருந்தது. அவர் எந்த இடத்திலும் தான் கொண்டிருந்த கருத்துகளுக்கான

தர்க்க நியாயங்களை நிறுவாமல் இருந்ததில்லை. போகிற போக்கில் எழுத்தையும் எழுத்தாளர்களையும் அடித்து நொறுக்குவதாகத் தன் விமர்சனம் அமைந்துவிடக்கூடாது என்பதில் அவர் கறாராகவே இருந்திருக்கிறார். "மார்க்சின் கல்லறையிலிருந்து ஒரு குரல்" "இலக்கிய ஊழல்கள்" ஆகிய நூல்களில் அந்தக் கறார்த்தன்மையைக் கவனிக்கலாம். நீதியைப் பறைசாற்ற எழுதப்படும் இலக்கிய எழுத்துகள் அதே நீதியோடு இருக்கவேண்டும் என்றே அவர் எண்ணினார். ஆனால், அவருடைய நீதி என்பது ஆரிய நீதியாகவும் மார்க்சியத்துக்கு எதிரான நீதியாகவுமே புரிந்துகொள்ளப்பட்டன.

ஒரு நல்ல படைப்பைக்கூட எழுதாத வெங்கட்சாமிநாதனுக்கு படைப்பிலக்கியத்தைப் பற்றிக் கருத்துச் சொல்ல என்ன தகுதி இருக்கிறது என்றுதான் அவருக்கு எதிரானவர்கள் அவர்மீது விமர்சனம் வைத்தார்கள். விமர்சனத்தை எழுதக்கூடிய அவர் தன்மீது வைக்கப்பட்ட எந்த விமர்சனத்தாலும் காயப்படவில்லை என்பது முக்கியமானது. தன் கருத்துக்கு எதிரானவர்களைத் தன் நூலுக்கு முன்னுரை எழுதித்தரும்படி கேட்டு, அம்முன்னுரையை அச்சரம் பிசகாமல் பிரசுரிக்கும் துணிச்சல் அவருக்கிருந்தது.

தன்மீது விமர்சனம் வைப்பவர்களை, தான் எப்படி எடுத்துக்கொள்கிறேனோ அதுமாதிரியே தன்னையும் தன்னுடைய விமர்சனத்தைப் பிறர் எடுத்துக்கொள்ள வேண்டும் என்று அவர் விரும்பினார். பொயட்டிக் ரியாலிட்டி மற்றும் அனலிக்டிட் ரியாலிட்டி ஆகிய இரண்டின் ஊடாகவே அவர் தன் விமர்சனத்தைக் கட்டமைத்தார். 'கவித்துவப் போஷாக்கு' என்ற பதம் அவர் கட்டுரைகளில் இருந்து நான் தேர்ந்துகொண்டது.

அரைக்கால் டிராயரணிந்து இலக்கியக் கூட்டத்திற்குப் போய்வந்த நான், முழுக்கால் சட்டையணியும் பருவத்தில்தான் அவரை முழுமையாகப் புரிந்துகொள்ள முடிந்தது. அவருடைய விமர்சனக் கட்டுரைகளை ஊன்றிப் படித்ததன் விளைவாக நல்ல இலக்கியம் பிடிபட்டது. அவர் நல்ல இலக்கியம் என்று நிறுவ முயல்வது மக்களுக்கு எதிரானது என இடதுசாரிகள் கட்சி கட்டினாலும் மக்களைப் புறந்தள்ளியதே நல்ல இலக்கியம் என்று அவர் எங்கேயும் எழுதியதாகத்

தெரியவில்லை. ஒருவேளை அதைத் தெரிந்துகொள்ளும் அளவுக்கு என் இலக்கிய அறிவு விசாலமடையவில்லையோ என்னவோ. அவர், ஒவ்வொரு கட்டுரையிலும் வெகுமக்களை இலக்கியம் என்ற பேரால் ஏமாற்றாதீர்கள் என்றுதான் எழுதியிருக்கிறார். சிறுகதை, கவிதை, நாவல், ஓவியம், நாடகம், இசை, சிற்பம், கூத்து, திரைப்படம் என அத்தனைத் துறைகள் சார்ந்தும் அவர் எழுதியிருக்கிறார்.

பாலையும் வாழையும் என்ற கட்டுரையில் வடிவமைத்த அதே சட்டகத்தை வைத்துத்தான் பின்வந்த ஐம்பது ஆண்டுகளும் இலக்கியத்தை அவர் அளந்தாரா என்றால் இல்லை என்றுதான் சொல்லவேண்டும். காலஓட்டத்திற்கு ஏற்ப அவருமே சில மனத்தடைகளைக் கடந்திருக்கிறார். தன்னுடைய கருத்துகளில் பார்க்கத் தவறிய பகுதிகளை மீளவும் எழுதித் தன்னைப் புதுப்பித்திருக்கிறார்.

வெ. சா. வை வாசிக்கத் தொடங்கி அவரை முழுமையாக உள்வாங்கிக் கொண்ட சந்தர்ப்பத்தில்தான் கணையாழியில் பணியாற்றும் வாய்ப்பு வந்தது. அவர் எழுத்துகளை வாசித்து இருந்தாலும் அவருடனான அறிமுகமென்பது தாமதமாகத்தான் கிடைத்தது. அப்போது அவர் டில்லியில் இருந்தார். ராணுவப் பாதுகாப்புத் துறையில் பணியாற்றியதாகக் கேள்வி. என்னுடைய மனப்பத்தாயம், பஞ்சாரம் ஆகிய நூல்களுக்கு அவர் எழுதிய விமர்சனக்கடிதம்தான் அவருக்கும் எனக்குமான அறிமுகத்தை ஏற்படுத்திக் கொடுத்தது.

எழுத்தாளர் தஞ்சை ப்ரகாஷின் வாயிலாக நூல்களைப் பெற்றதாகவும் எழுதத் தோன்றியதால் விமர்சனம் எழுதியதாகவும் அக்கடிதத்தில் அவர் குறிப்பிட்டிருந்தார். அக்கடிதம் என் கைக்குக் கிடைக்கும்வரை அவர் என்னுடைய கவிதைகளை முற்றாக நிராகரிப்பார் என்றுதான் நினைத்திருந்தேன். அடர்த்தியும் ஆழமும் நிறைந்த அவருடைய விமர்சனக் கட்டுரைகளை வாசித்த யார் ஒருவரும் அப்படித்தான் கருதுவார்கள். இலக்கிய ஜாம்பவான்களாக அறியப்படும் பலரையும் கேலியும் கிண்டலுமாக விமர்சிக்கக் கூடிய வெங்கட்சாமிநாதன், என்னைப் பற்றியெல்லாம் எழுதுவார் என்று யூகிக்க வாய்ப்பில்லை. ஆனால், அவர் எழுதியிருந்தார். அந்த விமர்சனக் கடிதம் வியப்பு கலந்த

பரசவத்தை என்னுள் பரவவிட்டது. நான் சற்றும் எதிர்பாராத விதத்தில் அவருடைய விமர்சனம் அமைந்திருந்தது. "பல நேரங்களில் யுகபாரதி எனக்குப் புதுமைப்பித்தனையும் பிச்சமூர்த்தியையும் நினைவுபடுத்துகிறார். ஒருவரிடத்தில் கேலியும் மற்றவரிடத்தில் விடம்பனமும். இரண்டிலும் சமூக விமர்சனம்.

இருவரிடமும் கவிதை யாப்பை, சந்தத்தை, முற்றாக ஒதுக்கியதாகச் சொல்ல முடியாது. அதற்காக அதையே கட்டியழுது, கருத்தையும் கவிதையையும் கோட்டைவிட்டவர்களும் இல்லை" என்று நீளும் அந்த விமர்சனக் கட்டுரை, என் பார்வையில் கவிதைகள் என்னும் நூலில் இடம்பெற்றிருக்கிறது. அந்நூலில் என்னுள்பட பல இளம் கவிஞர்களின் கவிதைகள் குறித்து வெ.சா. எழுதியிருக்கிறார். 1960இல் எழுதத்தொடங்கிய அவர் இரண்டாயிரத்துச் சொச்சம்வரை வெளிவந்த படைப்புகளை விமர்சித்திருக்கிறார்.

ஒரு விமர்சகர், இவ்வளவு நீண்ட காலம் விமர்சனத் துறையில் பங்களிப்புச் செய்ததில்லை. எதிர்க் குரலாகவும் தனிக்குரலாகவும் அவர் சதா தன் வழியில் பயணப்பட்டிருக்கிறார். அந்தப் பயணத்தில் அவருக்கு எந்த ஆதாயமும் கிடைத்துவிடவில்லை. தமிழ், தன்னுடைய இலக்கியச் செழுமையை அவர் மூலம் கண்டடைந்தது. அவர் வெற்றுக் கூச்சலில் இருந்து நல்ல சங்கீதத்தைத் தரம் பிரித்தார். மோசமான சேஷ்டைகளில் இருந்து அரிய அபிநயங்களை நாடகங்களுக்குக் கடத்தினார். அக்ரஹாரத்தில் கழுதை என்னும் ஜான் அபிரஹாமின் திரைப்படத்திற்கு மரியாதை செய்தார்.

நல்ல இலக்கியத்தை வரும் காலத்திற்குக் காட்டிச்செல்வதே அவர் வாழ்வாக இருந்திருக்கிறது. எனினும், கனடா இலக்கியத்தோட்ட அமைப்பு வழங்கிய இயல் விருதைத் தவிர அவர் எழுத்துகளுக்கு எவ்வித கௌரவமும் அந்தஸ்தும் அளிக்கப்படவில்லை. சிறு சிறு பத்திரிகைகளில் அவர் ஓயாமல் எழுதிக்கொண்டே இருந்தார். கண்ணில் படும் நல்ல சிறுகதையை, கவிதையை மெச்சினார். கவிதைபோல ஏமாற்று செய்தால் கண்டித்தார். ஒரு பத்திரிகை எத்தனைப் பிரதிகள்

விற்கும் என்று கேட்டுக்கொண்டு அவர் எழுதியதில்லை. பரவலாக அறியப்படாத பல சிற்றதழ்களில் அவர் எழுதியிருக்கிறார். எதன் மூலமும் தன் விவாதத்திற்கு வலுசேர்க்க முடியும் என அவர் நம்பினார். அதிகாரமோ கூட்டமோ அவருடைய விமர்சனத்தைத் தீர்மானிக்கவில்லை. கடைசிவரை தன்னுடைய இருப்பு குறித்த இலட்சியம் இல்லாமல்தான் அவர் செயல்பட்டிருக்கிறார்.

மார்க்சீய மறுப்பாளராகவும் திராவிட இயக்க எதிர்ப்பாளராகவும் புரிந்துகொள்ளப்பட்ட அவர், ஒரு சமயத்தில் கலைஞர் கருணாநிதியின் படைப்புகளையும் திராவிட இயக்கக் கருத்துகளையும் விமர்சித்துக் காத்திரமாக எழுதுகிறார். அதே சமயத்தில் அவருடைய மகளான கனிமொழியின் கவிதைகளில் உள்ள உண்மையைத் தொட்டுக்காட்டுகிறார். இந்த முரணிலிருந்துதான் அவருடைய எழுத்து ஜீவிதத்தை அல்லது சத்தியத்தைச் சந்தேகிக்க முடியாமல் போகிறது.

ஒரு பெருங்கூட்டம் தன்னுடைய கருத்துக்கு எதிர்ப்புத் தெரிவித்துத் தாக்கக்கூடும் என அவர் அஞ்சியதில்லை. மனதில் பட்டதை எந்த முகமூடியும் அணியாமல் வெளிப்படுத்துபவராக இருந்திருக்கிறார். எத்தனைபேர் தன்னுடைய எழுத்துகளையும் கருத்துகளையும் ஏற்றுக்கொள்கிறார்கள் என்னும் எதிர்பார்ப்பு அவருக்கு இருந்ததாகத் தெரியவில்லை. ஆற்றொழுக்காக அவர் எழுதிச்செல்லும் நடை, எதிரே இருப்பவருடன் உரையாடுவது போலிருக்கும். பெரிய பெரிய தர்க்கங்களைக்கூட வெகு எதார்த்தமான மொழியில்தான் எழுதிச்செல்கிறார். தன்னுடைய கருத்துக்கு வலுசேர்க்கும் மேற்கோள்கள் அவருடைய எழுத்து நடையின் இயல்பிலேயே வந்து சேர்ந்துகொள்கின்றன.

அங்கீகாரங்களுக்காகவோ கௌரவங்களுக்காகவோ அவர் எழுதியதில்லை. மாறாக, தங்கள் படைப்பு குறித்து அவர் எழுதினால் அதுவே இலக்கிய அங்கீகாரம் என்று எண்ணும் நிலையை அவர் ஏற்படுத்தினார். அப்படிப்பட்ட வெங்கட்சாமிநாதன் என் கவிதைகள் குறித்து எழுதியதும் எனக்குத் தலைகால் புரியவில்லை. என்னைச் சந்திக்க வருபவர்களிடமெல்லாம் அக்கடிதத்தைக் காட்டிப் பெருமிதப்பட்டுக்கொண்டேன். "வெ.சா.வே உன்னைப்

புகழ்ந்திருக்கிறார் என்றால் நீ பெரிய ஆள்தான்" என்றார்கள். "புதுமைப்பித்தனும் பிச்சமூர்த்தியும் உன் கவிதைகள் மூலம் நினைவுக்கு வருகிறார்கள் என்றால், அது சாதாரண வார்த்தையில்லை. அவருக்கு நன்றிக் கடிதம் எழுது" என்றார்கள். எனக்கோ நன்றி சொல்லி எழுத மனமில்லை. ஆதலால், கடிதம் கிடைத்தது. 'மகிழ்ச்சி' என்று மட்டும் பதினைந்து பைசா போஸ்ட் கார்டை அனுப்பிவைத்தேன்.

'வரும்வாரம் சென்னை வர வாய்ப்பிருக்கிறது. முடிந்தால் சந்திக்கலாம்' என்று அவரும் பதில் எழுதினார். சொன்னதுபோலவே சென்னை வந்ததும் என்னைத் தொடர்பு கொண்டார். அவர் தொடர்பு கொண்ட அன்று மாக்ஸ்முல்லர் பவனில் ஏதோ ஒரு நாடகம் அரங்கேற்றம் நிகழ்ந்ததாக நினைவு. அங்குதான் அவரைச் சந்தித்தேன். ஆரத்தழுவிக்கொண்டார். "நீர் இவ்ளோ சின்னப் பொடியன்னு நெனைக்கலேய்யா. நல்லா எழுதுறீர். இன்னும் நல்லா தொடர்ந்து எழுதும். என்ன செஞ்சிக்கிட்டு இருக்கிறீர். பிரகாச பாத்தீங்களா" என்று ஆரம்பித்த அந்த உரையாடல் மூன்று மணிநேரம் நீடித்தது.

அவரிடமிருந்து வெளிப்பட்ட வாஞ்சை, அவர் எழுத்தில் வெளிப்படும் மூர்க்கத்திற்குச் சம்பந்தமில்லாமல் இருந்தது. "ஒங்க எழுத்துக்கள படிச்சிருக்கேன். எல்லாத்தயும் அடிச்சி நொறுக்குறீங்களே" என்றேன். "அடிச்சி நொறுக்குற அளவுக்கு நம்மிடம் பலமில்லய்யா.. பட்டதச் சொல்றேன், அது உமக்கு அடிச்சி நொறுக்குறாப்புல இருக்குது" என்றார். காவி நிற ஜிப்பாவில் சோடாபுட்டிக் கண்ணாடியுடன் ஒரு தமிழ்பேசும் டில்லிவாலாவாக அவரிருந்தார். அந்தச் சித்திரமே இன்றும் என் நெஞ்சில் நிழலாடுகிறது.

கீழ்ப் பகுதி முழுக்கச் சுருக்கமான அவருடைய ஜிப்பாவில் அவ்வப்போது கண்ணாடியைத் துடைத்துக்கொண்டார். "காஃபி சாப்புடுவோமா" என்றார். "டிகிரி காஃபி இருந்தால் பிரமாதமாயிருக்கும்" என்றார். அங்கிருந்து ஆட்டோ பிடித்து பாண்டிபஜாரிலுள்ள கீதா கஃபேவுக்கு வந்தோம். நல்ல காஃபிக்காக எவ்வளவு தூரம் வேண்டுமானாலும் பிரயாணம் செய்ய அவர் தயாராயிருந்தார். நல்ல எழுத்துக்காக அதைவிட அதிக தூரம் பயணிக்கும் மனம் எனக்கிருந்தது.

கிளிப்பிள்ளைக்குச் சொல்லுவதைப்போல படிக்க வேண்டிய நூல்களைப் பட்டியலிட்டார். அந்தச் சந்திப்புக்குப் பின் சிலகாலம் டில்லியிருந்து அவ்வப்போது கடிதம் எழுதினார். என்னை நேரில் சந்தித்த பிறகும் அவர் என்னைச் சின்னப் பொடியனாக எண்ணாமல்தான் கடிதம் எழுதினார். ஓராண்டு இடைவெளியில் பணி ஓய்வு பெற்றுச் சென்னைக்கே வந்துவிட்டார். தூரத்தில் இருந்தே தூண்டிக்கொண்டிருந்த அவர் அருகில் வந்ததும் அடிக்கொருதரம் அவரைப் பார்க்கவும் பேசவும் முடிந்தது. மடிப்பாக்கத்தில் அமைந்திருந்த அவர் வீட்டிற்கு என்னுடன் பல இலக்கியத் தோழர்கள் வந்திருக்கிறார்கள்.

யாரை அழைத்துப்போனாலும் முகம் கோணாமல் பேசிக்கொண்டிருப்பார். "எப்பவுமே ஒம்ம சுத்தி ஆள் இருக்கு, அப்பறம் எப்படிய்யா எழுதுறீர்" என்பார். "எழுதறப்போ யாரும் இருக்கிறதில்ல" என்றால் சிரித்துக்கொள்வார். "நம்புறேன் நம்புறேன்" என்பார். தமிழ் இலக்கியத்தின் மூத்த விமர்சகர் அல்லது விமர்சன முன்னோடி ஒருவருடன் பழகுகிறோம் என்ற எண்ணத்தை அவர் எப்போதும் ஏற்படுத்தியதில்லை.

அவர் எழுதிய கட்டுரைகளைக் கொடுத்து "என்ன நினைக்கிறீர் இதுபற்றி" என்பார். "நீங்களே பெரிய கருத்து கந்தசாமி, ஒங்கக் கட்டுரைக்கு நாங் கருத்து சொல்றதா" என்று கலாய்ப்பேன். சிரித்துக்கொண்டே வழியனுப்புவார். அவர் பழக எளியவரல்லர். சட்டென்று பிணங்கிக்கொள்வார் என்ற கூற்று என் விஷயத்தில் பொய்த்துப்போனது. உரிமையோடு அவருடன் பழக முடிந்தது. அவரைப் போல அவர் மனைவியான சரோஜா அம்மா, நான் போனதும் டபரா செட்டில் நுரைபொங்க டிகிரி காஃபியால் அன்பைப் பொழிவார்.

தஞ்சாவூர்க்காரங்களுக்கு காஃபியும் இலக்கியமும் இருந்தால் போதும், பேசிக்கொண்டே இருப்பீர்கள் என்பார். இந்த நினைவுகள் எல்லாம் பத்துப் பன்னிரெண்டு ஆண்டுகளுக்கு முந்தியவை. பராமரிக்கப்படாத ஒரு பழைய சைக்கிளில் கொட்டிவாக்கத்திற்கும் மடிப்பாக்கத்திற்கும் அலைந்து திரிந்த காலத்தில் விளைந்தவை. ஒரு சிறுபத்திரிகையில்

உதவி ஆசிரியர் என்னும் பதவி உடலையும் உள்ளத்தையும் வருத்தக்கூடியதென்னும் தெளிவை அப்போது நான் பெற்றிருக்கவில்லை. அங்கும் இங்கும் தனிஆளாக சைக்கிளில் பறந்து பறந்து வாழ்வையும் இலக்கியத்தையும் தேடிக்கொண்டிருந்தேன். எழுத்தாளர் சுஜாதாவின் வீடு அமைந்திருந்த ஆழ்வார்பேட்டைக்குக் கடைசிப்பக்கக் கட்டுரை வாங்கக் கால்கடுக்கக் காத்திருக்கிறேன்.

எதிரே அமைந்திருந்த எழுத்தாளர் இந்திரா பார்த்தசாரதி வீட்டில் தாகம் எடுக்கும் போதெல்லாம் தண்ணீர் குடித்திருக்கிறேன். என்னவாகப் போகிறோம் என்ற தெளிவில்லாமல் சென்னைக்கு வந்திருந்தாலும் ஏதோ ஒன்றாக ஆகிவிடுவோம் என்ற நம்பிக்கை இருந்தது. வெ. சா. வேறு புதுமைப்பித்தனையும் பிச்சமூர்த்தியையும் ஒப்பிட்டுச் சொல்லிவிட்டதால் அவர்கள் இருவரில் ஒருவராக ஆகியே தீருவதென்ற ஏக்கம் என்னைத் துரத்திக்கொண்டிருந்தது. அது அவ்வளவு எளிதான காரியமில்லை என்று நான் சந்தித்த எந்த எழுத்தாளரும் எனக்குச் சொல்லவில்லை.

வெ.சா. மாதிரி வேறு யாரோ ஒருவர் பாரதிக்கும் மௌனிக்கும் இணையாக வருவீர்கள் என்று அவர்களைச் சொல்லியிருக்கலாம். சிறிது காலம் கணையாழி பத்திரிகையோடு பிணக்குற்றிருந்த வெ.சா. என் மீதுள்ள அன்பினால் கணையாழியில் எழுதச் சம்மதித்தார். தொடர் கட்டுரைகளாக நிறைய எழுதினார். சொன்ன தேதியில் கட்டுரைகளைத் தந்துவிடுவார். அடித்தல் திருத்தல் இல்லாமல் வெகு அழகாக அவர் எழுத்திருக்கும். குண்டு குண்டான எழுத்துகளில் வாக்கியங்களையும் பத்திகளையும் நேர்த்தியாகப் பிரித்திருப்பார்.

இடையில் எதையாவது சேர்க்க வேண்டுமானால் கடைசிப்பக்கத்தில் சிவப்பு மையினால் எழுதி, இந்த இடத்தில் இதைச் சேர்த்துக்கொள் என்று அம்புக் குறியிட்டு அனுப்புவார். அப்போது கணையாழியில் இலக்கிய ஆளுமைகள் குறித்துத் தனித் தனிச் சிறப்பிதழ் வெளியிடலாம் என ஆசிரியர்குழு முடிவெடுத்தது. ஆசிரியர் குழு என்றால் ஆசிரியர்தான். அவரைத்தாண்டி அங்கே குழுவெல்லாம் ஒன்றுமில்லை. ஆலோசனைக் குழுவென்று சிலபெயர்கள்

அச்சாகியிருக்கும். அங்கு பணியாற்றிய ஆறு ஆண்டுகாலத்தில் அந்த ஆலோசனைக் குழுவில் இடம்பெற்றிருந்த பலரை நானே சந்திக்கவில்லை என்றால் பார்த்துக்கொள்ளுங்கள்.

அந்த அளவுக்குத்தான் குழுக்களின் செயல்பாடுகள். எனவே, ஆசிரியரின் முடிவே இறுதியானது. முதலில் கலைஞர் சிறப்பிதழ் கொண்டுவரலாம் என்றதும் எனக்குத் திக்கென்றிருந்தது. இலக்கியவாதிகள் அதுவும், கணையாழியைத் தொடர்ந்து வாசிக்கும் தீவிர இலக்கியவாதிகள் கலைஞரை இலக்கியவாதியாக ஒப்புக்கொள்ளாத நிலையில், இப்படியொரு சிறப்பிதழ் என்றால் எப்படி எடுத்துக்கொள்வார்கள் என்றேன். 'என்ன சொல்கிறார்கள் என்று பார்ப்போம். வெங்கட்சாமிநாதனிடம் கட்டுரை கேளுங்கள்' என்றார் ஆசிரியர். ஏற்கெனவே வெங்கட்சாமிநாதன் திராவிட இலக்கியங்களைத் திட்டித் தீர்த்திருக்கிறார்.

இந்த நிலையில் கலைஞரைப் பற்றி எழுதச் சொன்னால் என்ன சொல்வாரோ என்று தயக்கத்தோடு கேட்டுப்பார்க்கிறேன் என்றேன். என்னுடைய தயக்கத்திலுள்ள நியாயத்தைப் புரிந்துகொண்ட ஆசிரியர், நீங்கள் சொல்வதும் சரிதான். கேட்டுப்பாருங்கள். தவிர்த்தால் விட்டுவிடலாம். வேறு யாரிடமாவது வாங்கிக்கொள்ளலாம் என்றார். அன்று மாலையே சைக்கிளை எடுத்துக்கொண்டு வெ.சா.வைப் பார்க்க மடிப்பாக்கம் கிளம்பினேன். "வாருமய்யா என்ன விசேஷம்" என்றார். ஆசிரியர் விருப்பத்தைத் தெரிவித்தேன். "நீ சொன்னா எழுதுறேன்ய்யா. அவரு எழுதின மொத்த புஸ்தகத்தையும் வாங்கிட்டு வா, படிச்சிப் பார்த்துட்டுச் சொல்றேன். ஆனா ஒண்ணு, எனக்குப் புடிக்கலன்னா... வற்புறுத்தக்கூடாது சரியா, என்றார்.

இரண்டொரு நாளில் மொத்தப் புத்தகங்களையும் வாங்கிக்கொண்டுபோய் வெ.சா.விடம் கொடுத்தேன். "இவ்வளோவாய்யா அவரு எழுதியிருக்காரு" என்றார். இரண்டு மூன்று நூல் அச்சிலிருக்கிறதாம் என்றதும் பெருமூச்சுவிட்டார். புத்தகங்களைக் கொடுத்த இரண்டாவது வாரத்தில் மிக நீளமான கட்டுரை ஒன்றை எழுதிக்கொடுத்தார். சிறப்பிதழுக்குப் போதுமான கட்டுரை அது. கலைஞரின் மொத்தப் படைப்புகளையும் வரிவிடாமல் குறிப்பிட்டிருந்தார்.

ஒருவர் தன் ஆயுள் காலத்தில் இவ்வளவு எழுதியிருக்கிறார் என்பதற்காகவே பாராட்டப் பெறுவார் என்று கட்டுரையை முடித்திருந்தார். எங்கேயும் இலக்கிய நயத்தையோ இதுபோல் இலக்கியத்தில் எழுதப்பெறவே இல்லை என்றோ சிலாகிக்கவில்லை. தொடர்ந்து எழுதுவதே பெரும்சாதனை என்பதோடு நிறுத்திக்கொண்டார். சிறப்பிதழ் வெளிவந்தது. பெரும் பரபரப்புக்கு உள்ளான அக்கட்டுரை கலைஞராலும் வாசிக்கப்பட்டது. வெ. சா. வுக்கு என்ன ஆயிற்று கலைஞரைப் பற்றியெல்லாம் எழுதுகிறாரே என்று பிற சிற்றிதழ்கள் விமர்சித்தன. தன்னை நேசிக்கும் ஒருவன் கேட்டதற்காக எழுதினேன் என்று அவர் எங்கேயும் இறுதிவரை சொல்லவில்லை.

தன்னுடைய தராசு நிலை தாழ அவர் அக்கட்டுரையை எழுதவில்லை. மிக ஜாக்கிரதையாகவே எழுதியிருந்தார். என்றாலும், அக்கட்டுரையை எழுத வேண்டிய அவசியம் என்மீது வைத்திருந்த அன்பினால் நேர்ந்தது என்பது குறிப்பிடத்தக்கது. விருப்பமில்லாமல் செய்ததாக அவர் நேர்ப்பேச்சிலோ கட்டுரையிலோ வெளிப்படுத்தவில்லை. உண்மை விபரீதமானதே அய்யா என்றுதான் அங்கலாய்த்தார். நான் எழுதுவதில் கசப்பு ஏற்பட்டால் உமக்கும் ஆசிரியருக்கும் பங்கம் வருமே என்றுதான் வருத்தப்பட்டார்.

அதன்பின் திரைத்துறையில் நான் பாடலாசிரியனாக மாறினேன். என்னுடைய பாடல்களைக் கேட்டுவிட்டு அவ்வப்போது தொலைபேசியில் வாழ்த்துவார். “சிநேகா என்னய்யா சொல்றாங்க” என்பார். “மீரா ஜாஸ்மின் மலையாளப் பெண் தானே அதையேன் பிசாசு என்று வர்ணித்து இருக்கிறீர்” என்பார். “கேரள நாட்டிளம் பெண்களுடனேன்னு அந்தப் பாரதி எழுதினத நீர் படிச்சதில்லையோ” “இன்னும் உயரம் போகணும்மய்யா, எடுத்ததில் பின் வாங்காதே, என்ன இருக்குதுன்னு பாரு, கம்பதாசனப் பத்தி க. நா. சு. சொல்லியிருக்கிறார் தெரியுமோ” என்பார்.

தீவிர இலக்கியத்தில் இருந்து வெகு மக்களை நோக்கி நகர்ந்துவிட்ட பிற்பாடும் அதே அன்போடுதான் அவர் என்னிடம் நடந்துகொண்டார். “சினிமா சினிமான்னு இலக்கியத்த விட்டுடாத ஓய்” என்று எச்சரித்தார். அவரை

எண்ணவும் சொல்லவும் எவ்வளவோ இருக்கின்றன. அரை நூற்றாண்டு இலக்கியத்திற்காக உழைத்த அவருடைய அன்பு இலக்கியக் கருதுகோள்களுக்கு அப்பாற்பட்டது. திடீரென்று ஒருநாள் மதியம் அவரிடமிருந்து தொலைபேசி வந்தது. என்னுடைய கட்டுரைகளை எல்லாம் தொகுத்து முழு புத்தகமாகப் போடவேண்டும். உனக்குத் தெரிந்த பதிப்பகம் இருந்தால் சொல்லேன் என்றார். நிச்சயமாகச் சொல்கிறேன் அல்லது நாமே பதிப்பிக்கலாம் என்றேன். அதுதான் அவரும் நானும் கடைசியாக உரையாடியது. தொகுத்துவிட்டுக் கூப்பிடுவதாகத் தொலைபேசியைத் துண்டித்தார். அது, கடைசி உரையாடலாக, கடைசித் துண்டிப்பாக இருக்கும் என்று நான் அறிந்திருக்கவில்லை.

கிராமத்திலிருந்து பஞ்சம் பிழைக்க வந்து, பல்வேறு வேலைகளைச் செய்து, கொஞ்சம் கவிதைகளையும் எழுதி, இறுதியில் பாடலாசிரியனாக அறியப்படும் நான், வயது வித்தியாசமில்லாமல் எல்லா இலக்கியவாதிகளிடமும் பழகிக்கொண்டிருக்கிறேன். நான் அவர்களுடன் பழகிக்கொண்டிருக்கிறேன் என்பதைவிட அவர்கள் என்னை அனுமதிக்கிறார்கள் என்பதுதான் விசேஷம். ஒருவர் மீது அன்பு செலுத்த இலக்கியத் தகுதிகளோ இன்னபிற காரணங்களோ அவசியப்படுவதில்லை. வெ.சா. தன்னுடைய காலத்தில் கண்டடைந்த உண்மையாக என்னிடம் பகிர்ந்துகொண்டதும் அதுதான். சத்தியத்தை விமர்சிக்க வாய்ப்பில்லை. காரணம், விமர்சனத்திற்கு அப்பாற்பட்டதே சத்தியமும்.

அப்பாவின் சிநேகிதர்

நாட்டுப்புற இசையை மக்கள் மேடைகளில் பிரபலப்படுத்திய பெருமை பாவலர் வரதராஜனுக்குரியது. அவர், இசைஞானி இளையராஜாவின் சகோதரர் என்பதிலும் பார்க்க, இடதுசாரி மேடைகளில் எளிய மக்களின் குரலை இசையினால் பிரபலப்படுத்தியவர் என்றே அறியப்படுகிறார். இடதுசாரி அமைப்புகள் தன்னையும் தன்னுடைய இசை முயற்சியையும் எவ்விதத்தில் எதிர்கொண்டன என்பதைப் பற்றியெல்லாம் அக்கறை கொள்ளாமல், தனக்கிருந்த இசையறியவை மக்கள்மயப்படுத்துவதிலேயே அவர் குறியாயிருந்தார்.

இன்றைக்குப் பாவலர் வரதராஜனின் இன்னொரு சகோதரரான கங்கைஅமரன் சொல்வது போல இடதுசாரிகள் வரதராஜனைக் கௌரவிக்கத் தவறிவிட்டார்கள் என்ற அருவருக்கத்தக்க அபத்தக் குற்றச்சாட்டை எந்தச் சந்தர்ப்பத்திலும் பாவலர் வரதராஜன் வைக்கவில்லை. மேலும், கௌரவங்களுக்காகவோ பணத்தையும் பொருளையும் ஈட்டுவதற்காகவோ அவர் மக்கள் மேடைகளில் பாடவில்லை. மேற்கூறிய பணமோ கௌரவமோ விளம்பரமோ முக்கியமெனக் கருதியிருந்தால் அவரும் இளையராஜாவைப் போலவோ

கங்கை அமரனைப் போலவோ திரைத்துறைக்கு வந்திருப்பார். திரை அரங்குகளைவிடத் திறந்தவெளி அரங்குகளே தனக்குரியதென அவர் தேர்ந்தெடுத்திருக்கமாட்டார்.

பாவலர் வரதராஜன் மட்டுமல்லர், மக்கள் கலைஞர்களாக அறியப்படுபவர்கள் அத்தனைபேருமே அப்படித்தான் இருந்திருக்கிறார்கள். சொந்த துக்கங்கள் சுழற்றி வீசினாலும் அவர்கள் மக்கள்முன் வந்து விழுவதையே மாண்பாகவும் கடமையாகவும் கருதியிருக்கிறார்கள். அந்த ஒற்றைப் பண்பை முன்வைத்துத்தான் காலம் அவர்களை ஞாபகத்தில் வைத்திருக்கிறது. தேர்தலில் நிற்க வாய்ப்புத் தருகிறார்கள் என்பதற்காக அது என்ன கட்சி, என்ன மாதிரியான கொள்கைகளை உடைய கட்சி என்பதையெல்லாம் யோசிக்காமல், கருத்து என்கிற பெயரில் உயிரனைய உடன்பிறப்புகள்மீதே அவதூறுகளைப் பரப்ப அவர்கள் ஒருபோதும் துணிவதில்லை.

பாவலர் வரதராஜனை ஒருமாதிரியும் இளையராஜாவை இன்னொரு மாதிரியும் விமர்சனத்திற்கு உட்படுத்திக்கொண்டிருக்கும் கங்கை அமரனின் தற்போதைய செயல்பாட்டை ஆரோக்கிய மனமுடைய யாரும் அங்கீகரிக்கமாட்டார்கள். அவர், பேசுவது இன்னதென்று தெரியாமல் பேசிக்கொண்டிருக்கிறார். பாப்புலாரிட்டி பித்தில் முன்னுக்குப்பின் முரணான கருத்துகளை முன்வைத்துக் கொண்டிருக்கிறார். தனது சகோதரர் காப்புரிமைச் சட்டத்தின் வாயிலாக எடுத்துவரும் நியாயமான காரியங்களைக்கூட அவரால் புரிந்துகொள்ள முடியவில்லை.

அரசியல் அறிவைவிடுங்கள், பொதுவெளியில் யார் ஒருவரையும் நாகரிகமாக விமர்சிக்கும் பண்பை அவர் பெற்றிருக்கவில்லை என்பதுதான் வேதனைக்குரியது. அப்படிப்பட்ட ஒருவர்தான் ஆர்.கே. நகர் தொகுதி இடைத்தேர்தலில் பாரதிய ஜனதா கட்சி வேட்பாளராக நிறுத்தத் தகுதியுடையவராக அக்கட்சி கருதியது. ஊடகங்களில் அக்கட்சியைச் சேர்ந்த பலரும் தாழ்த்தப்பட்ட ஒருவருக்குப் பொதுத் தொகுதியில் வாய்ப்பளித்திருக்கிறோம் எனப் பீற்றிக்கொண்டார்கள். அவர் வேட்பாளராகப் பார்க்கப்படுவதைவிட, தாழ்த்தப்பட்டவராக மட்டுமே

பார்க்கப்படுகிறார் என்பதை எப்படி எடுத்துக்கொள்வது? கலை இலக்கியமாயிருந்தாலும் அரசியலாயிருந்தாலும் முழுக்க முழுக்க நம்முடைய சமூகம் சாதியால் கட்டமைக்கப்பட்டிருக்கிறது. கலையிலும் இலக்கியத்திலும் உச்சநிலையை அடைந்தாலுமேகூட தாழ்த்தப்பட்டவர்கள் தங்களுடைய சாதி அடையாளத்தை அழித்துக்கொள்ளும் நிலையில்லை. எல்லையே இல்லை என்று தங்கள் படைப்பாற்றலால் விரிந்து வியாபிக்க அவர்களால் முடிவதில்லை.

கண்ணுக்குத் தெரியாத சாதீயக் கிருமிகளால் எத்தனையோ சாதனையாளர்கள், தங்கள் பயணத்தைப் பாதியிலேயே முடித்துக்கொள்ளும் விபரீதம் விளைந்திருக்கிறது. கலை, இலக்கியம், சினிமா, அரசியல் எதுவாக இருந்தாலும் அதில் சம்பந்தப்படும் ஒருவர், விமர்சனத்திற்கு அப்பாற்பட்டவரல்லர். ஆனாலும், அவர் மீது வைக்கப்படும் விமர்சனங்கள் சாதி என்னும் சின்னத்தனத்தை வெளிப்படுத்துவது சகிக்கக்கூடியதல்ல.

சமூகநீதி காப்பாற்றப்படுவதாகச் சொல்லப்படும் இதே தமிழ்நிலத்தில்தான், தலித்துகளாகத் தங்களை உணர்ந்தவர்கள் தங்களையும் பொதுப்பட்டியலில் சேர்த்துக்கொள்ளுங்கள் எனக் கேவுகிறார்கள். இந்தக் கேவுதலுக்குப் பின்னுள்ள கேள்விகள் புறந்தள்ள முடியாதவை. துயரமும் நியாயமும் அடங்கிய இந்தக் கேள்விகளைத் தம்முடைய இறுதிநாள்வரை எழுப்பிக்கொண்டிருந்தவர் மக்கள் கலைஞர் கே.ஏ.குணசேகரன். கல்விப்புலத்தில் மிக உயரிய பதவிகளை வகித்துவந்த போதிலும் அவர் தன்னை எளிய மக்களின் பிரதிநிதியாகவே கருதினார்.

மக்கள் மேடைகளில் பாவலர் வரதராஜனுக்குப் பிறகு அதிக அளவு அறியப்பட்டவராகவும் ஆராதிக்கப்பட்டவராகவும் அவரிருந்தார். 'தன்னானே' கலைக்குழு மூலம் தமிழக மேடையெங்கும் அவர் ஆற்றிய இசைப்பணிகள் கடந்த நாற்பது ஆண்டுகளில் வேறு யாரும் ஆற்றாதவை. நாட்டுப்புறப் பாடலைக் கலை இலக்கிய வடிவங்களில் ஒன்றாக மாற்றிய அரும்பணி அவருடையது. திரையிசையில் நாட்டார் பாடல்களை லாவகமாகக் கையாண்டவர் இளையராஜா

என்றால் மக்கள் மேடைகளில் அப்பாடல்களை விடாமல் பயன்படுத்தியவர் கே.ஏ. குணசேகரன். மக்கள் இசையை வெறும் கேளிக்கைக்காக மேடைகளில் நிகழ்த்தாமல் அதைப் புரட்சிகரச் செயல்பாடாக ஆக்கிக்காட்டியவரும் அவரே. தலித் கலை, தலித் இலக்கியம், தலித் பண்பாடு என்பன போன்ற கருத்தாக்கங்களில் தன்னை ஈடுபடுத்திக்கொண்டு அதற்காகவே சுற்றிச் சுழன்றவர் அவர்.

நாட்டுப்புறவியலில் முனைவர் பட்டம் பெற்ற அவர், புதுச்சேரி மத்தியப் பல்கலைக்கழகத்தின் நாடகவியல் துறைத் தலைவராக இருந்தவர். நிகழ்த்துக்கலை மீதும் நாட்டுப்புறவியல்மீதும் அதீத ஈடுபாடு கொண்ட கே.ஏ. குணசேகரனை, நான் பாடல் கேட்க ஆரம்பித்த வயதிலிருந்து அறிவேன். அப்போது என்னுடைய அப்பா மார்க்சிஸ்ட் கம்யூனிஸ்ட் கட்சியின் தஞ்சை நகரச் செயலாளராக இருந்துவந்தார். அக்கம் பக்கத்து வீடுகளில் இருப்பதுபோல நம்முடைய வீட்டிலும் டேப்ரெக்கார்டர் வேண்டும் என நானும் அக்காவும் அடம்பிடிக்கப்போக, எங்கள் தொல்லை தாளாமல் சிவப்பு நிறத்தில் ஒரு டேப் ரெக்கார்டரை மாதத் தவணைக்கு வாங்கித் தரும் முடிவுக்கு அப்பா தள்ளப்பட்டார்.

நீளவடிவத்திலான அந்த டேப் ரெக்கார்டரில் கேட்பதற்கு கே.ஏ.குணசேகரன் இசையமைத்துப் பாடிய தன்னானே பாடல்கள் அடங்கிய ஒலிநாடாவைச் சிபாரிசு செய்தவரும் அவர்தான். தமிழ்நாடு கலை இலக்கியப் பெருமன்றத்தின் முயற்சியால் வெளியிடப்பட்ட அந்த ஒலிநாடாவைத் தவிர வேறு ஒலிநாடாக்களை வாங்கித்தர அப்பாவுக்கு வெகுகாலம் பிடித்தது. அந்த ஒரே ஒரு ஒலிநாடாவை மாதக் கணக்கில் திரும்பத் திரும்பக் கேட்டுக்கொண்டிருந்தோம்.

இளையராஜா திரை இசையில் கோலோச்சிக் கொண்டிருந்த அந்தக் காலத்தில் ஒரே ஒலிநாடாவைக் கேட்டுவந்த எங்களை, பக்கத்து வீட்டுக்காரர்கள் பரிகாசத்தோடு பார்த்தது குறிப்பிடத்தக்கது. என்றாலும், அதை ஒரு பொருட்டாகவே கருதாத நாங்கள் தன்னானே பாடல்களை உணர்வு உந்தக் கேட்டு வந்தோம். "அம்மா பாவாட சட்ட கிழிஞ்சு போச்சுதே, முக்காமொழம் தண்ணிக்கெணறு, என்னம்மா தேவி ஜக்கம்மா" போன்ற பாடல்கள் இப்பொழுதும் என்

நினைவில் இருப்பதற்கு அதுவே காரணம். கன்னிவாடி பச்சை நிலாவால் எழுதப்பட்ட அப்பாடல்களை கே.ஏ. குணசேகரன், தனக்கே உரிய கம்பீரத்தோடு பாடியிருப்பார்.

அவர் குரல் ஆரோகணத்தையும் அவரோகணத்தையும் எட்டிப்பிடித்து வெளிப்படுத்தும் உணர்வுகள் கண்ணீரை வரவழைத்துவிடும். மெல்லிய சோகத்தின் ஊடே பற்றிப் பரவும் அவரது ஒவ்வொரு பாடலும் தொல்லிசையின் தாக்கங்களை ஏற்படுத்தும். எஸ்.பி.பாலசுப்ரமணியனும் மலேசியா வாசுதேவனும் ஏற்படுத்தாத எதார்த்த இசையின் நெளிவு சுளிவுகளை அவர் கற்றிருந்தார். நேர்ப்பேச்சில் ஒருவர் ஏற்படுத்தக்கூடிய நெருக்கத்தை அப்பாடல்களும் எங்களுக்குள் ஏற்படுத்தின. ஆண்குரலில் என்னையும் பெண்குரலில் அக்காவையும் பாடச்சொல்லி, மாறி மாறி அப்பாடல்களை அப்பாவும் அம்மாவும் கேட்டுக்கொண்டிருப்பார்கள்.

இந்தப் பாட்டெல்லாம் சினிமாவில் வராதா? என நானோ அக்காவோ கேட்கவில்லை. ஏனெனில், அந்தப் பாடல்களில் விரவியிருந்த கருத்துக்கள் சினிமாவுக்கு அப்பாற்பட்டதெனப் புரிந்துகொள்ளும் நிலையிலேயே நாங்கள் வளர்க்கப்பட்டிருந்தோம். எத்தனைமுறை கேட்டாலும் அப்பாடல்கள், எங்களுக்கு அலுப்பையோ சலிப்பையோ தரவில்லை. மாறாக ஒருவித உணர்வு பாவத்தை உண்டு பண்ணின. நாமும் அதுபோலப் பாடவேண்டும் என்னும் உத்வேகத்தைக் கொடுத்தன.

மிகக் குறைந்த வாத்தியக் கருவிகளை வைத்துக்கொண்டு, குரலை மட்டுமே பிரதானப்படுத்தும் அப்பாடல்களுக்கு ஈடான ஒரு திரைப்பாடலைக்கூட கேட்கும் வாய்ப்பை அப்போது நாங்கள் பெற்றிருக்கவில்லை. இதெல்லாம் பாட்டா? என உதாசீனப்படுத்தாமல், இதுதான் பாட்டு என நம்ப வைக்கப்பட்டிருந்தோம். "ரோட்டோரம் வீட்டுக்காரி, ரோசாப்பூ சேலைக்காரி" என்னும் பாடலைக்கூட கே.ஏ.குணசேகரன், ஓர் ஏழையின் நைந்த காதல் குரலாகவே எதிரொலிப்பார். உள்ளடங்கிய கிராமத்தின் அசலான மொழியை அவருடைய குரல் பிரதிபலிக்கும். இயல்பிலேயே அவரிடமிருந்த மக்கள் நேசம், அலங்கார ஆலாபனைகளைப் புறந்தள்ளிவிடும். பறையும் தவிலும் ரெட்டை மேளமும்

வேகமெடுத்து இசைக்கப்பட்டாலும் அவருடைய கம்பீரக் குரல் அதையெல்லாம் கடந்து கேட்கும். ஏழு ஸ்வரங்களுக்குள்தான் இசை என்று சொல்லப்பட்டாலும் அவருடைய அக்னி ஸ்வரங்கள் ஒலிநாடாவுக்குப் பின், இசையின் ஸ்வரங்கள் ஏழல்ல இன்னும் இருக்கின்றன எனத் தமிழ்ச்சமூகம் புரிந்துகொண்டது.

"மனுசங்கடா நாங்க மனுசங்கடா" என்ற இன்குலாப்பின் பாடலை அவர் பாடக் கேட்டவர்களுக்கு என் சொற்களிலுள்ள உண்மை விளங்கும். இந்தப் பாட்டையெல்லாம் பாடிய மாமாவை இன்றைக்குச் சந்திக்கப்போகிறோம் என ஒரு மதிய வேளையில் அப்பா சொல்லியபோது, அதை நாங்கள் சாதாரணமாக எடுத்துக்கொள்ளவில்லை. உண்மையாகவா, உண்மையாகவா என்றுதான் கேட்டோம். அவருடைய பாடல்கள் எங்களுக்குள் ஏற்படுத்தியிருந்த பிரமிப்பில், அவரைச் சந்திக்கப் போகிறோம் என்னும் செய்தி களிகொள்ள வைத்தது. மாலையில் நடக்கவிருந்த முற்போக்கு எழுத்தாளர் சங்கக் கூட்டத்திற்குப் போகும்வரைகூட உண்மையாகவா என அப்பாவிடம் கேட்டுக்கொண்டிருந்தோம்.

பெத்தனன் கலையரங்கமோ பெசன்ட் அரங்கமோ சரியாக நினைவில்லை. அங்குதான் முதல்முதலில் கே.ஏ.குணசேகரனை அப்பா எங்களுக்கு அறிமுகப்படுத்திவைத்தார். அறிமுகப்படுத்தியதுமே "என்ன மருமகனே என்ன படிக்கிறீங்க, நல்லா படிக்கணும்" என்றார். "எம் மருமக ஜாடையிலதான் நடிகை சரிதா இருக்கிறாங்க" என்றதும் அக்காவுக்குத் தலைகால் புரியவில்லை. சரிதாவைப் போல் கண்களை அகல விரித்து ஆமோதித்தாள். அதன்பின் பல்வேறு மேடைகளில் அவர் பாடக் கேட்டிருக்கிறோம். நாடக ஆக்கங்களில் அவர் கவனம் செலுத்தத் தொடங்கிய பிறகும்கூட அவருடைய இசைப்பாடல் ஆர்வம் குறையவே இல்லை.

நாட்டுப்புற இசையை முற்போக்கு மேடைகளில் முழங்கிக்கொண்டே இருந்தார். தலித் இசை அடையாளமாக நாட்டுப்புற இசையை நிறுவியதில் அவர் ஒருவருக்கே முதன்மைப் பங்குண்டு. அவருக்கு முன்னாலும் பின்னாலும் பலர் இருக்கிறார்கள் என்றாலும், அவருடைய பங்களிப்புகள்

தனித்துவமானவை. நாட்டுப்புற இசையிலிருந்தே சாஸ்த்திரிய இசை பிறந்ததாக இன்றைக்கு முன்வைக்கப்படும் பல ஆய்வுகளுக்கு அவரே முன்னோடி.

1990களில் அம்பேத்கர் நூற்றாண்டை ஒட்டித் தமிழகத்தில் எழுந்த தலித் பேரலைதான், கே.ஏ.குணசேகரனை உலகிற்கு யாரென்று அடையாளங் காட்டியது. அதற்கு முன்புவரை அவருமே தன்னைத் தலித்தாக எங்கேயும் அறிவித்துக்கொள்ளவில்லை. அவர் அறிவித்துக் கொள்ளவில்லை என்றாலும், அவரை இந்தச் சமூகம் அப்படித்தான் பார்த்தது என்பது வேறு விஷயம். தன்னுடைய இருப்பு சார்ந்தும் அடையாளம் சார்ந்தும் தனக்குள் எழுந்த கேள்விகளை "வடு" என்னும் சுயசரிதையில் எழுப்பினார். 125 பக்கங்களைக் கொண்ட அச்சுயசரிதையில் தான் கடந்துவந்த பாதைகள் குறித்து எழுதியிருக்கிறார்.

முழுக்கவும் பேச்சுமொழியில் எழுதப்பட்ட அச்சுயசரிதை நூல் 2005இல் வெளிவந்தது. தலித் சுயசரிதை என்னும் அளவில் தமிழில் எழுதப்பட்ட மிக முக்கியமான நூல்களுள் அதுவும் ஒன்று. 1936 இல் வெளிவந்த இரட்டைமலை சீனிவாசனின் ஜீவிய சரித்திர சுருக்கம் என்னும் நூலையடுத்துப் பெருங்கவனத்திற்கு எடுத்துக்கொள்ளப்பட்ட நூல் வடு. பாமாவின் "கருக்கு" ராஜ் கவுதமனின் "சிலுவைராஜ் சரித்திரம்", ஸ்ரீதர கணேசனின் "சந்தி", சிவகாமியின் "உண்மைக்கு முன்னும் பின்னும்" ஆகியவை தலித் தன் வரலாற்று நூல் முயற்சியில் குறிப்பிடத் தக்கவை. கன்னடத்திலும் மராட்டியத்திலும் வெளிவந்த தன் வரலாற்று நூல்களைக் கணக்கிட்டால், தமிழில் மிகமிகக் குறைவாகவே தலித் சுயசரிதைகள் வெளிவந்துள்ளன.

தன்னுடைய வலியையும் வேதனையையும் அடுத்தவர்க்குச் சொல்லி, அதன் மூலம் எந்தச் சகாயங்களையும் கோர கே.ஏ. குணசேகரன் வடுவை எழுதவில்லை. தலித் அரங்கியல், தலித் அரசியல் என்னும் தளத்தில் தனக்குப் பின்னால் வரக்கூடியவர்களுக்கான நம்பிக்கையை ஏற்படுத்தும்விதமாகவே அந்நூலை எழுதியிருக்கிறார். அதுமட்டுமல்ல, அந்நூலில் அவர் இந்தச் சமூகத்தில் தான் கால் ஊன்றிக்கொள்ளப் பயன்பட்ட அத்தனைப்பேரையும்

குறிப்பிட்டிருக்கிறார். இளவயதிலிருந்து ஒவ்வொரு கட்டத்திலும் தலித் என்பதற்காக ஒரு கலைஞன் எங்கெல்லாம் எப்படியெல்லாம் புறக்கணிக்கப்படுகிறான் என்னும் உண்மையை அந்நூல் பேசுகிறது.

மீண்டும் மீண்டும் தான் ஒரு தலித்தாகவே நடத்தப்படுவோம் என்ற தயக்கத்தை அவர் அந்நூலில் எங்கேயும் காட்டவில்லை. பட்டதைப் பட்டவர்த்தனமாகச் சொல்லும் மொழிநடை விசேஷமானது. அந்நூலில் காமராஜரும் எம்.ஜி.ஆரும் நாட்டுப்புற பாடல்கள் மீது கொண்டிருந்த பார்வை என்ன என்பதைப் பதிவு செய்திருக்கிறார். தன்னுடைய பாடலைக் கேட்ட காமராஜர் தனக்கு வழங்கப்பட்ட காளிமார்க் கலர் பாட்டிலைக் கொடுத்து கௌரவித்தார் என்கிறார்.

தம்முடைய மைத்துனரான முனியாண்டியின் பாடலைக் கேட்ட எம் .ஜி. ஆர். ரூபாய் பத்தாயிரம் பரிசளித்ததைப் பெரும் உற்சாகத்தோடு பதிவு செய்கிறார். நூல் குறித்து எழுத்தாளர் சுந்தரராமசாமி, திராவிட முன்னேற்றக் கழகமும் திராவிடக் கழகமும் தன் வாழ்வில் கொண்டிருந்த பங்கு குறித்துக் குணசேகரன் எழுதவில்லை எனக் குறிப்பிட்டிருக்கிறார். பராசக்தியில் நடிகர் சிவாஜிகணேசனின் பெயர் குணசேகரன் என்பது ஏனோ இந்த நேரத்தில் நினைவுக்கு வருகிறது.

வடு என்னும் சுயசரிதை நூலில் தன் வாழ்வில் நிகழ்ந்த எத்தனையோ சம்பவங்களை எந்தப் பூச்சும் இல்லாமல் மக்கள் மொழியில் எழுதியிருக்கும் கே.ஏ.குணசேகரன், தன்னை இந்தச் சமூகம் தலித்தாகப் பார்த்து ஒதுக்கியதற்கான காரணங்களைத் தேட முயன்றிருக்கிறார். அந்தத் தேடலில் ஒரு இடத்திலும் அவர் தன்னைத் தொலைக்கவில்லை. கல்லூரிக்கால நிகழ்வுகளைக் குறிப்பிடுகையில், ஒரு வாரத்திற்குத் தேவையான புளியோதரையை ஓலைப்பெட்டியில் கட்டிக்கொடுத்த அம்மாவை நினைவுபடுத்துகிறார். தனியார் விடுதியில் தங்கித் தேர்வு எழுதும் வசதியில்லாததால் ஆறு நாளைக்குமுன் தயாரித்த புளியோதரையை உண்டதாகக் குறிப்பிடுகிறார். பூசனம் பூத்த அந்தப் புளியோதரையை உண்டதால் ரெத்த பேதி ஏற்பட்டு, உள்ளாடைக்கு மேல் வேட்டியணிந்து அதன்மேல் கால் சிராயைப் போட்டுக்கொண்டு தேர்வு எழுதியதைக் கதைபோல் அவர் சொல்லிச்செல்வது

கண்ணீரை வரவழைக்கிறது. வறுமையும் தீண்டாமையும் சுழற்றிச் சுழற்றி அடித்ததால்தான் நான் மக்கள்முன் வந்து விழுந்தேன் என்கிறார். தன்னைத் தலித்தாக உணர்ந்தபொழுது அதிலிருந்து தன்னை மட்டும் விடுவித்துக்கொள்ள முயலாமல் ஒட்டுமொத்தத் தலித்துகளின் விடுதலைக்காகப் போராடும் இடத்தை வந்தடைந்திருக்கிறார். "தலித் இசைக்கருவிகளைத் திரையில் பயன்படுத்திய முன்னோடி" என்று இசைஞானி இளையராஜாவைப் பற்றி அவர் எழுதியதுகூட அந்தப் புரிதலில் இருந்துதான்.

ஆனால், இளையராஜாவோ அந்த வாசகத்தை மட்டுமல்ல, யார் ஒருவரும் தன்னைத் தலித் என்று அடையாளப்படுத்துவதை விரும்பாததால் கே.ஏ.குணசேகரன்மீது மானநஷ்ட வழக்குத் தொடுத்தார். வழக்குத் தொடுத்ததோடு நில்லாமல் அந்த நூல் வெளிவரவே கூடாதென்றும் நீதிமன்றத்தில் ஆணைபெற்றார். கே.ஏ.குணசேகரனின் நோக்கம் இளையராஜாவைச் சிறுமைப் படுத்துவதல்ல. அவர் எழுதிய அந்த நூல் இசையின் ஊடாக இளையராஜாவின் சாதனைகளைப் பேசுவதே. ஆனாலும், இளையராஜா அதை நல்லவிதமாகப் புரிந்துகொள்ளவில்லை என்னும் வருத்தம் கே.ஏ.குணசேகரனுக்கு இருந்தது. இளையராஜா இவ்விஷயத்தில் நடந்துகொண்டவிதத்தைத் தலித் செயல்பாட்டாளர்கள் விமர்சித்தாலும் இளையராஜாவின் உள்ளக்கிடக்கையை அறியும் சந்தர்ப்பம் யாருக்கும் வாய்க்கவில்லை.

தன் பார்வையிலிருந்து இன்னொருவரைப் பார்ப்பதிலுள்ள அரசியலைப் புரிந்துகொள்வது எளிதல்ல. அடையாளத்திலிருந்து விடுபடுவதும் அடையாளத்தைத் தக்கவைப்பதும் அவரவர் உணர்வு சம்பந்தப்பட்டது.மதுரை தலித் ஆதார மையத்தின் உதவியோடு கே.ஏ.குணசேகரனும் தலித் சுப்பையாவும் இணைந்து உருவாக்கிய ஒலிநாடாக்கள் இன்றும் பாராட்டத்தக்க எழுச்சியை மக்களிடம் ஏற்படுத்திக் கொண்டிருக்கின்றன.

நாடகவியலிலும் குறிப்பிடத்தக்க பங்களிப்பைச் செய்தவராக கே.ஏ.குணசேகரன் அறியப்படுகிறார். அவருடைய பலி ஆடுகள், அறிகுறி, சத்திய சோதனை, வெகுமதி, மாற்றம், மழி, தொடு, பவளக்கொடி அல்லது குடும்ப வழக்கு முதலான

நாடகப் பிரதிகள் குறிப்பிட்டுச் சொல்லத் தக்கன. ‘பலி ஆடுகள்’ நாடகப் பிரதியில், இந்துக்கள் தங்களுக்கு அதிகாரம் வேண்டும் என்பதற்காகச் சாமிகளுக்கு ஆடுகளைத்தான் பலியிடுகிறார்கள். சிங்கங்களை அல்ல என்ற அம்பேத்கரின் கூற்றை முன்வைத்திருக்கிறார்.

தலித்திலும் கீழானவர்களாக நடத்தப்படும் பெண்களையும் அவர்களின் விடுதலையையும் நேர்மையாக வெளிப்படுத்திய நாடகம் அது. அரசியலின் வேர்க்காலில் இருந்தே அவருடைய படைப்புகள் அரும்பியிருக்கின்றன. “புதுத்தடம்” என்னும் தலைப்பில் வெளிவந்துள்ள அவருடைய கவிதைகள், வாய்மொழி இலக்கிய வடிவத்தை ஒத்து எழுதப்பட்டுள்ளன.

படிமமோ உருவகமோ அற்ற அக்கவிதைகள் வெடித்துக் கிளம்பும் கோபத்தின் வெளிப்பாடுகள். சொல்லப்போனால் அவருடைய கவிதைகளே தலித் கவிதைகளுக்கான ஊற்றுக் கண்களைத் திறந்தன. பல கலை இலக்கிய வடிவங்களில் தலித் குரலை முன்னெடுத்த கே.ஏ.குணசேகரன், சினிமாவிலும் தலைகாட்டினார் என்பது கவனத்துக்குரியது. சினிமா அவரைப் பேராசிரியராகவோ, கவிஞராகவோ, பாடகராகவோ, நிகழ்த்துக்கலை நிபுணராகவோ நடத்தவில்லை. ஒரு ஜுனியர் ஆர்ட்டிஸ்டாகவே நடத்தியது.

தங்கர் பச்சானின் ஒருசில படங்களில் அவர் தலைகாட்டும் போதெல்லாம் தன் உயரம் அறியாமல் இப்படியான காட்சிகளில் எல்லாம் அவர் நடிக்கவேண்டுமா? என்றிருக்கும். என் போன்றவர்கள் அப்படிக் கருதினாலும் அவர் அதை மகிழ்ச்சியாகவே எடுத்துக்கொண்டார். உதிரி பாத்திரங்களில் வந்துபோவதைத் தகுதிக் குறைவாக எண்ணவில்லை. கரு.பழனியப்பன் இயக்கிய சிவப்பதிகாரம் திரைப்படத்தில் கொஞ்சம் கூடுதலான கவனத்தைப் பெற்றார். காரணம், கதாநாயகன் நாட்டுப்புறப் பாடல்களைச் சேகரிப்பவன்.

நாட்டுப்புறச் பாடல்களில் உள்ள அத்தனை வகைகளையும் அவர் உதவியோடு இசையமைப்பாளர் வித்யாசாகர் மிக நேர்த்தியாக உருவாக்கியிருப்பார். அந்தப் பதிவில்தான் பல ஆண்டுகள் கழித்து கே.ஏ.ஜியைச் சந்தித்தேன். என் வளர்ச்சிகண்டு மெய்சிலிர்த்துப் போன அவர், என்னை

ஆரத்தழுவிக்கொண்டு "அப்பாவை, மாமா கேட்டதாகச் சொல்" என்றார். அவர் அப்படிச் சொன்னதும் உடனிருந்த படக்குழுவினருக்கு ஒரே ஆச்சர்யம். அப்போது வித்யாசாகர் "ஏற்கெனவே உங்களுக்கு அய்யாவைத் தெரியுமா?" என்றார். "அவரால்தான் நானே உங்களுக்குத் தெரியும்படி உருவானேன்" என்றதும் வித்யசாகரின் கண்கள் பனித்தன.

பாடல் பதிவுக்குக் குணசேகரன் தன் மகள் குணவதியை அழைத்து வந்திருந்தார். என் பெயரில் உள்ள குணவையும் என் மனைவி பெயரான ரேவதியில் உள்ள வதியையும் எடுத்தே என் மகளுக்குக் குணவதியென்று பெயர் சூட்டியிருக்கிறேன் எனப் பெருமிதப்பட்டுக் கொண்டார். கே.ஏ.குணசேகரனின் ஆர்வத்தையும் குழந்தைமையையும் வித்யாசாகர் அதன்பின்னும் பலநாள் வியந்து கொண்டிருந்தார். அவர் மரணத்திற்கு சில மாதங்களே இருந்த சமயத்தில் புதுச்சேரிப் பல்கலைக்கழகத்திற்கு நானும் நடிகர் நாசரும் சிறப்பு விருத்தினர்களாக மாணவர்களால் அழைக்கப்பட்டிருந்திருந்தோம்.

பெரிய மைதானத்தில் நிகழ்ந்த அந்த விழாவில் என் அருகில் வந்து அமர்ந்த கே.ஏ.குணசேகரன், ரம்மி படத்தில நீங்க எழுதின "அடியே என்ன ராகம் ரொம்ப நல்லாயிருந்துச்சி, முழுசா தமிழாவும் இயல்பாவும் இருந்த பாட்டுல குட்டிக்கூராங்கிற வார்த்தைய போட்டிருக்க வேணாம்" என்றார். எங்கே இருந்தாலும் அவர் என்னுடைய பாடல்களைக் கவனித்துத் திருத்தம் செய்து கொண்டிருக்கிறார் என்பதை அறிய பெருமிதமாயிருந்தது. "நீங்க திருத்துற அளவுக்குத்தான் நாங்க இருக்கிறோம். மாமா, தப்பு பெருசா வராம பாத்துக்குறேன்" என்றேன். "ஆமாம், அதோட பெரிசா வர்றது தப்பா இருக்கக்கூடாது" என்றார்.

அந்தச் சந்திப்பில் அவர் சொன்ன அந்த வாக்கியம் திரும்பத் திரும்ப என்னை என்னவோ செய்தது. பெரிதாக வருவதற்கு எந்தத் தப்பையும் செய்யக்கூடாது என்று அதை எடுத்துக்கொள்வதா இல்லை தப்பைப் பெரிதாகச் செய்யக்கூடாது என்று புரிந்துகொள்வதா என யோசித்துக்கொண்டே சென்னை திரும்பினேன். நிறைவாகும்வரை மறைவாயிரு என்பதைத்தான் வேறுமாதிரி

சொன்னாரா எனவும் விளங்கவில்லை. பெரிதோ சிறிதோ தப்பே செய்யக்கூடாது என்றுதான் இப்போது தோன்றுகிறது. நாட்டார் பாடல் ஆய்வில் தன் வாழ்நாள் முழுவதையும் செலவிட்ட கே.ஏ.குணசேகரன், தம்முடைய தமிழ் அறிவு வளம் எத்தகையன என்பதைக் காட்டும்விதமாகப் பழம்பெரும் நூலான பதிற்றுப்பத்திற்கு உரை எழுதியிருக்கிறார். அதை உரை என்று சொல்வதைவிட புத்துரை என்றுதான் சொல்ல வேண்டும். புலமைசார் தளங்களில் அவர் இயங்கினாலும் பதிற்றுப்பத்திற்கும் பட்டினப்பாலைக்குமான உரையைச் சமூகவியல் நோக்கில்தான் எழுதியிருக்கிறார்.

பதிற்றுப்பத்து உரையின் வாயிலாகச் சங்ககாலத்தவரான கூத்தர், பாணர், விறலியர், கோடியர், வைரியர் முதலான கலைஞர்கள் அக்காலத்து அரச குடும்பத்தினருடன் கொண்டிருந்த நெருக்கத்தைக் காட்டியிருக்கிறார். ஆய்வியல் அறிஞர்கள் பலரும் பாராட்டத்தக்க அந்நூலின் முகப்பில் மூலமும் ஆராய்ச்சிப் புத்துரையும் என அச்சிடப்பட்டிருக்கும். தமிழறிஞர் கா.சிவத்தம்பியின் ஆலோசனைகளோடு செய்யப்பட்ட அவ்வாய்வு, உலகத் தமிழ் ஆராய்ச்சி நிறுவனத்தில் இயக்குநராக அவர் பணிபுரிந்தபோதுதான் பதிப்பிக்கப்பட்டது.

தொடர்ந்து ஆய்வுப்புலத்தில் இயங்கியவர் என்பதால் அவ்வப்போது கருத்தரங்குகளில் வாசித்த கட்டுரைகளைச் "சங்க இலக்கியச் சிந்தனைகள்" என்னும் தலைப்பில் தொகுத்திருக்கிறார். முப்பதுக்கும் மேற்பட்ட நூல்கள், ஆயிரக்கணக்கான மேடைகள், பத்துக்கும் மேற்பட்ட ஒலிநாடாக்கள் என கே.ஏ.குணசேகரன் இடையறாமல் தன்னை நிரூபித்துக்கொண்டே இருந்தவர்.

சேரன் இயக்கிய 'தவமாய்த் தவமிருந்து" திரைப்படத்தில் ஆக்காட்டி ஆக்காட்டி என்னும் பாடல் இடம்பெற இருந்தது. நாட்டுப்புறக் கள ஆய்வில் எஸ்.ஏ.பெருமாள் மூலம் கிடைத்த அப்பாடலைத் தனது ஒலிநாடாவில் இணைத்து அதை பெரும் பிரபலமாக்கியவர் கே.ஏ.குணசேகரன். ஆய்வில் கிடைத்த பாடலுக்குப் புதுமெருகையும் புதுத் தொனியையும் ஏற்படுத்திய தன்னைத் தவிர்த்துவிட்டு, தன்னுடைய மாணவர் ஜெயமூர்த்தியின் குரலில் அப்பாடல் பதிவு செய்யப்பட்டு

வெளிவந்ததை அவரால் தாங்கிக்கொள்ள முடியவில்லை. ஒரு பாடலை உருவாக்கி அப்பாடலைப் பட்டித்தொட்டியெல்லாம் கொண்டு சேர்த்த பிறகு, சினிமாக்காரர்கள் தனக்குத் தரவேண்டிய நியாயமான உரிமையை வழங்க மறுக்கிறார்களே என வெதும்பினார். அதற்காகப் பாடலைப் பெற உதவிய எஸ்.ஏ. பெருமாள் மீதும் வழக்கு தொடர்ந்தது வருத்தத்திற்குரியது. புறக்கணிப்பின் உச்சத்தை வழக்கால் வென்றார். என்றாலும், சினிமா இசை ரசிகர்களின் காதுகளில் அப்பாடல் அவர் குரலால் எட்டவில்லை.

படைப்பாளனுக்கு இழைக்கப்படும் அநீதிகளில் ஒன்று, அவனே அவன் படைப்புக்கான உரிமையைக் கோரிக்கொண்டிருப்பதுதான். என்னுடைய மேடைகளில் இறை வணக்கம் இல்லை. பறை வணக்கம்தான் என்று, மேடையேறி அவர் கச்சேரியைத் தொடங்கினால் அதுவரை நாம் காணாத அற்புதங்கள் அம்மேடையில் அரங்கேறும். மேடையில் குறுக்கும் நெடுக்குமாக நடந்துகொண்டே பாடலின் கருப்பொருளை விளக்கிவிட்டு, அவர் பாடத் தொடங்குவார். குள்ளமான உருவம். என்றாலும், குரலின் குழைவு ஸ்வரங்களின் சகல உயரங்களையும் அனாயாசமாகத் தொட்டுவிடும். கர்நாடக சங்கீதம் பற்றித் தனக்கு எதுவும் தெரியாது என்று சொல்லிக்கொண்டே அதன் நுட்பங்களை வெளிப்படுத்துபவராக அவர் இருந்தார்.

அவரிடம் முனைவர் பட்ட ஆய்வை மேற்கொண்ட பேராசிரியர் கோவிந்தராஜன், ஆய்வியல் நெறியாளராக அவர் நடந்துகொண்ட விதத்தை ஒரு கட்டுரையில் சிலாகித்திருக்கிறார். அதே போல நாடகப்பள்ளிப் பயிற்சிப் பட்டறையில் கே.ஏ. குணசேகரன் ஆர்வத்தோடு பங்குகொண்டு பணியாற்றியதை எழுத்தாளர் அஸ்வகோஷ் என்னும் இராசேந்திரசோழன் சொல்வதைக் கேட்க வேண்டும். எதையும் எப்பவும் கற்றுக்கொள்ளவும் கற்றதைப் பிறருக்குக் கற்பிக்கவும் அவர் தவறியதில்லை.

தன்னுடைய மகன் அகமனைச் சினிமாவில் பாட வைப்பது குறித்து என்னிடம் அவ்வப்போது தொலைபேசியில் பேசிக்கொண்டிருந்தார். அதுகூட தன்னுடைய மகன் என்பதற்காக அல்ல; நாட்டுப்புறப் பாடலின் தொடர்ச்சியை

சினிமா விட்டுவிடக் கூடாது என்பதற்காகத்தான். அவரால் அடையாளங்காட்டப்பட்டவர்களே இன்றையத் தமிழ் சினிமாவின் முன்னணி நாட்டுப்புறக் கலைஞர்களாக வலம்வருகிறார்கள். சின்னப்பொண்ணுவும் ஜெயமூர்த்தியும் அவர்களில் முக்கியமானவர்கள். தனக்குப் பின்னாலும் நாட்டுப்புறப் பாடலின் தொடர்ச்சியைத் திரையிலும் பொதுவெளியிலும் உண்டாக்க அவரால் முடிந்திருக்கிறது.

முதன்முதலில் நாட்டுப்புறக் குரலுடைய கொல்லங்குடி கருப்பாயியைக் கண்டுபிடித்தவர்கள் இருவர். ஒருவர், தமிழாசிரியர் ரூஸ்வெல்ட் மற்றொருவர், கே.ஏ.குணசேகரன். அதுவரை உலகறியாத கொல்லங்குடி கருப்பாயியை வானொலியில் பாடவைத்ததிலும் பல மேடைகளை உருவாக்கிக்கொடுத்து, அவரை உலகறியச் செய்ததிலும் அவர்கள் இருவருக்கும் பெரும் பங்குண்டு. அதன்பின் ஊர்ப்புறங்களில் பாடிக்கொண்டிருந்த கொல்லங்குடி கருப்பாயி, பாண்டியராஜன் இயக்கி நடித்த 'ஆண்பாவம்' திரைப்படத்தில் பெற்ற கவனத்தை நாமறிவோம்.

பேராசிரியர் நா.வானமாமலை, அடித்தள உழைக்கும் மக்களின் நாட்டுப்புறப் பாடல்களைத் தொகுத்து, அதை இலக்கியப் பரப்புக்குக் கொண்டுவந்தார். அதுவரை விளிம்பிலிருந்த அப்பாடல்கள் அவரால் மையத்திற்கு வந்தன. அந்தக் காரியத்தின் அடுத்தக் கட்டத்தை மேற்கொண்ட கே. ஏ. குணசேகரன் அப்பாடல்களை உச்சத்திற்குக் கொண்டுவந்தவர். அதனால்தான் என் போற்றுதலுக்குரிய எஸ்.ஏ. பெருமாள் போன்றவர்கள், மக்கள் இசையை ஆயுதமாக்கிய கலைஞன் என்று குணசேகரனைக் கொண்டாடுகிறார்கள். "தமிழர் நாட்டார் பாடல்கள்" என்னும் தலைப்பில் வானமாமலை தொகுத்த நூலும் "மலையருவி" என்னும் தலைப்பில் கி.வா. ஜகந்நாதன் தொகுத்த நூலும் நாட்டார் பாடல் தொகுப்புகளில் முக்கியமானவை.

"என் அப்பாவுடன் படித்தவர்கள் சிங்கப்பூர், மலேசியா சென்று வேலை பார்த்துவிட்டு எப்போதாவது ஊருக்குத் திரும்புவார்கள். அப்படித் திரும்புகிறவர்கள் இனாமாக விலை உயர்ந்த சட்டை, பனியன்களைத் தருவார்கள். ஆனால், அதை அப்பா அணிந்துகொள்ளாமல் அத்துணிகளை

புல்லப்பன் கடையில் பதினைந்து ரூபாய்க்கு விற்றுவிட்டு அந்தக் காசில் வீட்டுக்கு அரிசியும் பருப்பும் வாங்கி வருவார்" என்று வடு சுயசரிதையில் எழுதிய அதே கே.ஏ. குணசேகரன், பல வெளிநாடுகளுக்கு இசைப்பயணம் மேற்கொண்டார் என்பதுதான் வாழ்வின் சுழற்சி.

இன்று இந்தப் பாடல்களைப் பாடிய மாமாவைச் சந்திக்கப் போகிறோம் என்று என்னையும் அக்காவையும் கே.ஏ.குணசேகரனுக்கு அறிமுகப்படுத்திய அப்பாவிடம் "இனிமே நாம சந்திக்கவே முடியாத இடத்திற்கு குணசேகரன் மாமா போய்ட்டாருப்பா" என்ற நொடியில் வாழ்வின் மறு சுழற்சியையும் அவர்மூலமே உணர நேர்ந்தது கவலையளிக்கிறது. அறிவின் விசையால் தன்னுடைய சிறகுகள் அகில உலகத்தையும் அடைந்துவிட்ட பின்னாலும் கால்களை மண்ணில் ஊன்றிக்கொள்ளவே மக்கள் கலைஞர்கள் விரும்புகிறார்கள்.

ஒருமுறை அறந்தாங்கியில் கலை இரவு. பெருந்திரளான கூட்டத்தில் "அம்மா பாவாட சட்டக் கிழிஞ்சு போச்சுதே" என்னும் பாடலை கே. ஏ. குணசேகரன் பாடுகிறார். கலை இரவு என்றால் கண்ணீரை வரவழைக்கும் இரவென்று அதுவரை அம்மக்கள் அறிந்திருக்கவில்லை. பாடலைக் கேட்டவர்களின் கண்களெல்லாம் மடைதிறந்து ஒழுகுகின்றன. பாடலின் பொருளா, பாடும் முறையா என்றெல்லாம் யோசிக்காமல் மக்கள் தாரை தாரையாகக் கண்ணீரை வடிக்கிறார்கள். மறுநாள் காலை "எங்கள் கடையில் மலிவான விலைக்குப் பாவாடை சட்டைகள் தருகிறோம். வாங்கி அணிந்து செல்லுங்கள்" என்று ஒரு ஜவுளிக்கடையில் விளம்பரப்படுத்துகிறார்கள்.

இதுதான் அவர் இசையாலும் குரலாலும் அடைந்த பேறு. வியாபார மனங்களையும் கனிந்துருக வைக்கும் அவருடைய குரலைக் கேட்டு அழுததுபோக, அவருக்காகவும் அழ வைத்த காலத்தைக் கடந்துதான் ஆக வேண்டும். காலம் கடந்து நிற்கக் கூடியவர்கள், கடந்துபோன காலங்களையும் தங்கள் படைப்புகளால் மீட்கிறார்கள். பொதுவாக மக்கள் கலைஞர்களின் வாழ்க்கை, கண்ணீரில் தொடங்கி கண்ணீரிலேயே முடிந்துவிடுகிறது.

பித்தர்களின் நேயர்விருப்பம்

எந்த ஒரு முடிவையும் நாம் எடுப்பதில்லை. அது, ஏற்கெனவே யாராலோ எடுக்கப்பட்டுவிட்டது. ஆனாலும்கூட, முடிவை நாமே எடுப்பதாகவும் எடுக்கப்போவதாகவும் சொல்லிக்கொள்கிறோம். உலக நிகழ்வுகள் ஒன்றுமே நம்முடைய கட்டுப்பாட்டில் இல்லை. அப்படியிருக்க, கட்டுப்பாட்டில் இல்லாத ஒன்றுக்கான முடிவை நாமெப்படி நல்லதாகவும் கெட்டதாகவும் எடுக்கமுடியும். இது, ஒருவிதமான நம்பிக்கை. இந்த நம்பிக்கையைச் சிலர் விதியாகவும் இயற்கையாகவும் பார்க்கிறார்கள். காரணம் எதுவும் இல்லாமல் நானும் இசாக்கும் ஹாஜாகனியும் கவிக்கோ அப்துல்ரகுமானைச் சந்தித்தே தீருவது என்று அன்று எடுத்த முடிவும்கூட அப்படியானதுதான்.

இத்தனை ஆண்டுகளில் கவிக்கோவை அவ்வளவு தீவிரமாகச் சந்தித்தே ஆகவேண்டுமென எனக்குத் தோன்றியதில்லை. ஆனால், அம்முறை ஏனோ அப்படி ஒரு தீவிரம் என்னை ஆட்கொண்டிருந்தது. கவியரங்குகளிலும் இன்னபிற மேடைகளிலும் அவரோடு இணைந்து பயணிக்கும் வாய்ப்பைப் பெற்றிருந்தபோதும், அவரை அவருடைய இல்லத்தில் சென்று அவ்வப்போது சந்தித்து அளவளாவும்

வழக்கத்தை நான் வைத்திருக்கவில்லை. இசாக்கிற்கும் ஹாஜாகனிக்கும் என் தீவிரமும் தீர்க்கமும் எளிதாகப் புரியக்கூடியது என்பதால், எந்த மறுப்புமில்லாமல் என்னுடன் கிளம்பினார்கள். நாளைக்குப் போகலாம் என்றோ அடுத்த வாரத்தில் ஒருநாள் சந்திக்கலாம் என்றோ அவர்களில் ஒருவர் சொல்லியிருந்தால்கூட அன்றையப் பயணம் தடைப்பட்டிருக்கும். ஆனால், அவர்கள் இருவருமே என் விருப்பத்திற்கு ஏற்ப செவிசாய்த்து உடன் வந்தார்கள்.

மூவருக்குமே கவிக்கோ என்றால் கவிதைகளைத் தாண்டிய பிரியமும் பிரமிப்பும் உண்டு. நாங்கள் கவிக்கோ இல்லத்திற்குச் சென்றிருந்தபோது, அவர் வாராந்திர மருத்துவ சோதனைக்குப் போயிருப்பதாகத் தகவல் வந்தது. எப்போது வருவார் என்றதும், மதியத்திற்குப் பிறகுதான் வரக்கூடும். வந்தாலும், சந்திக்கும் வாய்ப்பில்லை. அவர் உடலை வருத்தும் மருந்தெடுத்துக் கொள்வதால் ஓய்வு தேவைப்பட உறங்கிவிடுவார். மாலையோ இரவோ கண்விழிக்கும்போதுதான் சந்திக்க இயலும் என்றார்கள்.

இசாக்கும் ஹாஜாகனியும் திரும்பிடலாமா? என்றார்கள். எனக்கென்னவோ திரும்பிவிட மனமில்லை. நள்ளிரவே ஆனாலும் அவர் கண்விழிக்கும்வரை காத்திருந்து, அவரைச் சந்தித்துவிட்டுக் கிளம்புவோமே என்றேன். சொல்லவொண்ணாத் தீவிரத்தோடு அன்றிருந்தேன். பாடல் பதிவு நிகழ்ந்துகொண்டிருந்த நிலையில் உடனே வரச்சொல்லி தொலைபேசி அழைப்புகள் தொடர்ந்து வந்துகொண்டிருந்தன. தவிர்க்க முடியாத வேலையிலிருப்பதாக மனமறிந்து பொய்சொல்லி, அழைப்புகளைத் துண்டித்தேன்.

அன்று மட்டும் கவிக்கோவைச் சந்திக்காமல் திரும்பியிருந்தால் அதன்பின் அவரைச் சந்திக்கும் வாய்ப்பே இல்லை என்பதை அப்போது நாங்கள் மூவருமே அறிந்திருக்கவில்லை. எந்த முடிவையும் நாம் எடுப்பதில்லை. அது, ஏற்கெனவே யாராலோ எடுக்கப்பட்டுவிட்டது. கவிக்கோ கண்விழிக்கும்வரை அவர் வீட்டு வாசலிலேயே அமர்ந்து பேசிக்கொண்டிருந்தோம். அந்தப் பேச்சிலும் கவிக்கோதான் மிகுதியும் வந்துபோனார். கவிக்கோ பேச ஆரம்பித்தால் எனக்கோ இசாக்கிற்கோ ஹாஜாகனிக்கோ நேரம் போவதே

தெரியாது. மணிக்கணக்காக, நாள் கணக்காக, வருஷக்கணக்காக அவரைப் பேசியிருக்கிறோம். எங்கள் மூவருக்குமான பொதுமொழியாகக் கவிக்கோ அன்றுமிருந்தார். அடிக்கடி சந்திக்கவில்லையென்றாலும் யாரோ ஒருவரை மட்டுமே நம்முடைய இதயம் நெருக்கமாக உணரும்; உணர்த்தும். அப்படி ஒருவராகக் கவிக்கோ இருந்தார். இருந்தார் என்று எழுதுகிற இந்த நொடியில் என்னையுமறியாமல் கண்கள் கலங்குவதைத் தவிர்க்கமுடியவில்லை. தட்டச்சு எந்திரத்தில் கண்ணீர்த் துளிகள்படாதவாறு தள்ளி வைத்துக்கொள்கிறேன்.

பாரதியோ பாரதிதாசனோ கண்ணதாசனோ இல்லை என்பதை ஏற்கும் என்மனம், கவிக்கோ இல்லை என்பதை ஏற்க இன்னும் சிலகாலம் ஆகலாம். உன் கண்களால் தூங்கிக்கொள்கிறேன் என்றெழுதிய கவிக்கோவுக்கு, எங்கள் வருகை குறித்த பொறி தட்டியிருக்க வேண்டும். வழக்கத்துக்கு மாறாக அன்று முன்னமே எழுந்துவிட்டார்.

எழுந்தவுடனேயே எங்கள் காத்திருப்பைத் தெரிந்துகொண்ட அவர், அவசர அவசரமாகப் படுக்கையிலிருந்து வராந்தாவிற்கு வந்தார். "சொல்லியிருந்தால் தூங்கப்போயிருக்க மாட்டேனே, மருந்தும் மாத்திரைகளும் உடம்பைச் சோர்வுறச் செய்தன, மற்றபடி தூக்கமில்லை" என்று உரையாடலைத் தொடங்கிய அவர், எங்கள் மூவரையும் அன்றலர்ந்த புன்னகையால் குசலம் விசாரித்தார்.

உடல் நலம் எப்படியிருக்கிறது என்ற எங்களது கேள்வியையோ தொந்தரவு செய்துவிட்டோமா என்ற எங்களுடைய பரிதவிப்பையோ அவர் பொருட்படுத்தவே இல்லை. கவிக்கோ விருது விழா ஏற்பாடாகிக் கொண்டிருக்கிறது. அழைப்பிதழ் கிடைத்ததா? என மூவரிடமும் கேட்டார். கடந்த ஒருவார காலமாக விழாவை எண்ணிக்கொண்டு சரியாக உறங்காததை அவருடைய கண்கள் சொல்லின. "சமீபத்துல ஓம் பாட்டு ஒண்ண கேட்டேம்ப்பா நல்லா இருந்துச்சி, அந்தப் பொண்ணு ஸ்ரேயாகோஷல் ரொம்ப பிரமாதமாப் பாடியிருக்கு, அந்தப் பொண்ணு சென்னைக்கு எப்போதாவது பாட வந்தா என்னக் கூட்டிட்டுப் போ. வாழ்த்தணும்" என்றார். ஸ்ரேயாகோஷலை, அவர் லதா மங்கேஷ்கருக்கு நிகராகப் புகழ்ந்தார். இன்னும் ஒருபடி

மேலேபோய் "லதாவுக்குப் பிறமொழி உச்சரிப்பு அவ்வளவாக வராது. ஆனா, ஸ்ரேயாவுக்குத் தமிழும் மலையாளமும் அச்சர சுத்தமாக வருகிறது" என்றார். பெங்காலியான ஸ்ரேயாகோஷல் நானெழுதிய நாற்பதுக்கும் மேற்பட்ட பாடல்களைப் பாடியிருக்கிறார் என்றதும் ஆச்சர்யத்துடன், "அவ்வளவையும் குறுவட்டுல பதிஞ்சி தா கேட்டுடுறேன்" என்றார்.

கவிக்கோ திரையிசைப் பாடல்களின் காதலர். அம்மி கொத்த சிற்பி எதற்கு என்று திரைப்பாடல் குறித்து அவர் சொன்னதைப் பெரிதுபடுத்திய பத்திரிகைகளுக்கும் இலக்கியவாதிகளுக்கும் அவர் அலமாரியில் சேமித்து வைத்திருந்த இசைத்தட்டுக்களின் எண்ணிக்கை தெரியாது. கவிதை நூல்களுக்குச் சற்றும் குறைவில்லாமல் சினிமாப் பாட்டு புஸ்தகங்களைப் பைண்ட் செய்து வைத்திருந்தார். சமயம் கிடைக்கும் போதெல்லாம் நல்ல திரைப்படப் பாடல்களை மேற்கோள் காட்டுவார். திரையிசையில் தனித்து விளங்கும் இளையராஜாவும் ஏ.ஆர்.ரகுமானும் எத்தனையோமுறை அவரைப் பாடல் எழுதித்தரும்படி கேட்டிருக்கிறார்கள்.

அவர்கள் கேட்ட ஒவ்வொரு சந்தர்ப்பத்திலும் என்ன காரணத்தினாலோ நாகரீகமாகத் தவிர்த்துவிட்டார். அவர் பாடல் எழுதவில்லை என்றாலும், ராஜாவும் ரகுமானும் அவர்மீது கொண்டிருந்த அன்புக்கும் மரியாதைக்கும் அளவில்லை. இருபது வருடங்களுக்குமுன் இயக்குநர் அருண்மொழியும் சத்யசீலனும் தயாரித்த ஒரு படத்திற்கு இரண்டு பாடல்கள் எழுதித் தந்திருக்கிறார்.

வாணி ஜெயராமும் பி. சுசீலாவும் பாடிய அப்பாடல்கள், "விடியாத நள்ளிரவில் வாங்கிய சுதந்திரம் போலாயிற்று" என்று அவரே ஒருமுறை வருத்தத்தோடு தெரிவித்திருக்கிறார். தன்னைக் கவிஞனாக ஆக்கியதில் இந்தி இசையமைப்பாளர் நௌஷத்துக்குப் பெரும்பங்குண்டு என எழுதியிருக்கிறார். "இல்லையிலும் இருக்கிறான்" என்னும் நூலில் எட்டாவது சுரம் என்றொரு கட்டுரை இருக்கிறது. அதில், நௌஷாத்தின் அருமை பெருமைகளைப் பட்டியலிட்டிருக்கிறார். ஹமீர் என்ற கடினமான ராகத்தை நௌஷத், கோஹினூர்

திரைப்படத்தில் கொண்டுவந்திருக்கும் தகவலையும், போஜ்பூரி நாட்டுப்புறப் பாடலை அடிப்படையாகக் கொண்டு அனார்கலி திரைப்படத்தில் இசையமைத்திருப்பது பற்றியும், அவர் அக்கட்டுரையில் வியந்திருக்கிறார்.

அதிகமான இசைக்கருவிகளை அந்தாஸ் திரைப்படத்திலும், மிகக் குறைவான இசைக்கருவிகளை நஸீம் திரைப்படத்திலும் பயன்படுத்தியிருக்கும் குறிப்புகளையும் அக்கட்டுரையில் குறிப்பிட்டிருக்கிறார். நௌஷத்தின் துணையில்லாமல் அவருடைய ஓர் இரவுகூட கழிந்ததில்லை. 'அன்மோல் கடீ, பாபுல், தீதார், தர்த், மேலா, தில்லகீ' ஆகிய படங்களில் நௌஷத் இசையமைத்த பாடல்களை மனப்பாடமாக அவரால் சொல்ல முடியும். இன்னும் சொல்லப்போனால் அவருடைய தூண்டுதலால்தான் செங்கம் ஜப்பார், நௌஷத் இசையமைத்த "முகலே ஆஸம்" படத்தைத் தமிழில் மொழிமாற்றம் செய்து வெளியிட்டார். இசைப்பேழை வெளியீட்டு விழாவுக்கு வந்த நௌஷத்திடம் நான்கு மணி நேரம் உரையாடியதைப் பெருமையாகக் கருதி, அன்றும் அவ்வுரையாடலை எங்களிடம் பகிர்ந்துகொண்டார்.

நௌஷத்தைக் கவிக்கோ வியந்ததுபோலவே கவிக்கோவை நௌஷத் வியந்து, அவர்களுடைய இரண்டாவது சந்திப்பு நடந்திருக்கிறது. "இசையே என்னுடைய முதல் காதலி. அது ஒருதலைக் காதலாகிவிட்டதால் கவிதையைக் கைப்பிடித்தேன்" என்று சொல்லிவிட்டு அறைக்குள் போனவர், தான் மொழிபெயர்த்து வைத்திருந்த மலையாளத் திரையிசைப் பாடல்களை எடுத்துவந்து வாசித்துக் காட்டினார்.

ஓசை ஒழுங்குகளோடு மொழிபெயர்க்கப்பட்டிருந்த அப்பாடல்கள் அற்புதமான உணர்வுகளை மீட்டின. வயலார் ராமவர்மாவின் அதிநவீனக் கவி ரசங்களை கவிக்கோ வாயால் கேட்க வேண்டும். அந்த உரையாடலில், தமிழ்க் கவிதைகளின் திசைவழியைத் தீர்மானித்த கவிக்கோ, திரைப்பாடல்கள் எழுதியிருந்தால் எப்படியிருந்திருக்கும் என யூகிக்க முடிந்தது. இசைப்பாடல் மீது ஏகக் காதல் வைத்திருந்த கவிக்கோ, திரைப்படங்களுக்கு பாடல் எழுதுவதில்லை என எடுத்த முடிவு ஏற்புடையதில்லை. பட்டுக்கோட்டையும் கண்ணதாசனும் அவருக்குப் பிடித்தமான பாடலாசிரியர்கள். சிலவேளைகளில்

கம்பதாசனையும் கு.மா.பாலசுப்ரமணியத்தையும் போற்றியிருக்கிறார். கவிக்கோவை கவிஞராக, பேராசிரியராக, சொற்பொழிவாளராக, பத்திரிகைகளில் பத்தி எழுதுபவராகப் பலர் அறிந்திருக்கலாம். எனினும், எங்கள் தலைமுறைக்கு கவிதையின் சகல சூட்சமங்களையும் கற்பித்த ஆகிருதியாகவும் ஆசானாகவும் இருந்தவர் அவர் ஒருவரே. நவீனக் கவிதைகளின் தோற்றுவாயாக சிலர் பாரதியையும் சிலர் ந.பிச்சமூர்த்தியையும் சொல்வார்கள். எங்களுக்கோ அவர்கள் இரண்டுபேரையும் சொல்லி, அதிலிருந்து தான் எப்படி வேறுபடுகிறேன் என்பதைக் காகிதங்களிலும் கவியரங்குகளிலும் நிரூபித்தவர் அவர்.

அரங்கக் கவிதைகளுக்கென்று அவர் ஏற்படுத்திய வகைமாதிரிகள் ஒன்றிரண்டு அல்ல. ஒவ்வொரு கவியரங்க மேடையிலும் அவர் தனித்துத் தெரிவார். உத்திகளாலும் உச்சரிப்பினாலும் மொத்தக் கூட்டத்தையும் கட்டிப்போடும் வித்தையை அவர் கற்றிருந்தார். மேடையில் நிறுத்தி நிதானமாக அவர் கவிதைகளை வாசிக்கத் தொடங்கினால், இயற்கை அழைப்பே ஆனாலும், எழுந்துபோக மனம் வராது. ஆளுமை நிரம்பிய அவருடைய உடல்மொழியை ரசித்துக்கொண்டே இருக்கலாம். கவிதைகளின் ஓசைக்கேற்ப முன்னும் பின்னும் அவருடைய கைவிரல் அசைவுகள், காற்றின் தீராத பக்கங்களில் எதை எதையோ எழுத முயலும்.

எந்த மேடைகளையும் அவர் குறைத்து மதிப்பிட்டதில்லை. தன்னையும் தன் கவிதைகளையும் விரும்பக்கூடிய யார் அழைத்தாலும், அவர்களின் அழைப்பை அவமதிக்காத பண்பு அவரிடமிருந்தது. ஒருமுறை கம்பன் கழகத்தில் கவிதை வாசிக்க அழைத்திருக்கிறார்கள். அழைத்தவர்களுக்கோ அழைப்பை ஏற்றுக் கலந்துகொள்ள சம்மதித்தவர்க்கோ ஒரு பிரச்சனையுமில்லை. இடையிலிருந்தவர்கள்தான் இடைஞ்சல் செய்கிறார்கள்.

திராவிட இயக்க மேடைகளில் கவிதை பாடிவரும் அப்துல்ரகுமானைக் கம்பன் கழகத்திற்கு அழைப்பதா? என்று அவர்கள் ஏற்படுத்திய சர்ச்சையை, கம்பன் கழகம் கருத்திற் கொள்ளவில்லை. கம்பனை நேசிக்கக்கூடிய யார் ஒருவரையும் தவிர்க்கவோ தடுக்கவோ மாட்டோமென்று

கவிக்கோவின் வருகைக்குப் பச்சைக்கொடி காண்பித்தது. சர்ச்சைகள் சூழ்ந்திருந்த அந்த அவைக்கு கவிக்கோ வருகிறார். ரகு, மானைத் தேடியதுதான் ராமாயணம் என்றால், ரகுமானாகிய நான் கம்பனைப் பாடக்கூடாதா? என்றதும், அரங்கத்தில் எழுந்த கைத்தட்டு விண்ணைப் பிளந்திருக்கிறது. இறுதியில் சர்ச்சையைக் கிளப்பியவர்களே கவிக்கோவிடம் கையெழுத்துப் பெற காத்திருந்தது தனிக்கதை. தன்னை எதிர்ப்பவர்களையும் தன் கவிதைகளால் வளைத்துவிடும் திறனை அவர் பெற்றிருந்தார்.

எத்தனைபேர் அவருடன் கவிதை வாசித்தாலும் அவர் சிந்தனைகளும் கவிதை வார்ப்பு முறைகளும் வித்தியாசமான தொனியிலிருக்கும். முதல் பத்து வாக்கியங்களில் தவிர்க்கமுடியாத கவனத்தை அவர் பெற்றுவிடுவார். துண்டுத் துண்டு காகிதங்களில் அவர் சிந்தனைகளை அடுக்கிக்கொண்டே போகும்முறை வேறு எவர்க்கும் வாய்க்காதது. கவியரங்கக் கவிதைகளுக்குத் தனி அடையாளமும் கௌரவமும் வந்ததே அவரால்தான். மேலும், கவிதைகளை நிகழ்த்துகலையாக மேடையில் அரங்கேற்றும் முறையை அவர் வைத்திருந்தார். அறுபது ஆண்டுகளுக்கு மேலாக ஒருவர் ஒரு செயலை அலுப்போ சலிப்போ இல்லாமல் தொடர்வது கடினம்.

அதுவும், தொடங்கும் போதிருந்த அதே அக்கறையுடன் அதே ஆர்வத்துடன் ஈடேற்றுவது சாத்தியமேயில்லை. ஆனால், கவிக்கோவிற்கு அது சாத்தியப்பட்டது. ஏனெனில், வெறும் கைத்தட்டலுக்காக அவர் எங்கேயும் கவிதைகளை வாசித்ததில்லை. கவியரங்குகளின் மேன்மையை உத்தேசித்தே அவருடைய கவிதைகள் எழுதப்பட்டன. “ஓரல் பொயட்ரி” என்ற வகைமைக்கு எத்தனையோ உதாரணங்களை அவர் தந்திருக்கிறார். தமிழாய்ந்த அறிஞர்களும் அவருடைய மேடைக் கவிதைகளில் மெய்சிலிர்த்திருக்கிறார்கள்.

தலைமைக்கவிஞராக அவர் இருந்தால் பின்னால் வாசிப்பவருக்கு ஏற்றவாறு அரங்கத்தைத் தயார் செய்துகொடுப்பார். நல்ல வரிகளை யார் வாசித்தாலும் தயக்கமில்லாமல் திரும்பச் சொல்லச் சொல்லி, இந்த இடத்தைக் கவனியுங்கள் என்று கூட்டத்திற்கு ஆணையிடுவார். அடடா, சபாஷ், அற்புதம் என்று அவரே ரசிகராக மாறி

வாசிப்பவருக்கு உற்சாகமூட்டுவார். அரங்கு நிறைந்த கூட்டமானாலும் அவர் தலைமையென்றால் கூச்சலோ குழப்பமோ துளியும் இருக்காது. அரங்கத்தைக் கட்டுக்குள் வைத்திருப்பார். எத்தனைபேர் கைத்தட்டினாலும் அவருடைய அந்த ஒற்றைப் பாராட்டுக்கு ஏங்கியே கவிதைகள் தங்களை எழுதிக்கொள்ள எண்ணும். முப்பது கவியரங்கிலாவது அவரோடு பங்கெடுத்திருப்பேன். ஒருதரம் கம்பன்கழகத்தில் அவர் தலைமையில் ஒரு கவியரங்கம். பத்துப்பாட்டு எழுதும் பக்குவமுடைய யுகபாரதி, சினிமாவில் குத்துப்பாட்டு எழுதலாமோ? என என்னுள்பட சினிமா கவிஞர்களைச் செல்லச் சிலேடையில் சீண்டினார்.

அப்போது“இருக்கிற எல்லாக் கல்லையும் / நீ ஒருவனே சிலை செய்துவிட்டதால் / பாவப்பட்ட எங்களுக்கு / பாக்கியிருப்பது அம்மிதான் / கொத்திக்கொண்டிருக்கிறோம் / உப்புப்புளிக்கு உதவுகிறது’ என்றதும் என் சொற்களுக்கு அரங்கு அதிர்ந்தது. அவ்வார்த்தைகள் அவருடைய புகழ்பெற்ற கூற்றுக்குப் பதில் சொல்வதற்காக எழுதப்பட்டவைதான். என்றாலும், அதைத் தப்பிதமாக எடுத்துக்கொண்டு கோபிக்காமல், பிரமாதம் பிரமாதம் எங்கே இன்னொருமுறை சொல் எனக்கேட்டு, அதே அரங்கத்தில் என்னை மெச்சி மகிழ்ந்தார்.

நானறிந்தவரை கவியரங்கக் கவிதைகளைச் செப்பமாகவும் சிரத்தையாகவும் கையாண்டவர்களில் முதன்மையானவர் கவிக்கோதான். அறிஞர் அண்ணா தொடங்கி கலைஞர் மு.கருணாநிதிவரை பலருடைய தலைமைகளில் அவர் கவிதைகளை வாசித்திருக்கிறார். என்றாலும், எல்லோருடைய கவனத்தையும் ஈர்த்துவிடக் கூடிய ஆற்றல் அவரிடமிருந்தது. முஷாயிரா, கஜல், கவாலி, நஸ்ம், ஹைக்கூ எனத் தமிழுக்கு அறிமுகமில்லாத பல வடிவங்களைத் தமிழக்கு கொண்டுவந்தவர் அவரே.

அவருக்கு முன்பு அவ்வடிவங்களை யாருமே தமிழ்ப்படுத்தும் முயற்சியில் இறங்கவில்லை. ஏனைய மொழிகளிலுள்ள வடிவங்களைத் தமிழ்ப்படுத்தி, அதை எல்லோருக்குமான வடிவமாக ஜனநாயகப்படுத்துவதில் அவர் காட்டிய ஆர்வம் குறிப்பிடத்தக்கது. இளம் கவிஞர்களை ஊக்குவித்து,

அவர்களுக்கான புதிய சாளரங்களைத் திறந்துவைக்கும் பிதாவாக அவர் இருந்தார். வாணியம்பாடியில் கவிராத்திரி என்னும் நிகழ்வை ஏற்படுத்தி எத்தனையோ நல்ல கவிஞர்களும் கவிதைகளும் உருவாகக் காரணமாயிருந்தார். "இரவில் வாங்கினோம் இன்னும் விடியவேயில்லை" என்று சுதந்திரத்தைப் பற்றிக் கவிதையெழுதிய அரங்கநாதன் அவருடைய மாணவர்களில் ஒருவர்.

ஒரே மாதிரியான தடத்தில் பயணித்துக்கொண்டிருந்த தமிழ்ப் புதுக்கவிதைக்கு சூஃபித்துவ அந்தஸ்தை ஏற்படுத்தியவர் கவிக்கோ. மின்மினிகளால் ஒரு கடிதம் என்னும் நூலில் கஜல் கண்ணிகளைத் தமிழில் எழுதியதுபோல பறவைகளின் பாதை என்னும் நூலில் சூஃபித்துவ சிந்தனைகளை எழுதியிருப்பார். ஒரே வாசிப்பில் அக்கவிதைகளை விளங்கிக்கொள்ள இயலாது. அக்கவிதைகள் ஒவ்வொருமுறையும் வெவ்வேறு மாதிரியான அர்த்தங்களைத் தரக்கூடியன. இம்மையிலும் மறுமையிலும் ஒருவர் எதைத்தேட விரும்புகிறாரோ அதைப்பற்றிய அவதானிப்புகளே அக்கவிதைகள். முழுக்க முழுக்க ஒரு சூஃபியின் குரலை ஒத்திருக்கும் அக்கவிதைகளின் வழியே ஞானத்தை எட்டுவதற்கான முயற்சியில் அவர் ஈடுபட்டிருப்பார்.

பித்தனும் ஆலாபனையும் அவருடைய லட்சியப் படைப்புகள். தத்துவங்களின் நேர்முக வெளிப்பாடு ஆலாபனை எனில் எதிர்முக வடிவில் வெளிப்பட்ட கவிதைகளே பித்தன் என்று அவரே சொல்லியிருக்கிறார். கதவு தட்டும் ஓசை கேட்டால் / யாரென்று கேட்காதே / ஒருவேளை அது / நீயாக இருக்கலாம் என அவர் பித்தனில் எழுதிய கவிதையை வாசித்தவர்களுக்கு அவருடைய குரலில் வெளிப்பட்ட சூஃபித்துவம் விளங்கும். சூஃபித்துவக் கவிதைகளை எழுத விரும்புவோர், ஜலாலுதீன் ரூமி போன்றோருடைய கவிதைகளை வாசிக்க வேண்டும் என அவர் கேட்டுக் கொண்டிருக்கிறார்.

'பித்தன், ஆலாபனை, ரகசியப்பூ, மின்மினிகளால் ஒரு கடிதம், பறவைகளின் பாதை' ஆகிய தொகுப்புகளில் கவிக்கோ கையாண்ட மொழிநடை விசேஷமானது. பின் நவீனம், முன் நவீனம் என்றெல்லாம் தன்னையோ தன்

கவிதைகளையோ அறிவித்துக்கொள்ளாமல் அறிவுக்கும் ஞானத்திற்குமானப் பாலத்தை அக்கவிதைகளின் வழியே அவர் போட்டிருக்கிறார். சக்தி உபாசகனாகப் பாரதி தன்னை அறிவித்துக்கொண்டதுபோல், ஏகத்துவத்தின் தேடலே தன்னுடையதென அறிவித்துக்கொள்ளாமல் அத்தேடலில் மூழ்கியிருந்தார்.

அவர் சொல்லும்வரை "அ" கரம் என்பது பக்கவாட்டில் நிற்கும் மாட்டின் வடிவம் என்று அறியாமலிருந்ததாக எழுத்தாளர் சிவசங்கரி சொல்லுவார். இலக்கியம் மூலம் இந்திய இணைப்பு என்ற பணியில் அவர் ஈடுபட்டபொழுது, கவிக்கோவைச் சந்தித்திருக்கிறார். அச்சந்திப்பில் கவிக்கோ பகிர்ந்துகொண்டதைக் கட்டுரையாகவும் நேர்காணலாகவும் வெளியிட்டிருக்கிறார். அந்த நேர்காணலில் தொன்மையிலிருந்து அண்மைவரை இலக்கியத்தைக் கவிக்கோ தொட்டுக் காட்டியிருப்பார். சங்க இலக்கியத்தைத் தொடர்ந்து வருவதுதான் சமய இலக்கியமா? என்ற கேள்விக்கு, "முதலிலிருந்தது அகம், புறம். அப்புறம் வந்ததுதான் இகம், பரம்" என்றிருப்பார்.

காலத்தையும் இலக்கியத்தையும் உள்வாங்காமல் அப்படியான பதிலை ஒருவர் சொல்ல முடியாது. "திணையென்றால் ஒழுக்கம் என்று பொருள். இலக்கணத்தை எழுதிய காலத்திலேயே ஒழுக்கம் குறித்த சிந்தனைகள் நம்மிடம் இருந்திருக்கிறது. அதனால்தான் உயர்திணை என்ற சொல்லுக்கு எதிர்ப்பதமாக தாழ்திணை என்று சொல்லவில்லை. எதையும் தாழ்த்தக்கூடாது என்னும் சிந்தனையுடைய தமிழர்கள், தாழ்திணையை அல் திணையென்றே அறிவித்தார்கள். அதுதான் அஃறிணையாகியிருக்கிறது. காலத்தின் கொடுமையைப் பார்த்தீர்களா, தாழ்திணையை அஃறிணையாக்கிய நம்மிடம்வந்து, விலங்குகள் நலவாரியம் பசுவதை கூடாதென்னும் பாடத்தை நடத்திக்கொண்டிருக்கிறது" என வேதனைப்பட்டிருக்கிறார்.

"மாடு என்ற சொல், கால்நடையை மட்டுமல்ல செல்வத்தையும் குறிக்கக்கூடியசொல். இரண்டாயிரம் வருடங்களுக்கு முன் மேய்ச்சல் நாகரிகம் பழக்கத்திலிருந்ததால் மாடும் உழவும் எத்தனை முக்கியம் என்பதைத் தமிழன்

அறிந்திருக்கிறான். அதனால்தான் மாட்டை செல்வமாகக் குறித்திருக்கிறான்'' என்று கவிக்கோ விளக்கியிருக்கிறார். "ஆ'' என்றால் பசு. ஆவின்பால் என்றால் பசுவின் பால் என்பதுதான் பொருள். தமிழர்கள், காளையையும் பசுவையும் மொழியின் முதலிரண்டு இடத்தில் வைத்திருக்கிறார்கள். கவிக்கோ அருவிபோல சிந்தனைகளைக் கொட்டக்கூடியவர். மொழியை அவர் அளவுக்கு நுட்பமாக வைத்துக்கொண்டு கருத்துகளை முன்வைக்க முடியாது. உரிய சொற்களை உரிய இடத்தில் பயன்படுத்துவதில் தேர்ந்தவர்.

பிறப்பினால் இஸ்லாமியராக இருந்தாலும் மற்ற மத நூல்களை வாசிப்பதிலோ அவற்றில் உள்ள நல்ல விஷயங்களைப் பகிர்ந்து கொள்வதிலோ அவருக்குத் தயக்கம் இருந்ததில்லை. மொழியின் வழியே அத்தனை மதங்களையும் அவர் அணுகி, அணுக்கம் கொண்டிருக்கிறார். எம்மதத்தின் சாரங்களையும் தன்னுடைய கவிதைகள் பற்றிக்கொள்ள அவர் தடைபோட்டதில்லை. இந்து மதப் பக்தியை வலியுறுத்திய இடைக்கால இலக்கியத்தை அவர் அளவுக்குச் சொட்டச் சொட்ட ரசித்து நயம் சொன்னவர்கள் எவருமில்லை.

இலக்கிய நுகர்வுக்கு அப்பாலுள்ளதே மதம் என்னும் தெளிவோடு அவரிருந்தார். விவிலிய வாசகங்களையும் பிரபந்தப் பனுவல்களையும் அவர் சொல்லக் கேட்கையில், அந்தந்த மதத்திலுள்ளவர்களே வியக்கத்தக்க விதத்தில் வெளிப்படுவார். ஐம்பெரும் காப்பியங்களில் சமணம் வேரூன்றிஇருந்தகாலத்தில் எழுதப்பட்டவை மூன்று என்று சொல்லும் கவிக்கோ, "பள்ளி என்னும் பெயருடைய ஊர்களெல்லாம் அப்போது பிறந்தவையே'' என்பார். திருச்சிராப்பள்ளி, திருக்காட்டுப்பள்ளி என்பவையெல்லாம் ஒருகாலத்தில் சமணர்களின் குடியிருப்புகளாக இருந்தன என்னும் சரித்திரச் சான்றுகளை இலக்கியத்திலிருந்து எடுத்துக்காட்டுவார்.

நீதி இலக்கியத்தைக் கற்றிருந்த அவர் சமூக நீதியின் தேவைகளையும் அவசியத்தையும் உணர்ந்திருந்தார். திராவிட இயக்கத்தின் அத்தனைக் கொள்கைகளிலும் அவருக்கு ஈர்ப்பு இருந்ததாகச் சொல்வதற்கில்லை. கடவுள் மறுப்புக் கொள்கையைப் பொறுத்தவரை அவர் ஒரு சூஃபியின் மனநிலையைக் கொண்டிருந்தார். தமிழில் சித்தர்கள்போல

உருதில் சூஃபிகளா? என்று கேட்டதற்கு, 'ஏகத்துவத்திற்கு எதிராகவா சூஃபிகள் செயல்பட்டார்கள். ஏகத்தை அடைய எத்தனையோ வழிகள் இருக்கின்றன. அவற்றில் ஒருவழியை சூஃபிகள் கொண்டிருக்கிறார்கள். இறை மறுப்பாளர்கள், சூஃபிகளும் சித்தர்களும் ஒன்று என்கிறார்கள். நான் அப்படிக் கருதுவதில்லை' என்பார்.

அதேபோல "இசையை ஹராம் என்று இஸ்லாம் சொல்வதால் மதத்திலிருந்தோ இசையிலிருந்தோ என்னால் விடுபடமுடியாது. இசையில்லாமல் இறைவனை அடையும் வழியிருக்கிறதா சொல்லுங்கள்" எனவும் கேட்டிருக்கிறார். கவிக்கோ இந்தித் திரைப்படப் பாடல்களை ரசித்து ரசித்துக் கேட்கக் கூடியவர் என முன்பே சொல்லியிருக்கிறேன்.

இசைக்காக மட்டுமல்ல, அப்பாடல்களை அவர் வரிகளுக்காகவும் இதயத்தில் வரித்துக்கொண்டவர். குருதத் நடித்து இயக்கிய 'காகஸ் கே பூல்' என்னும் திரைப்படத்தில் வரும் "தூ ஹிந்து பனேகா, நா முசல்மான் பனேகா" என்ற பாடல் அவருக்கு மிகவும் பிடித்த பாடல்களில் ஒன்று. "நீ இந்துவும் இல்லை. நான் முஸ்லிமும் இல்லை. நீ மனிதனின் பிள்ளை, மனிதனாவாய்" என்னும் பாடலை அவ்வப்போது நினைவிலிருந்து சிலாகிப்பார். "எங்கே குரான் இல்லையோ அது கோவில் இல்லை. எங்கே கீதை இல்லையோ அது பள்ளிவாசல் இல்லை" என்று அவர் அப்பாடலை மொழிபெயர்த்த அழகை, கவிஞர் மீரா ஒரு கட்டுரையில் பதிவு செய்திருக்கிறார்.

மதம் கடந்து மொழி கடந்து மனிதர்களை நேசிக்கும் இலக்கியங்களை ரசிக்கவும் படைக்கவும் அவர் விரும்பினார். தன்னுடைய பாட்டனாரும் தந்தையாரும் மிகச் சிறந்த கவிஞர்களாக இருந்தபடியால் இளம்வயதிலேயே கவிதை அவருக்குப் பிடிபட்டுவிட்டது. அல்லது கவிதை அவரை தன் பிடிக்குள் வைத்துக்கொண்டது. மரபுக்கவிதைகளே கவிதைகள் என்றிருந்த காலத்தில் அவர் புதுக்கவிதைகளை எழுதத் தொடங்கினார். அவருடைய முதல் கவிதையை கல்லூரி நிர்வாகம் இலக்கணப்படி எழுதவில்லையென மலரில் பிரசுரிக்க மறுத்தது. ஆனாலும், கவிக்கோ அசராமல் அக்கவிதையை ஆங்கிலத்தில் மொழிபெயர்த்து அதே மலரில்

வெளிவரச் செய்தார். எழுத்தின் சகல நுணுங்கங்களையும் அறிந்திருந்த அவர், இலக்கணங்களை அறியாதவரல்லர். யாப்பை முறைப்படி எழுதக்கூடியவர்தான் என்றாலும், புதுக்கவிதையே காலத்தின் தேவை என்பதை அவர் அறிவுறுத்தினார். அவருடைய முதல் கவிதைத் தொகுப்பான பால்வீதிக்குப் பிறகுதான் சர்ரியலிஸக் கவிதைகள் தொகுப்பாக வெளிவரத் தொடங்கின.

அதுவரை அங்கொன்றும் இங்கொன்றுமாக ஒரு சிலர் மட்டுமே தங்களுடைய மீமெய்யியல் கவிதைகளைச் சிற்றிதழ்களில் எழுதியிருந்தார்கள். தமிழுக்குப் புதிதான மீமெய்யியல் கவிதைகளை முழுத்தொகுப்பாக வெளியிட்டுப் பரிசோதனைக் கவிதைகளுக்கான வெளியை ஏற்படுத்திய கவிக்கோ, அக்கவிதைகளுக்கு எழுந்த எதிர் விமர்சனங்களை எளிதாகக் கடந்துவிடவில்லை. "பால்வீதி" கவிதை நூலில் இடம்பெற்ற கவிதைகளை அது வெளிவந்த சமயத்தில் பலரும் புரியவில்லையென்றுதான் சொன்னார்கள். கவிதை என்றால் புரியவேண்டும் என்னும் ரீதியில் விமர்சனம் வைத்தவர்கள், ஒருகட்டத்தில் அக்கவிதைகளில் மனிதாபிமானம் வெளிப்படவில்லை என்றார்கள்.

வழக்கமான கவிதைகளைப் போல அல்லாமல் 'மீமெய்யியலில்' என்னென்ன சித்தாந்தங்கள் உண்டோ அத்தனையையும் அக்கவிதைகள் மூலம் கவிக்கோ பரிசோதித்திருப்பார். இன்றுவரைகூட சர்ரியலிஸக் கவிதைகளைப் புரிந்துகொண்டு வினையாற்றும் நிலைக்குத் தமிழ்க் கவிதை வாசகர்கள் வரவில்லை என்பது வேறு விஷயம். படிமத்தையும் குறியீட்டையும் பிரதானமாகக் கொண்ட அக்கவிதைகள், மேலை நாட்டு இஸங்களின் பாதிப்பால் எழுதப்பட்டதாகச் சிலர் கருதக்கூடும். ஆனால், கவிக்கோவோ அதையும் நம்முடைய தொன்ம இலக்கியத்திலிருந்தே எழுதியதாகச் சொல்லியிருக்கிறார்.

நம்முடைய சங்கப் பாடல்களில் கையாளப்பட்டுள்ள உள்ளுறை இறைச்சியை அடிப்படையாகக் கொண்டு எழுதியதை விளக்கினார். அதன் பிறகும் அக்கவிதைகளை விளங்கிக்கொள்வதில் ஏற்பட்ட சிரமத்தை நீக்க, அவரே அக்கவிதைகளை விளக்கி உரையெழுத வேண்டிய கட்டாயம்

ஏற்பட்டது. தன்னுடைய கவிதைகளுக்கு தானே உரையெழுத நேர்ந்த சூழலை ஒரு புன்சிரிப்போடு கடந்துசெல்வார். "மரணம் முற்றுப்புள்ளி அல்ல" என்னும் தலைப்பில் வெளிவந்த கட்டுரை நூல் அப்படி வந்ததுதான். அந்நூலை அவர் கவிதைகளுக்கு அவரே எழுதிய உரைநூல் என்பதிலும் பார்க்க, அடர்த்தியான கவிதைகளை விளங்கிக்கொள்ள அவர் தயாரித்த பயிற்சி ஏடு என்பதே என் புரிதல்.

சங்க இலக்கியத்தில், ஒரு பூவில் தேன் குடித்துப் பிறகு பறந்துவிட்ட வண்டு வசிக்கும் நாட்டின் தலைவனே என்றுவரும் பாடலையும் அருவிகள் விடாமல் கொட்டும் நாட்டுக்காரன், கொடுத்த வாக்கைக் காப்பாற்றவில்லையே என்றுவரும் இன்னொரு பாடலையும் குறிப்பிட்டு, உள்ளுறை இறைச்சியை விளக்கியிருப்பார். அதாவது, வண்டு போல் என்னிடமிருந்து பறந்துவிடாதே என்பதிலுள்ள குறியீடும் வாக்குப் பொய்த்தவன் நாட்டில் விடாமல் மழைபெய்து, அருவி எப்படிப் பெருக்கெடுக்கிறது என்பதிலுள்ள படிமத்தையும் மிக நேர்த்தியாகப் புரிய வைத்திருப்பார்.

வாழ்நாளின் இறுதிக் கணம்வரை கவிதைகள் எழுதிய கவிக்கோ, நேயர்களின் விருப்பமாகவே இருந்தது நெகிழத்தக்கது. அவர், காத்திரமான விமர்சனங்களையும் கனிவோடு எதிர்கொள்ளப் பழகியிருந்தார். "இஸ்லாம் - ஓர் எளிய அறிமுகம்" என்னும் தலைப்பில் எழுத்தாளர் நாகூர் ரூமி நூல் ஒன்றை வெளியிட்டார். அவ்விழாவில் பேசிய நான், தமிழை அடையாளமாகக் கொண்டால்தான் சிறுபான்மையினர் காக்கப்படுவார்கள். அப்படியிருக்கையில், இங்கே இருக்கும் தமிழ்ப்பற்றுள்ள இஸ்லாமியர்கள்கூட ஏன் தமிழில் பெயர் வைக்கத் தயங்குகிறார்கள் எனக் கேட்டு வைத்தேன். அவ்வளவுதான் கூட்டமே கொந்தளித்து என்னைக் குதறத் தொடங்கிவிட்டது.

இஸ்லாத்தைப் பற்றி எதுவுமே தெரியாத நான், பொறுப்பில்லாமல் பேசிவிட்டதாக வருந்தினார்கள். பொருமினார்கள். விழாவுக்கு வந்திருந்த இஸ்லாமியப் பற்றாளர்களில் சிலர், யுகபாரதியிலே தமிழ் எங்கேயிருக்கிறது? யுகமும் பாரதியும் சமஸ்கிருதம் அல்லவா என வறுத்தெடுக்கவும் செய்தார்கள். கொஞ்சம் விட்டிருந்தால்

அடிகூட விழுந்திருக்கும். ஒருவர் பின் ஒருவராக என்னைச் சபித்தும் சங்கடப்படுத்தியும் பேசிக்கொண்டிருந்த அவ்விழாவுக்கு, தலைமை வகித்திருந்தவர் கவிக்கோ. எல்லோருடைய கருத்துகளையும் உள்வாங்கிக்கொண்ட அவர், இறுதியில் என் கேள்வியில் இருந்த நியாயத்தை அவர்களுக்கு விளக்கப்படுத்தினார். பெயரில் என்ன இருக்கிறது என்ற கேள்விக்கு, பெயரில்தான் எல்லாமிருக்கிறது என்று அவர் அன்று பேசிய அந்த உரை வரலாற்றுச் சிறப்புமிக்கது.

எனக்குச் சாதகமாக அவர் பேசவில்லை. ஆனால், என் கேள்வியை வெறுப்பில்லாமலும் கோபமில்லாமலும் அவர் ஒருவரால்தான் எதிர்கொள்ள முடிந்தது. இந்துக் கோவில்களில் தமிழில் அர்ச்சனைசெய்ய வேண்டுமெனக் குரல் கொடுப்பவர்கள், மசூதிகளில் தமிழில் ஏன் பாங்கிசைக்க வற்புறுத்தக் கூடாதென்னும் கேள்விக்கு சாதுர்யமாக வேறு ஒரு சந்தர்ப்பத்தில் பதிலளித்திருக்கிறார். மதம் மக்களுக்கு போதைப் பொருள் என்ற காரல் மார்க்ஸிடமிருந்து அடிப்படைவாதம் குறித்தத் தெளிவுகளை அவர் பெற்றிருக்கிறார்.

சமூகத்தின் மீதிருந்த அக்கறையினால் அவர் வாரந்தோறும் ‘முத்தாரம்’ இதழில் எழுதி வந்த கவிதைகள், ‘சுட்டுவிரல்’ என்னும் தலைப்பில் நூலாக வெளிவந்தது. வெளிவந்த அந்நூல் பாரதிதாசன் பல்கலைக்கழகத்தில் பாடநூலாகவும் வைக்கப்பட்டது. ஆட்சியாளர்களையும் அதிகாரத்திலுள்ளவர்களையும் சுட்டுவிரல் நீட்டி, கேள்விகேட்ட அந்நூல் பாடமாக வைக்கப்பட்டவுடன் கவிக்கோ மீது காழ்ப்புக் கொண்ட மதவெறிச் சக்திகள் அவருக்கு எதிராகக் கொடிபிடித்தன. சட்டமன்றத்திலும் மக்கள் மன்றத்திலும் பெரும் சர்ச்சையைக் கிளப்பிய மதவாதச் சக்திகள், பாடத்திட்டக் குழுவின் அனுமதியில்லாமல் அந்நூலைப் பாடத்திட்டத்திலிருந்து நீக்கியது.

அந்தச் சமயத்தில் பள்ளியில் படித்துக்கொண்டிருந்த நான், மதவெறிச் சக்திகளுக்கு எதிராக தஞ்சாவூரில் ஏற்பாடு செய்திருந்த கண்டனக் கூட்டத்தில் கலந்துகொண்டேன். மாணவர்களால் ஒன்றிணைக்கப்பட்ட அக்கூட்டத்திலிருந்துதான் அப்துல்ரகுமான் என்னும் பேரை நான் அறிந்துகொள்ளும் வாய்ப்புக் கிடைத்தது. அதன்பிறகுதான் அவர் எழுதிய

அத்தனைக் கவிதைகளையும் கட்டுரைகளையும் வாசிக்கத் தொடங்கினேன். சுட்டுவிரலுக்கு எதிர்ப்புக் கிளம்பாமல் இருந்திருந்தால் கவிக்கோவை அவ்வளவு சீக்கிரம் நான் கண்டடைந்திருப்பேனா என்பது சந்தேகம்தான். தொண்ணூறுகளின் தொடக்கத்தில் உலகப் படைப்புகளையும் படைப்பாளர்களையும் வியந்து, கவிக்கோ எழுதிய கட்டுரைகள் ஜூனியர் போஸ்ட்டில் தொடராக வெளிவந்தது.

நூறு வாரங்களுக்குமேல் தொடராக வெளிவந்த அக்கட்டுரைகளைப் பள்ளிக்கூட நூலகத்தில் அமர்ந்து வாசித்த காட்சி இன்னமும் என் நெஞ்சைவிட்டு அகலவில்லை. அவர் மேற்கோள் காட்டிய கவிதைகளை மனப்பாடம் செய்ததும் அக்கவிதைகளைப் போலவே எழுதிப் பார்த்ததுமே கவிதைகளோடு எனக்கேற்பட்ட உறவுக்குக் காரணமென்று இப்போது தோன்றுகிறது.

என்போல எத்தனையோ ஏகலைவன்களை அவர் உருவாக்கியிருக்கிறார். ஒரே ஒரு வித்தியாசம், அவர் யாருடைய கட்டைவிரலையும் விலையாகக் கேட்டதில்லை. மாறாக தன்னுடைய சுட்டுவிரலை கடனாகக் கொடுத்திருக்கிறார். அண்ணன் அறிவுமதி அவரை ஆண்தாய் என்று விளிப்பார். கவிக்கோவின் இலக்கியக் கட்டுரைகள் வெகுசன ரசனையை எட்டிய அளவுக்கு வேறு யாருடைய இலக்கியக் கட்டுரைகளும் எட்டவில்லை. தவிர, பொதுமக்கள் அவ்வளவு பூரிப்போடு இலக்கியக் கட்டுரைகளை அதன்பின் வாசிக்கவில்லை என்பதுதான் உண்மை. எழுதுபவரின் மீதுள்ள நம்பிக்கையும் பிரியமும்தான் இலக்கியத்தை வளர்த்தெடுக்க உதவுகிறது.

உரைநடையில் புதுவிதமான அணுகுமுறையை அவர் கொண்டிருந்தார். ஒரு வாக்கியத்தை இன்னொரு வாக்கியத்தால் திறக்கும் அற்புதமான சாவியை அவருடைய எழுத்துகள் கொண்டிருந்தன. "எது மேலேற உதவுகிறதோ அதுவே கீழே தள்ளிவிடுகிறது. எது இன்பத்திற்குக் காரணமாக இருக்கிறதோ அதுவே துன்பத்திற்கும் காரணமாகிவிடுகிறது" என அவர் இயல்பான தளத்திலிருந்து உன்னதமான இடத்திற்கு வாசகனைக் கூட்டிச்செல்ல முற்படுவார். முதுமையை, நிமிஷக் கரையான் அரித்த ஏடு / ஞாபகங்களின் குப்பைக் கூடை / வியாதிகளின் மேய்ச்சல் நிலம் / காலத்தின்

குறும்பால் கார்ட்டூன் ஆகிவிட்ட மாமிச ஓவியம் / இறந்த காலத்தையே பாடும் கீறல் விழுந்த இசைத் தட்டு என அவர் அடுக்குவதைக் கேட்டால் வயதானவர்கள்கூட இளமைக்குத் திரும்பிவிடுவார்கள். பெரும்பாலும் அவருடைய வாக்கியங்கள் ஒரு சூஃபியின் தன்மையைக் கொண்டிருக்கும். கிறக்கத்தின் உச்சத்திலிருந்து உதிர்ந்துவிழும் அவருடைய ஒவ்வொரு சொல்லிலும் ஏதோ ஒருவித லயமிருக்கும்.

பொதுவாகக் கவிஞர்கள் வார்த்தைகள் மீதுள்ள உச்சபட்ச மோகத்தினால் சொல்லவரும் கருத்தைப் பாதியிலேயே விட்டுவிட்டு வேறு எங்கேயோ போய்விடுவார்கள். பாரதியும் தருமுசிவராமும்கூட அதற்கு விதிவிலக்கல்லர். ஒருசில கட்டுரைகளில் அவர்களுமே பிறழ்ந்திருப்பதை அறியலாம். “என் கதை”யில் ராமலிங்கம்பிள்ளையும் “வனவாச”த்தில் கண்ணதாசனும் உரைநடையை ஓரளவுக்கு எட்டிப்பிடித்தவர்கள் என்பார்கள். அந்தவிதத்தில், கவிக்கோவின் உரைநடை பிரத்யேகமானது. உரைநடைக்குக் கவிதையின் அழகையும் கவிதைக்கு உரைநடையின் எளிமையையும் கொடுத்தவராக அவரைக் கருதலாம்.

வ.ரா.வைவிட, கொஞ்சம் தூக்கலான கவிநடை கவிக்கோவினுடையது. கவிக்கோவுடன் எழுத வந்த கவிஞர்களில் வேறு எவருமே அதிகமான உரைநடை ஆக்கங்களைப் படைக்கவில்லை. ஐந்தே ஐந்து சிறுகதைகளைக் கவிக்கோ எழுதியிருக்கிறார். நாவல் முயற்சியில் ஈடுபடும் ஆவலிருந்தது. அதற்குள் காலம் அவரைக் கவ்விக்கொண்டது. அவருடைய இலக்கியச் சொற்பொழிவுகள், இலக்கியக் கட்டுரைகளுக்கு நிகரானவை. சொல்லும்விதத்தில் மற்றவர்களிடமிருந்து முற்றிலும் வேறுபாடுடையது அவர் அணுகுமுறை.

கவிதைக்கும் உரைநடைக்கும் இடையிலான மொழியை அவர் வைத்திருந்தார். வார்த்தைகளை விரயமாக்காமல் சொல்ல வருவதைச் சொல்லிவிடுவார். சுண்டக்காய்ச்சிய பால்போல் எது இறுதியாக நிற்குமோ அதை மட்டுமே சொல்லுவார். உலக இலக்கியவாதிகளையும் இலக்கியக் கோட்பாடுகளையும் விரல் நுனியில் வைத்திருந்த அவர், ஆறாவது விரலென்று எழுதுகோலைச் சொன்னது ஆச்சர்யமில்லை. கஜல்

கவிதைகளை இலக்கணச் சுத்தமாக எழுத "மான்கண்" என்னும் கட்டுரையை எழுதியிருக்கிறார்.

அக்கட்டுரையை வாசித்தால் கஜலைக் கேட்கிற எல்லோருமே கஜல் கவிதைகளை எழுதிவிட முடியும். மிர்சா காலிப்பின் ஒரு முழு நீள கஜலை மொழிபெயர்த்து, அவர் விளக்கியிருக்கும் விதம் பாராட்டுக்குரியது. கஜலின் முதலிரண்டு அடிகள் மத்லா என்பதும் இறுதியிரண்டு அடிகள் மக்தா என்பதும் அவர் சொல்லாமல் என்போன்றோருக்குத் தெரிந்திருக்காது. முதலிரண்டு அடிகளின் இறுதிச் சீர்கள் இயைபுத் தொடையிலும் அடுத்து ஒன்று விட்டு ஒன்று இயைபுத் தொடையிலும் வர வேண்டுமென அவர் எழுதிக் காட்டியிருக்கிறார்.

அதுமட்டுமல்ல, கண்ணிகள் 5,7,9,11 என்று ஒற்றைப் படையில்தான் வரும் என்பதைத் துல்லியமாக வரையறுத்திருக்கிறார். மரபுப் பயிற்சி உள்ளவர்களால்தான் சீர்களைப் பிரித்து வடிவ நேர்த்தியைச் சொல்லமுடியும். அசை, சீர், தளை, தொடை ஆகியவற்றை ஒதுக்கிப் புதுக்கவிதைக்கு வெளிச்சம் பாய்ச்சியவரே கவிக்கோ என்றபோதும் சிக்கலான வரையறைகள் கொண்ட கஜலை, தமிழ் நிலத்தின் தன்மைக்கேற்ப மாற்றியமைக்காமல் உள்ளதை உள்ளவாறு புரியும்படி எழுத்துகளில் வகுப்பெடுத்திருப்பார். கவிக்கோ, எதைச் செய்தாலும் எதைச் சொன்னாலும் முதலில் அவர் அச்செயலையும் அச்சொல்லையும் ஒத்திகைப் பார்த்துவிடுகிறார். ஹைக்கூவைப் பற்றி ஆரம்பத்தில் எழுந்த எல்லாக் கேள்விகளுக்கும் அவரால் பதில் சொல்ல முடிந்ததே அந்த ஒத்திகையினால்தான்.

ஆகச் சிறந்தவற்றை அறிவிக்கும்முன் அவை பற்றிய அறிதலையும் புரிதலையும் அவர் ஏற்படுத்திக்கொள்கிறார். பண்டாரம், பரதேசி, அன்னக்காவடி, துந்தனாக்காரன், பக்கீர்சா என ஒரு பட்டாளமே பாடித்திரிந்த தெருக்களில் வளர்ந்தவர் அவர். இல்லையென்றால், குணங்குடி மஸ்தான் சாகிபு பாடல்களைப் பதம்பிரித்து அவரால் வெளியிட்டிருக்க முடியாது. புதுக்கவிதையில் குறியீடு என்று முனைவர் பட்டத்துக்கு ஆய்வு செய்துகொண்டே, மூலை முடுக்குகளில் கேட்ட மக்களிசைப் பாடல்களில் வெளிப்பட்ட தெறிப்புகளை

அவர் கவனித்தார். நாட்டுப்புறப் பாடல்களிலிருந்து நவீன இலக்கியத்துக்கான கச்சாப் பொருளைக் கண்டெடுத்தவர் அவர். சாந்தாராமின் ஒரு திரைப்படக் காட்சி, நம்மூர் நாட்டுப்பாடலுடன் ஒத்திருக்கும் அழகை இயக்குநர் லிங்குசாமி நூல் வெளியீட்டு விழாவிலும் நினைவு கூர்ந்தார். குச்சிகட்டி காக்கட்டா, குணமதியே உன் தடத்தை என்பது அப்பாடலில் வரும் வரிகள்.

திரைத்துறைக்கு வராமலேயே திரைத்துறையினரால் அதிகமும் கவனிக்கப்பட்ட கவிஞராக கவிக்கோ இருந்தார். மேடைகளிலும் பத்திரிகைகளிலும் தீவிரமாக இயங்கிவந்த அவர், சிற்றிதழ்களின் அரசியலில் பெரிதாகச் சிக்கிக் கொள்ளவில்லை. அவ்வப்போது கலை இலக்கிய விமர்சகர்கள் அவரையும் அவர் எழுத்துகளையும் காயப்படுத்தியிருக்கிறார்கள். அவருக்குச் சாகித்ய அகாடமி விருது கிடைத்தபோது, அவருடைய ஆலாபனை நூல் விருதுபெறத் தகுதியற்ற நூலென்று தலையங்கம் தீட்டினார்கள். வஃக்பு வாரியத் தலைவராக அவர் பொறுப்பேற்றபோது, அவருக்கு எதிராக அவருடைய சமுதாயத்தவர்களே முடிவைப் பரிசீலனை செய்யச் சொல்லி முதல்வருக்கு மொட்டைக் கடுதாசிப் போட்டார்கள். எல்லாவற்றையும் அவர் எளிய புன்னகையால் புறந்தள்ளினார்.

கடந்த அறுபது ஆண்டுகளில் அதிகமான மேடைகளை ஆக்கிரமித்தவர் அவர் ஒருவர்தான். காலாவதியாகிக்கொண்டிருந்த கவியரங்குகளைக் காப்பாற்ற அவர் பட்டபாட்டை நானறிவேன். கொடுக்கப்படும் தலைப்பிலிருந்து எல்லாவற்றிலும் புதுமையைப் புகுத்த அவர் சிந்தித்துக்கொண்டே இருந்தார். அரபு, உருது, ஆங்கிலம் ஆகிய மொழிகளில் அவருக்கிருந்த புலமை, தமிழில் அவர் செய்து பார்த்த பல பரிசோதனைகளுக்கு உதவி புரிந்தது. சூஃபி, கஜல், ஹைக்கூ வடிவிலானக் கவிதைகளைத் தமிழ் நிலத்தில் பரப்பிய பெரும்பணி அவருடையது.

தொடர்ச்சொற்பொழிவு மூலம் சீவகசிந்தாமணியையும் திருக்குறளையும் மக்களிடத்தில் கொண்டுசெல்ல அவர் எடுத்த முயற்சிகள் முடிவில்லாதது. பதினைந்து ஆண்டுகளுக்கு மேலாக அவரோடு பழகியிருக்கிறேன். எப்போதுமே எந்தக்

கோரிக்கையையும் அவர் என்னிடத்தில் வைத்ததில்லை. இறுதிச் சந்திப்பில்தான் ஸ்ரேயாகோஷலைச் சந்திக்க விரும்பிய கோரிக்கையை வைத்தார். அதைக்கூட நிறைவேற்றும் வாய்ப்பில்லாதபடி காலம் மிகக் கொடூரமாக அவரை என்னிடமிருந்து பறித்துக்கொண்டது. நமக்கு எவ்வளவோ செய்தவர்கள், நம்மிடம் ஒரு உதவியைக் கோரும்போது அதை நிறைவேற்ற முடியாமல் போவதுதான் துக்கத்திலேயே பெரிய துக்கம். எந்த முடிவையும் நாம் எடுப்பதில்லை. அது, ஏற்கெனவே யாராலோ எடுக்கப்பட்டுவிட்டது.

உலகத் திரைகளின் ஓர்மைகள்

திரைப்படங்களை தங்கள் அன்றாட வாழ்வின் அங்கமாகவே கருதும் தமிழ்ச்சமூகம், அத்திரைப்படங்களை எவ்வாறு உள்வாங்கிக்கொள்கிறது என்பது முக்கியமான கேள்வி. இந்தக்கேள்விக்கான பதில் அவ்வளவு உவப்பானதாக இல்லை. திரைப்படங்களை நூறு ஆண்டுகளுக்கு மேலாகப் பார்த்துவரும் நாம், அதன் நுட்பங்களை புரிந்துகொள்வதில் அக்கறை செலுத்துவதில்லை. விஞ்ஞான விபரங்கள் ஒருபுறம் இருந்தாலும், அத்திரைப்படங்கள் மூலம் நாம் எவ்வளவு பெற்றிருக்கிறோம் என்பது யோசனைக்குரியவை.

நல்ல திரைப்படங்களை அடையாளம் கண்டு, அதைப்போலவோ அல்லது அதற்கு மேலாகவோ ஒரு திரைப்படத்தை எடுக்க திரைக்கலைஞர்கள் முயல்கிறார்கள். ஆனால், ஒரு ரசிகராக நாம் ஒரு திரைப்படத்தை சரியான விதத்தில் அடையாளம் காண்கிறோமா என்றால் இல்லை. நல்ல படம் ஓடாது என்றும் ஓடக்கூடிய படம் மசாலா படம் என்றும் சொல்லிவருகிறோம். அதைவிட, ஒரு திரைப்படத்தை பார்த்துவிட்டு அது சிறப்பாக இருக்கும்பட்சத்தில், ஹிட் படம் என்னும் பதத்தை பயன்படுத்துகிறோம். ஹிட் என்னும் பதம், அதை தயாரித்த முதலாளியால் சொல்லப்படவேண்டிய பதமே

அன்றி, அதை ரசிப்பவர்கள் சொல்லத்தக்க பதம் அல்ல. வியாபார ரீதியாக பெரும் லாபத்தை ஈட்டுமென்பதையே ஹிட்டென்று சொல்கிறார்கள். இன்னும் சிலர், படம் நூறு நாள் ஓடும் என்று படத்திற்கு சர்டிபிகேட் கொடுப்பார்கள். அது எத்தனைநாள் ஓடுமென யாருமே கேட்காதபோதும், நம்முடைய திரைப்பட விமர்சனம் அப்படித்தான் அமைகிறது. பத்திரிகைகளும்கூட திரைப்படத்திற்கான மதிப்பெண்கள் வழங்கிவிட்டு தங்கள் கடனை முடித்துக்கொள்கிறது. ஆக, நல்ல திரைப்படத்தை காணும் பயிற்சியே நம்மிடம் இல்லை. அவ்வப்போது இலக்கிய பத்திரிகைகளில் சில கட்டுரைகள் வருவதுண்டு. அதுவும், பரவலாக எல்லோருடைய கவனத்துக்கும் வருவதில்லை.

இதையெல்லாம் முன்வைத்துதான் நெய்வேலி பாரதிக்குமாரின் “விழித்திரையில் நிற்கும் பிறமொழிப் படங்கள்” நூலை பார்க்க வேண்டியிருக்கிறது. அவர் தேடித்தேடிப் பார்த்தத் திரைப்படங்களைக் குறித்து ‘சுந்தர சுகன்’ இதழில் தொடர்ந்து எழுதிவந்திருக்கிறார். தொடராக வெளிவந்தபோதே சில கட்டுரைகளை வாசித்திருக்கிறேன். என்றாலும், முழுவதுமே இப்போதுதான் வாசித்தேன். தேர்ந்தெடுத்த படங்களை மிகத் தெளிவாக வரிசைபடுத்தியிருக்கிறார்.

ஒரு திரைப்படம் என்ன மொழியில் வெளிவந்தது என்பதையும் அத்திரைப்படம் எதுகுறித்து பேசுகிறது என்பதையும் சொல்லிவிட்டே அத்திரைப்படம் குறித்த தன் பார்வையை முன்வைக்கிறார். தேவையான இடங்களில் கதையையும் கதாபாத்திரங்களையும் சொல்லும் அவர், ஆங்காங்கே தன்னுடைய ஆச்சர்யத்தையும் ரசனைகளையும் வெளிப்படுத்தியிருக்கிறார்.

ரசனையை பகிர்ந்துகொள்வதற்குத் தனியான மொழி தேவைப்படுகிறது. பொத்தாம் பொதுவாக ஒன்றைச் சொல்லிவிடமுடியாது. தகவல்கள் எவ்வளவு தெரிந்தாலும், அதை நேர்த்தியாகச் சொல்வதில்தான் ரசனையை மதிப்பிடமுடியும். பாரதிக்குமாருக்கு அது மிக நன்றாகவே வருகிறது. அவர் சிறுகதையாசிரியராகவும் கவிஞராகவும் இருப்பதால் கதையையும் காட்சியையும் அப்படியே

யுகபாரதி □ 119

நமக்குள் கடத்திவிடுகிறார். அதேபோல அவர் தேர்வு செய்திருக்கும் படங்களில் தென்படும் இடறல்களையும் எதார்த்த மீறல்களையும் அவரால் சொல்லாமல் இருக்க முடியவில்லை. ஆகஸ்ட்ரஷ் என்னும் படத்திற்கு அவர் எழுதியிருக்கும் விமர்சனம் அத்தகையதே. வழக்கமான தமிழ் சினிமா கதைதான் என ஆரம்பித்து, காட்சிகளின் ஊடே அவர் விவரித்தவிதம் கண்முன்னே திரையை விரித்தது. இந்நூலில் அவர் ஆய்வு செய்திருக்கும் படங்களின் பட்டியலே முதலில் என்னை ஈர்த்தது. சில படங்களை அவர் கட்டுரைகளை வாசித்துவுடன் பார்க்கும் ஆர்வம் ஏற்பட்டது. ஏற்கெனவே, ஒளிப்பதிவாளர் செழியன் ஆனந்தவிகடனில் எழுதிவந்த "உலக சினிமா"வுக்குப் பிறகு என்னைக் கவர்ந்த நூலாக இந்நூலைச் சொல்லலாம்.

இயக்குநர்கள் பற்றிய தகவல்களையும் அளவோடு தந்திருக்கிறார். குறிப்பிட்ட இயக்குநரின் சாதனைகளையும் அவர் இயக்கிய பிற திரைப்படங்களையும் தந்திருப்பதிலிருந்தே பாரதிக்குமார், பெரும் உழைப்பை இந்நூலுக்காக கொட்டியிருக்கிறார் என்பதை யூகிக்கலாம். இந்தியத் திரைப்படங்கள் மேம்பட வேண்டும் என்னும் எண்ணத்தின் வெளிப்பாடுகளாகவே இக்கட்டுரைகள் எழுதப்பட்டுள்ளன.

அமீர்கானின் 'பீப்லி லைவ்' திரைப்படம் குறித்து பாரதிக்குமார் எழுதியிருக்கும் கட்டுரை கவனித்தக்கது. இந்திய ஊடகங்களின் இன்றையப் போக்குகளை வெளிச்சமிட்ட அத்திரைப்படம், பரவலான அதிர்வுகளை உலக அளவில் ஏற்படுத்தின. என்றாலும், நம்மூர் திரையரங்குகளில் அத்திரைப்படத்திற்கு கிடைத்த வெகுமதியென்பது குறைவுதான். அமீர்கான் பீப்லி லைவ்வை எடுத்துக் கொண்டிருந்தபோது, நம்முடைய தமிழ்த்திரை மேதைகள் நடிகைகளின் தொப்புளில் பம்பரம் விட்டுக்கொண்டிருந்தார்கள் என்பது தனிக்கதை.

மெல்கிப்சனின் அபோகாலிப்போடவைப் பற்றிய கட்டுரையில், மானிடவியல் ஆய்விலிருந்து அக்கதை உருவான விதத்தை பாரதிக்குமார் சொல்லியிருக்கிறார். மாயன் மொழியில் எடுக்கப்பட்ட அத்திரைப்படத்துடன் கூடுதலாக அழிந்துபோன ஓர் இனம் குறித்த அக்கறையையும்

வெளிப்படுத்தியிருக்கிறார். மாயன்கள் தங்களுடைய ஆரூடங்கள், கலை வடிவங்கள் குறித்தெல்லாம் புத்தகம் எழுதியிருப்பதையும் விளக்கியிருக்கிறார். மாயன் காலண்டர் என்ற ஒரு தகவலைத் தவிர அவர் சொல்லியிருக்கும் விஷயங்கள் அனைத்தும் புதிதானவை.

ஒரு திரைப்படத்தை இவ்விதமாக அணுகுவதே சரி. குறிப்பிட்ட படத்தின் நிலப்பரப்பையும் மொழியையும் பழக்க வழக்கங்களையும் பற்றிக்கொள்ளாமல் வெறும் கதையை வியந்தே பலரும் எழுதிவருகிறார்கள். ஆனால், பாரதிக்குமார் அப்படியில்லாமல் தனக்கே உரிய ஆர்வத்தால் அனைத்தையும் தேடித் தந்திருக்கிறார்.

உலக சினிமாவின் தரமான படங்களைக் குறித்த வரலாற்றை எழுதும் எவராலும் தவிர்க்கவே முடியாத பங்கினை ஈரானிய சினிமா தந்துள்ளது என ஆரம்பித்து, ப்ளாக் போர்ட்ஸ் என்னும் திரைப்படம் பற்றி பாரதிக்குமார் எழுதியிருப்பதில் இருந்தே அவருடைய உலக சினிமா அறிவை உணர்ந்துகொள்ள முடிகிறது. குர்தீஷ் மொழியில் எடுக்கப்பட்ட அத்திரைப்படத்தை இயக்கியவர், ஈரானிய சினிமாவை உலக அரங்கில் கவனிக்க வைத்த மக்பல் பஃப்பின் மகள் சமீரா. ஈரானைச் சேர்ந்த பெர்சிய மொழி பேசும் ஒருவர், குர்தீஷ் மொழியில் படம் எடுப்பதற்கான காரணம் என்னவென்று அறிந்துகொள்ள ஏதுவாக சமீராவின் நேர்காணலையும் கட்டுரையுடன் இணைத்திருக்கிறார்.

அந்நேர்காணலை வாசித்துவிட்டு கட்டுரையை வாசிக்கும்போது, திரைப்படத்தின் த்வனியை சரியாக கிரகித்துக்கொள்ளலாம். 1980களில் நடந்த ஈரான் ஈராக் யுத்தத்தின் போது, அங்கு நிகழ்ந்த சம்பவங்களை அடிப்படையாகக்கொண்டு உருவான ப்ளாக் போர்ட்ஸ் திரைப்படம் விருதுகளை அள்ளிக் குவித்திருக்கிறது. தாரியூஷ் மெஹ்ரூசி, பஹ்மான், ஃபர்மனாரா, அப்பாஸ், கியாரோஸ்தமி, ஜாபர் பானாஹி, பஹ்ராம், போசாய், மக்பல் பஃப், மஜூத் மஜூதி ஆகிய ஈரானிய இயக்குநர்களைப் பற்றிக் குறிப்பிட்டுவிட்டு, சமீராவின் வருகையையும் அவர் இயக்கிய முதல் திரைப்படமான தி ஆப்பிள் கேன்ஸ் திரைவிழாவில் பெற்ற பாராட்டுகளையும் பகிர்ந்திருக்கிறார்.

பதினேழு வயதில் ஒரு பெண் உலக சினிமா ரசிகர்களின் கவனத்துக்கு வந்ததை கூறிய பாரதிக்குமார், ஈரானிய பெண்ணின் அரசியல் பார்வையாக அத்திரைப்படத்தைக் கணிக்கிறார். ஒவ்வொரு திரைப்படத்தையும் பாரதிக்குமார் அவ்விதமே அணுகியிருக்கிறார். இதற்கான தரவுகளை அவர் எங்கிருந்து எத்தனைகாலம் காத்திருந்து பெற்றாரோ அது அவருக்குத் தெரியும். ஒரு பாட நூலை வாசிப்பதைப்போல ஒரு திரைப்படத்தை தெரிந்துகொள்ள என்னென்ன அவசியமோ அவற்றையெல்லாம் தொகுத்து அழகாகக் கட்டுரைகளைப் பின்னியிருக்கிறார்.

ஸ்பானிஷ் மொழித் திரைப்படங்களில் என்னை வெகுவாக கவர்ந்த படமென்றால் "தி போப்ஸ் டாய்லட்" என்னும் திரைப்படம்தான். பத்து பதினைந்துமுறைக்குமேல் அத்திரைப்படத்தைப் பார்த்திருப்பேன். காரணம், சீஸர் சார்லோனின் கதை சொல்லும் முறை. போப் வருகையை ஒட்டி யார் யாரோ எதை எதையோ வியாபாரம் செய்யத் தொடங்க, பெடோ என்பவன் கழிப்பறையைக் கட்டிச் சம்பாதிக்க எண்ணுவதே கதையின் சரடு.

மெல்லிய கோட்டை வைத்துக்கொண்டு சீசர் சார்லோன் அத்திரைப்படத்தை பிரமாதப்படுத்தியிருப்பார். வசனங்களில் தெறிக்கும் அங்கதம், மத குருமார்களின் முகத்தைக் கிழித்தெறியும். கழிப்பறையை கட்டியாவது சம்பாதிக்க வேண்டிய நிலையை மக்களுக்கு வழங்கியுள்ள கடவுளையும் மதகுருமார்களையும் அத்திரைப்படம்போல் கேள்வி எழுப்பியது எதுவுமில்லை. தமிழில் வெளிவந்த ஜோக்கர் திரைப்படத்திற்கும் இதற்கும் எந்த சம்பந்தமுமில்லை. கழிப்பறையைக் கட்டித்தருவதற்குப் பின்னேயுள்ள அரசியலை ஜோக்கர் பேசியது. கழிப்பறை மூலமாக போப்பின் வருகையை போப்ஸ் டாய்லெட் நக்கலடித்தது.

உலகப்புகழ் பெற்ற திரைப்படமான சிட்டி ஆப் காட்டின் ஒளிப்பதிவாளரான சீஸர் சார்லோன், 1988ல் போப் மெலோ என்னும் இடத்திற்கு வந்த உண்மையையும் அதனால் மக்கள் அடைந்த ஏமாற்றதையும் சொல்லவே இத்திரைக்கதையை எழுதினார். அதே ஊரைச் சேர்ந்த என்ரிக் ஃபெர்ணாண்டஸுடன் இணைத்து இப்படத்தை

சீஸர் சார்லோன் இயக்கியிருக்கிறார். இப்படத்தை தயாரித்தவர், ‘சிட்டி ஆப் காடி’ன் இயக்குநர். ஒரு வெற்றிப்படத்தை எடுத்துவிட்டால் அத்தோடு தன் பிம்பமும் சம்பளமும் உயர்ந்துவிடுவதாக இந்திய திரைக்கலைஞர்கள் இருந்துவிடுகிறார்கள். ஆனால், பிறநாடுகளில் அப்படியில்லை. தொடர்ச்சியாக வெவ்வேறு மாதிரியான படங்களை எடுக்கிறார்கள். இங்கே ஆக்ஷன் படம் எடுப்பவர், ஆக்ஷன் மட்டுமே எடுத்துக்கொண்டிருப்பார்.

கலைப்படம் எடுப்பவர், காலம் முழுவதும் ஒட்டடைகளுக்குப் பின்னே ஓடிக்கொண்டிருப்பார். கலைப் படமென்றால் நம்மூரைப் பொறுத்தவரை நிறுத்தி நிதானமாக கதை சொல்வது என்பதே பொதுவான கருத்தாக இருக்கிறது. அதிலும், பெரும் நடிகர்கள் இம்மாதிரியான கலைப்படங்களில் நடிக்க ஒப்புக்கொள்வதே கலைக்குத் தாங்கள் செய்யும் சேவையாக எண்ணுவார்கள். தமிழில் சொல்லவே வேண்டியதில்லை. ஒரு பிரபலமான நடிகர்கூட இதற்கு தயாராயில்லை என்பது வெட்கப்பட வேண்டியது.

அதிகாரத்திற்கு எதிராக குரல் எழுப்பவதும் மக்களோடு களத்தில் நிற்பதும் ஒரு கலைஞனுக்கு தேவையான அடிப்படை குணாம்சம். ஆனால், அதையும்கூட நம்மூர் நடிகர்கள் அரசியலுக்கு வரும் வழியாக பார்ப்பதுதான் வேதனை. சகலகலா ஆட்டங்களை முடித்துவிட்டு, மக்களையும் அதிகாரத்தையும் நோக்கி வருகிறார்கள். அவர்களுடைய பெரும்பாலான படங்கள், மக்களுக்கு விரோதமான கருத்துக்களையே விதைத்திருக்கின்றன.

“த ஸாட் பிலிம் எபவுட் கில்லிங்”என்னும் தலைப்பில் வெளிவந்த போலந்து திரைப்படமும் மிக முக்கியமான படமே. உயிர்கள் கொல்லப்படுவதை எதற்காகவும் நியாயப்படுத்தக்கூடாது என்றே அத்திரைப்படம் சொல்கிறது. கிரிஸ்டோபர் கியாஸ்லோஸ்கி இத்திரைப்படத்தை இயக்கியிருக்கிறார். உலக சினிமா ரசிகர்கள் ஒட்டுமொத்தமாக உச்சரித்த பெயர் என்றால் அது, கிரிஸ்டோபர் கியாஸ்லோஸ்கியாகத்தான் இருக்கும். தன் படைப்புகளின் வாயிலாக அழுத்தமான நம்பிக்கைகளை எதார்த்த சினிமாவை முன்னகர்த்தியதில் அவருக்குப் பெரும் பங்குண்டு.

கிரிஸ்டோபர் கியாஸ்லோஸ்கி பற்றியே ஐம்பதுக்கும் மேலான நூல்கள் வெளிவந்துள்ளன. உயிர்களைக் கொல்லத் தயங்காத மனிதன், அவ்வுயிர்கள் எத்தனைக் கோடி ஆண்டுகள் கழிந்து விளைந்தன என்பதை அறியாதவனே எனும் தொனியில் எடுக்கப்பட்ட அத்திரைப்படத்தை மரண தண்டனைக்கு எதிரான ஆயுதமாக ஏந்தலாம். இத்திரைப்படம் குறித்து கட்டுரையை பாரதிக்குமார் மிக அழகாக முடித்திருப்பார்.

ஒரு குழந்தையின் பலூன் ஊதலைப் ஒப்பிட்டு, அதே குழந்தை அப்பலூன் உடையும்போது அழும் அழுகையைப்போல என நிறுத்தியிருப்பார். யோசித்துப் பார்த்தால், ஜனனமும் மரணமும் நம்மால் ஒரு பலூனின் உப்பலாகவும் உடைவாகவுமா இருக்கிறது எனத் தோன்றலாம். ஒரு விஷயத்தைச் சொல்லவரும்போது நெகிழ்வாகவும் நேர்த்தியாகவும் சொல்லிவிடுவதை பாரதிக்குமார் விதியாக வைத்திருக்கிறார். முப்பது திரைப்படங்கள் குறித்து, அவர் செய்திருக்கும் அறிமுகத்தைப் பற்றிச் சொல்லினாலே பக்கங்கள் நீண்டுவிடும். அவர் என்னிடம் அணிந்துரை மாதிரி எழுதித்தரவே கேட்டார்.

நான்தான் ஆர்வமிகுதியில் நிறைய எழுதியிருக்கிறேன். நூலை வாசித்தவுடன், தொடர்ச்சியாக அத்திரைப்படங்கள் குறித்து முகிழ்த்த எண்ணங்களை இன்னும்கூட சொல்லலாம்தான். ஆனால், அது நூலைவிடவும் பெரிதாகிவிடும் என்பதால் நிறுத்துவதே சரி. பாரதிக்குமாரின் இந்நூலை ஒரே மூச்சில் வாசித்துவிடலாம். வாசித்தப் பிறகு நம்மால் அவர் விவரித்துள்ள திரைப்படங்களைப் பார்க்காமல் இருக்க முடியாது. அணிந்துரைக்காக அவர் இந்நூலை தந்தபோது உடனே எழுதிவிடலாம் என எண்ணியும்கூட தாமதப்படுத்திக்கொண்டே இருந்தேன். ஏனெனில், இப்படங்களையெல்லாம் ஒருமுறை மீண்டும் பார்க்க வேண்டும்போல் ஆகிவிட்டது.

அதன் விளைவாகப் பலரிடமும் இப்படங்களைப் பெற்றுப் பார்த்து முடிப்பதற்குள் மாதங்கள் ஓடிவிட்டன. இத்திரைப்படங்களை நான் முன்பு பார்த்தற்கும் பாரதிக்குமாரின் நூலை வாசித்த பிறகு பார்த்தற்கும் பெரிய வித்யாசம் இருந்ததை உணர முடிந்தது. கதைகளாக

உள்வாங்கிக்கொண்டிருந்த இத்திரைப்படங்களின் பின்னே உள்ள அரசியலை விளங்கிக்கொள்ள பாரதிக்குமார் உதவியிருக்கிறார். அதற்காக அவருக்கு என் தனிப்பட்ட பாராட்டுக்கள் என்றுமுண்டு. நல்ல திரைப்படங்களை அனுபவிக்கவும் அதன் வழியே உலகத்திலுள்ள பிரச்சனைகளை தெரிந்துகொள்ளவும் இந்நூல் வழியமைத்திருப்பதை மறுக்க முடியாது. இன்னும்கூட அவர் சில திரைப்படங்கள் குறித்து எழுதலாம். திரைப்படங்களை மக்கள் மத்தியில் பரவலாக்கி அரசியலையும் அதிகாரத்தையும் பிடித்தவர்கள் செய்திருக்க வேண்டிய காரியத்தை, தனித் தனி நபர்களாகச் சிலரே செய்து வருகிறார்கள்.

மக்களை கலைப்படங்கள் பக்கம் திருப்புவதே அவர்களின் முதன்மையான பணியாகவும் இருக்கிறது. இந்நூலில் பாரதிக்குமார் தேர்ந்தெடுத்துத் தந்திருக்கும் படங்களில் ஒருசில நமக்குப் பிடிக்காமல் இருக்கலாம். ஆனால், அவை கவனிக்கத்தக்கப் படங்கள் என்பதைத் தவிர்க்கவே முடியாது. போர், அமைதி, இயற்கை, காதல், அறிவியல், இசை, கலை, அரசியல், தத்துவவியல், மானிடவியல் எனப் பலதரப்பட்டத் தளங்களில் எடுக்கப்பட்டத் திரைப்படங்களை, ஒருசேரக் கற்றுத்தரப் பாரதிக்குமார் முயன்றிருக்கிறர். அவருக்கு உதவியாக இருந்த அத்தனைபேருக்கும் நன்றி சொல்ல நானுமே கடமைப்பட்டிருக்கிறேன். இப்போதும் என் நினைவுக்கு வருவது, எஸ். ராமகிருஷ்ணனின் உலக சினிமா நூல் வெளியீட்டு விழாவில் எழுத்தாளர் ஜெயகாந்தன் பேசியதுதான், "உலக சினிமா என்பது வேறு. சினிமா உலகம் என்பது வேறு". இரண்டையும் போட்டுக் குழப்பிக்கொள்ளாத பாரதிக்குமாரின் அடுத்த நூலுக்கு என் வந்தனங்கள்.

இந்நூலுக்காக அவர் செலவழித்த நேரங்களும் விரயமாக்கிய வேலைகளும் வீண்போகவில்லை. "பிளான்ஸ், டிரெய்ன்ஸ், ஆட்டோமொபைல்" என்னும் திரைப்படத்திற்கு அவர் எழுதியிருப்பதையே அவருடைய இந்நூலுக்கும் சொல்லத் தோன்றுகிறது. அறிமுகமில்லாத ஊருக்கு வழிசொல்ல ஆள் கிடைப்பதைப் பற்றி அக்கட்டுரையில் எழுதியிருப்பார். நல்ல திரைப்படங்களை வழிகாட்ட பாரதிக்குமார் கிடைத்திருக்கிறார்.

தமிழின் அசல் கலைஞன்

எங்கிருந்தோ காற்றில் கசிந்துவரும் ஒவ்வொரு பாடலிலும் தன்னைத் திரும்பத் திரும்ப நிரூபித்துக்கொண்டிருப்பவர் நடிகர் திலகம். அவருடைய நடிப்பு மிகை நடிப்பு. இயல்பாக அவர் நடித்ததே இல்லை. அவருடைய அசைவுகளும் வசன உச்சரிப்பும் எதார்த்தமானதில்லை எனப் பலரும் பலகாலமாகச் சொல்லிவருகிறார்கள். உண்மையில், அவர் நடிப்பு எத்தகைய தன்மையுடையது என்பதைப் பகுக்க அல்லது வகுக்க வேண்டிய அவசியம் இருப்பதாக எனக்குத் தோன்றவில்லை. அவர் தனித்துத் தெரிந்தவர். அவர் காலத்தில் அவர் போல இன்னொருவர் இல்லை என்னும் ஒற்றைத் தகுதியே அவருக்குப் போதுமானது. திராவிட இயக்கத்தின் ஆரம்பப் பிரதிநிதியாக அவர் தன்னை நிறுவிக்கொண்டவர்.

நாடக மேடையின் பயிற்சிமூலம் கிடைத்த சாதகங்களைத் திரைத்துறைக் கலைஞன் என்னும் நகர்வுக்கு மடைமாற்றிக் கொண்டவர். அவர் ஏற்று நடித்த பாத்திரங்களின் தன்மையை ரசிகனுக்கு எப்படிக் கடத்த வேண்டும் என அவர் விரும்பினாரோ அவ்விதத்தில் அவர் என்றுமே சறுக்கியதில்லை. ஒருகாலம்வரை பாடும் திறன்கொண்டவர்கள் மட்டுமே திரையில் உச்ச நட்சத்திரமாக மிளிரமுடியும் என்ற

நிலையை மாற்றியதில் அவருக்குப் பெரும்பங்குண்டு. தேர்ந்த அவருடைய நடிப்பாற்றலை உலகத்தின் முன்னணி நடிகர்களெல்லாம் உவந்து போற்றியிருக்கிறார்கள். அவர் ஏற்று நடித்த பாத்திரங்களை மீள் நடிப்புக்கு உட்படுத்த பல நடிகர்கள் பயந்த கதைகளும் நிறைய உண்டு.

சிவாஜி என்றால் எந்தக் கதாபாத்திரத்திற்கும் பொருந்தக்கூடியவர். சிவாஜி என்றால் அவருக்கு முன்னேயும் பின்னேயும் நிகராக ஒருவர் இல்லவே இல்லை. நவரச பாவங்களை அவரால் மிக எளிதாக முகத்தில் கொண்டுவர முடிந்தது. வரலாற்று நாயகர்களை இன்னமும் நம்முடைய சமூகம் அவர் உருவில்தான் பார்த்துக்கொண்டிருக்கிறது.

ஐம்பது பக்க வசனங்களைக்கூட திக்காமல் திணறாமல் ஓரே மூச்சில் பேசிவிடும் ஆற்றலை அவர் கொண்டிருந்தார். கட்டபொம்மன், மனோகரா என நீளும் பட்டியலில் அவருடைய இருப்பும் பெருமையும் கூடிக்கொண்டே இருக்கிறது. இவை மட்டும்தான் சிவாஜியா என்றால் இல்லை, அதற்குமேலும் அவர் ஆளுமை பொருந்தியவர். பெருங்கலைஞனின் அத்தனை லட்சணங்களும் அவரிடம் உண்டு. ரசிகன் எதிர்பார்க்க இயலாத சிருஷ்டிகளையும் ரூபங்களையும் அவர் சர்வசாதாரணமாக உருவாக்கிக் காட்டியவர். சிவாஜியின் வருகை என்பது திரைத்துறையில் இரண்டுவிதத்தில் முக்கியமானது. ஒன்று, பாடும் திறன் இல்லாதவர்களும் கதாநாயக அந்தஸ்த்தைப் பெற முடியும் என்பது. மற்றொன்று, முன்மாதிரிகள் எதுவும் இல்லாமல் கூட ஒரு கலைஞன் தன்னை நிலைநிறுத்திக்கொள்ள முடியும் என்பது.

அதுவரை தமிழ்த்திரை கொண்டிருந்த இலக்கணத்தை எல்லாம் அவர் நிராகரித்துப் புதிய இலக்கணத்திற்குப் பிள்ளையார் சுழி இட்டவர். அவருக்கு முன்னேயும் நடிப்புத்துறையில் பங்குபற்றிய ஜாம்பவான்களை விடவும் தன்னுடைய நடிப்பில் வெளிப்பட்ட வசீகரத்தால் எளிய ரசிகனை ஈர்த்தவர். இன்னும் சொல்லப்போனால், அவர் திராவிட இயக்கங்கள் கட்டமைத்த அரசியல் பார்வைகளுக்கு அட்சரம் பிசகாமல் பொருந்தக் கூடியவராய் இருந்தார். அதனால்தான் கணேசனாய் இருந்த அவருக்கு சிவாஜி

என்னும் பட்டத்தைப் பெரியார் சூட்டினார். சிவாஜி கண்ட இந்து ராஜ்ஜியம் என்னும் நாடகத்தில் நடித்தமைக்காக அவருக்கு அப்பாராட்டு வழங்கப்பட்டதாகச் சொல்வார்கள். தன் வாழ்நாள் முழுக்க இந்து ராஜ்ஜியத்தை ஒழிப்பதற்காகவே ஊழியம் செய்த பெரியார், சிவாஜிக்கு அப்பட்டத்தை வழங்கியது அழகிய முரண்.

சிவாஜியின் திரைத்துறை நுழைவு என்பது திராவிட இயக்கங்கள் கவனம் பெற்றுவந்த காலகட்டம். ஆனாலும், அவர் தன்னைத் திராவிட கட்சிகளின் சார்பாளராகவோ தீவிர தமிழ்ப் பற்றாளராகவோ காட்டிக்கொள்ளவில்லை. கலைஞர் மு.கருணாநிதிமீது கொண்டிருந்த நட்பினாலும் அன்பினாலும் ஆரம்பத்தில் அவருக்கு அப்படியொரு முகம் இருந்தது உண்மை. ஆனால் அதையெல்லாம் காலப்போக்கில் அவரே விலக்கிக்கொண்டு தன்னைக் காங்கிரஸ்காரராகவும் காமராஜர் மீது கரிசனம் கொண்டவராகவும் காட்டிக்கொள்ள முனைந்தார்.

திராவிட இயக்க எழுத்தாளர்கள் எழுதித் தந்த வசனங்களைப் பேசி நடித்தாரே தவிர அதற்கும் தனக்கும் யாதொரு சம்பந்தமும் இல்லை என்பதுபோலவே நடந்துகொண்டார். சர்வம் சரணாகதி என்பதுபோல சகலமும் அவருக்கு நடிப்பே என்பதில் உறுதியாயிருந்தார். தான் ஒரு தொழில்முறைக்கலைஞன் என்னும் கோட்டுக்குள்ளேயே அவர் நின்றுகொண்டார். அதைவிட்டு இம்மியும் அவர் நகரவில்லை. முழுக்க முழுக்க ஒப்புக்கொடுத்தல் என்பார்களே அப்படி ஓர் ஒப்புக்கொடுத்தலை அவர் கொண்டிருந்தார். தனக்குத் தரப்பட்டிருக்கும் கதாபாத்திரத்திற்காகத் தன்னை வருத்திக்கொண்டு உழைத்தாரே அன்றி சமூக நிகழ்வுகளிலோ மாற்றங்களிலோ அவர் பெரிய அக்கறையைச் செலுத்தவில்லை.

காலமும் சூழலும்தான் ஒரு கலைஞனை உருவாக்கும் என்றால் அத்தகைய காலத்தையும் சூழலையும் சிவாஜி நம்பவில்லை என்றே தோன்றுகிறது. பெரு எழுச்சியோடு நிகழ்ந்துவந்த அரசியல் மாற்றங்களை உள்வாங்கிக் கொண்டிருந்தால் அவருடைய உழைப்பு இன்னும் கூடுதலாக கவனம் பெற்றிருக்கும். புற விஷயங்களில் தன்னைச் செலுத்திக்கொண்டு அதன் மூலம் கிடைக்கும் செல்வாக்கில்

மேலதிக உயரத்தை அடையமுடியும் என்பதை அறிந்திருந்தவர் எம்.ஜி.ஆர். மக்கள் விரும்பி ஏற்கத் துணிந்த ஒரு கட்சியை ஒரு கொள்கையைத் தனதாக்கிக்கொண்டு தானும் உங்களில் ஒருவனே என்னும் அடையாளத்தைப் பெற்றார். தன்னால் கட்சிக்கும் கட்சியால் தனக்கும் கிடைக்கப்போகும் சகாயங்களை உத்தேசித்துக் காரியம் புரிந்தார். இயல்பிலேயே எம்.ஜி.யாரிடம் இருந்த சமயோசிதம் மக்கள் திலகமாக இருந்த அவரை மக்கள் தலைவராக மாற்றியது. ஆட்சி, அதிகாரம் எனத் திரைக்கு வெளியேயும் தன் செல்வாக்கைப் பலமடங்காக்கிக் கொண்டார். இதெல்லாம் ஒரு நடிப்புக் கலைஞனுக்கு தேவையானதா என யோசிக்கவில்லை.

கால ஓட்டத்தில் கையில் சேர்ந்ததை எல்லாம் கச்சாப்பொருளாக்கினார். மக்களை அடைவதுதான் தன் ஒரே குறிக்கோள். அதற்கு எதுவெல்லாம் சாதனமோ வாகனமோ அதிலெல்லாம் ஏறிக் கொள்ளத் தயங்கவில்லை. ஆனால், அதே காலத்தை ஒத்த சிவாஜியின் பாதையும் ஆசையும் வேறாக இருந்தன. புறத்தே இருந்துவரும் எந்த சகாயத்தையும் கருத்திற்கொள்ளாமல் தன்னியல்பான வெற்றியிலும் உழைப்பிலும் மட்டுமே கவனம் செலுத்தினார்.

'உழைத்து வாழ வேண்டும், பிறர் உழைப்பில் வாழ்ந்திடாதே' எனப் பாட அதிக உழைப்பு தேவை இல்லை என்று சிவாஜி நினைத்திருக்கலாம். அண்ணாவின் தம்பியாகத் தன்னைக் காட்டிக்கொண்டு அனைவரின் உள்ளத்தையும் ஈர்க்கவேண்டிய அவசியம் அவருக்கு இருக்கவில்லை. அதனால்தான் நடிப்பைத்தவிர வேறு எந்தக் குடுவையிலும் சிவாஜி அடங்க மறுக்கிறார்.

சமூக அரசியலிலும் கட்சி அரசியலிலும் அவர் சோபிக்க முடியாமல் போனதற்கு அதுவே காரணம் என்பார்கள். தாமே கட்சி ஆரம்பித்து தேர்தலில் போட்டியிட்ட போதும்கூட அவரால் இரண்டு இடங்களில் மட்டுமே டெபாசிட் பெற முடிந்தது. நடிப்புக் கலைஞனாகத் தன்னை நிறுவிக்கொள்ள முயன்ற அவருடைய சிந்தனை வேறு பக்கத்தில் திரும்பவில்லை. பட்டங்கள் பெறுவதிலோ பதவிகள் பெறுவதிலோ கவனம் செலுத்தாத காரணத்தால்தான் அவர் நடிப்பின் உச்சபட்ச உயரங்களைத் தொடமுடிந்தது.

யுகபாரதி □ 129

பராசக்தி தொடங்கி படையப்பா வரை ஏறக்குறைய முந்நூறு திரைப்படங்களில் அவர் நடித்திருக்கிறார். இந்த முந்நூறு திரைப்படங்களிலும் அவர் தன்னை வெளிக்காட்ட விரும்பிய விதத்தில் எங்கேயும் தோற்கவில்லை. மீண்டும் மீண்டும் தன்னைப் புதுப்பித்துக் கொண்டே இருந்திருக்கிறார் எனலாம். ஒருவகையில் அவருக்கு அவரே சவாலாகவும் இருக்க நேர்ந்தது. அரசியலோ கட்சியோ எந்தப் பின்புலமும் இல்லாமல் தன்னைத் தன்னுடைய ஆற்றலால் மட்டுமே தகவமைத்துக்கொண்டவராகத் தெரிகிறார்.

பின்னாட்களில் அவரால் தங்கள் சாதிக்குப் பெருமை எனக் கருதிய ஒருசிலர் அவருக்கும் சாதி சாயத்தைப் பூசினார்கள். தன்னை தேவர் மகனாகக் காட்டிக்கொள்வதில் அவருக்குமே விருப்பம் இருந்தது. எல்லோருக்குமான பெருங்கலைஞன் தான் என்பதை ஏதோ ஒரு சந்தர்ப்பத்தில் அவர் தவறவிட்டார். சாதி அடையாளத்தை என்மேல் திணிக்காதீர்கள் என எங்கேயும் அவர் சொல்லியதாகத் தகவல் இல்லை. உள்ளூர அவரிடம் தென்பட்ட சாதிப் பெருமிதத்தில் அவருக்கு எந்த நன்மையும் நடந்துவிடவில்லை. ஆனால், இதே அடையாளம் அவருக்குத் தொடக்ககாலத்தில் தடையாகவும் சிக்கலாகவும் இருந்தது. நாடகத்திலிருந்து திரைத்துறைக்குள் அவர் காலடி எடுத்து வைக்கையில் இந்த முகம் திரைக்கு ஏற்ற முகம் இல்லை என அன்றைய பெரும் திரை நிறுவனங்கள் வெளியே அனுப்பின. அப்போது சாதியே இல்லை என்று சமூக நீதி பேசிய திராவிட இயக்க எழுத்தாளர்கள்தான் அவருக்குத் துணையாய் இருந்தார்கள்.

சிவாஜியைப் பற்றி எண்ணும் பொழுதெல்லாம் அவருடைய நடை உடை பாவனை மூன்றும் கண்முன்னே விரியும். அவர் நடையில் வெவ்வேறு அழகுகளை வெளிப்படுத்துவார். குறிப்பாகப் பெண்மையின் சாயலோடு அவர் சில படங்களில் நடந்துவரும் அழகு இருக்கிறதே அதற்கு ஈடாக ஒன்றைச் சொல்ல முடியாது. குனிந்து நாணி குதித்தோடும் அந்த நடையில் குறும்பு கொப்பளிக்கும். திரைப்படத்தின் முதல் நான்கைந்து காட்சிகளிலேயே அப்படத்தின் தன்மையை அக்கதாபாத்திரத்தின் செல்நெறியைத் தன் நடைமூலம் உணர்த்திவிடுவார். கண்களால் நடக்கவும் கால்களால்

பார்க்கவும் அவர் கற்றிருந்தார். எண்சாண் உடம்பில் இந்தக் காட்சிக்கு எந்த உறுப்பு நடிக்கப்போகிறது என்னும் ஆர்வத்தைத் தூண்டக் கூடியவர் அவர். லேசாகச் சிரிப்பது, அதிர்ந்து சிரிப்பது, ஓங்கிச் சிரிப்பது, அழுதுகொண்டே சிரிப்பது, சிரித்துக்கொண்டே அழுவது எனச் சொல்லிக்கொண்டே போகலாம்.

எனக்கு இன்றளவும் ஆச்சர்யமாக இருப்பது அவருடைய வாயின் அசைவுகள்தான். ஒரு பாடலை அவர்போல அழகாக உச்சரிப்பவர்கள் எவரும் இல்லை. சொல்லப்போனால் அவரே அந்தப் பாடலை எழுதி அவரே அந்தப் பாடலுக்கு இசையமைத்துப் பாடுவது போலிருக்கும். தொண்டைக் குழியில் அவர் வார்த்தைகளை உள்வாங்கி வெளிப்படுத்தும் போது தாடை நரம்புகள் கூட நடிக்கும்.

தன்னுடைய முதல் திரைப்படத்தில் இருந்தே பாடல் காட்சிகளில் அவர் வெகுவாக வெளிப்படுவார். கா கா கா என்று ஆரம்பிக்கும் பராசக்திப் பாடலில் கைகளை நீட்டியும் கண்களை ஒட்டியும் வார்த்தைகளைப் புரிய வைப்பார். காது கேளாதவர்கள் கூட அவர் பாடும் அல்லது காட்டும் அசைவுகளில் இருந்து அர்த்தங்களைப் புரிந்துகொள்ளலாம். தனக்குப் பாடும் குரல் வாய்க்கவில்லை என்னும் குறையை முதலில் இருந்தே களைய முற்பட்டவராகத் தெரிகிறார். பாகவதர்கள் மட்டுமே நடித்துக்கொண்டிருந்த திரையில் தன்னுடைய இருப்பைத் தக்க வைக்க அவர் கைகொண்ட சூத்திரங்களில் ஒன்றாகவே இதைப் பார்க்க வேண்டும்.

இந்த இடத்தில்தான் டி.எம். எஸ்ஸின் சிறப்பு நினைவுக்கு வருகிறது. தெள்ளு தமிழின் துல்லியமான உச்சரிப்பை உரிய பாவங்களோடு வெளிப்படுத்துபவர் அவர். இன்றைக்கு அவர்போலப் பாடக்கூடியவர் ஒருவர் கூட இல்லை. வார்த்தைக்குரிய முக்கியத்துவத்தை விடுங்கள். வார்த்தைக்கான உரிய அர்த்தங்களைக் கூட இன்றைய பாடகர்கள் அறிந்திருப்பதில்லை. திராவிட இயக்கங்களின் தேக்க நிலையை இன்றைய பாடகர்களின் வெளிப்பாட்டு முறையில் இருந்தும் உணர்ந்துகொள்ளலாம். என்ன சூழல் என்னவிதமான வெளிப்பாடு என்பதை மிகச் சரியாக விளங்கிக்கொள்ளும் பாங்கு டி.எம்.எஸ்-க்கே

உரிய தனித்துவம். தவிர, அந்தக் கால கட்டத்தில் பிரசித்திப் பெற்றிருந்த அத்தனைப் பாடகர்களும் அதை உணர்ந்திருந்தார்கள் எனலாம். சீர்காழி கோவிந்தராஜன், திருச்சி லோகநாதன், சிதம்பரம் ஜெயராமன் எனத் தனித்த ஆளுமைகளின் கைக்குள்ளே இருந்தது அன்றைய பாட்டு உலகம். ஓங்கிக் குரலெடுத்துப் பாடும் முறைமையினால் அவர்கள் கட்டமைத்த தமிழ், தமிழிசையின் சிறப்புகளாகவே பார்க்கப்பட்டன.

தன்னுடைய பாவத்திற்கும் நடிப்புக்கும் ஏற்ற குரலாகத் திருச்சி லோகநாதன், சிதம்பரம் ஜெயராமன் மட்டுமே பொருந்துவார்கள் எனக் கருதியவர் சிவாஜி. அதன் காரணமாகவே முதல்முறையாக டி.எம். எஸ் தனக்குப் பாட வந்தபோது அதிருப்தியை வெளிப்படுத்தினார். ‘தூக்குத்தூக்கி’ திரைப்படத்தில் இடம்பெற்றுள்ள எட்டுப் பாடல்களையும் பாட அருணா பிலிம்ஸ் அணுகியது திருச்சி லோகநாதனைத்தான். அவர் பாடலுக்கு ஐந்நூறு வீதம் எட்டுப் பாடலுக்கும் நான்காயிரம் கேட்க தொகை அதிகம் என்று பட நிறுவனம் தயங்கியது.

இறுதிவரை பேரம் படியவில்லை. அந்த நேரத்தில் திருச்சி லோகநாதனே பரிந்துரைத்த பெயர்தான் டி.எம். எஸ். கிருஷ்ண விஜயத்தில் அறிமுகமாயிருந்த அவர் குரல் மீது பெரிய ஈடுபாடு காட்டாத சிவாஜி, சிதம்பரம் ஜெயராமன் பாடுவதையே விரும்பினார். புதியவர் தனக்குப் பொருத்தமாகப் பாடுவாரா? என்னும் ஐயம் அவருக்கு இருந்திருக்கிறது. காரணம், அவருடைய பாடும் முறையில் அவருக்கிருந்த தெளிவு.

ஒருவழியாக ஜி.ராமநாதனின் சொல்லுக்குக் கட்டுபட்டு டி.எம்.எஸ். பாட சிவாஜி சம்மதிக்கிறார். பொருத்தமில்லை என்றால் குரலை மாற்றிக் கொள்ளலாம் என்னும் நிபந்தனைக்கு உட்பட்டு. காலத்தின் விந்தை இதுதான். தன்னைப் பெருநிறுவனங்கள் ஏற்க மறுத்தபோது சிவாஜி கொண்டிருந்த நிலைவேறு. தானே பெரும் நடிகனாக உருவெடுத்தபோது புதியவரை அவர் அணுகிய விதம் வேறு. உண்மையில், சமரசம் என்பது ஒருவர் தன் திறமை மீது வைத்திருக்கும் நம்பிக்கையைப் பொறுத்தது. அதே திறமை அடுத்தவர்க்கும்

உண்டென்பதை எளிதாக ஏற்றுக்கொள்ள எவர்தான் சம்மதித்திருக்கிறார்கள்? சிவாஜியின் ஒப்புதலுக்காக டி.எம்.எஸ் பாட இறுதியில் டி.எம்.எஸ் மட்டுமே சிவாஜிக்கான சரியான குரலைக் கொண்டிருந்தவர் என்றானது. ஒரு பாடல் இரண்டு பாடலில்லை. ஒவ்வொரு பாடலிலும் சிவாஜியை மிஞ்ச டி.எம்.எஸ்ஸும் டி.எம். எஸ்ஸை மிஞ்ச சிவாஜியும் முயன்றுகொண்டே இருந்தார்கள். நடிகராக வேண்டும் என்னும் ஆசை இருந்ததால் டி.எம்.எஸ் சிவாஜிக்குப் பொருந்தினார். பாடும் திறனைப் பெறவில்லையே என்னும் தவிப்பால் சிவாஜியும் டி.எம்.எஸ்ஸுக்குப் பொருந்தினார். இதே மாதிரி இன்னொரு சம்பவம். எஸ்.பி. பாலசுப்ரமணியம் பாடவந்தபோது நிகழ்ந்தது.

சிவாஜி, எம்.ஜி.ஆர். இரண்டு பேருக்குமே பொருந்திய குரலாக டி.எம். எஸ்.கோலோச்சிய காலம் அது. அவரை விஞ்சி ஒருவர் இல்லை என்னும் நிலையில் எஸ்.பி.பியை இசையமைப்பாளர் விஸ்வநாதன் பாட வைக்கிறார். அப்போது நடிப்புலகின் சக்ரவர்த்தியாக சிவாஜி உயர்ந்துவிடுகிறார். அவர் அனுமதி இல்லாமல் ஒருவரைப் பாட வைப்பது இயலாத காரியம். என்றாலும், எஸ்.பி.பியைப் பாடவைப்பதில் குறியாயிருக்கிறார் விஸ்வநாதன்.

சிவாஜிக்கு ஒப்பவில்லை. முதலில் மழுப்பலாக மறுக்கிறார். பிறகு விஸ்வநாதனின் பிடிவாதத்தை உத்தேசித்து சரி என்கிறார். சரி என்று சொன்னதோடு நில்லாமல் பாடல்பதிவு அன்று ஒலிப்பதிவுக் கூடத்திற்கே வந்துவிடுகிறார். வந்தவர் நேரே கண்ணாடி அறைக்குள் நின்றிருந்த எஸ்.பி.பியிடம் வெகுநேரம் பேசிவிட்டுப் போகிறார். என்ன பேசினார்? எதைப் பேசினார்? என விஸ்வநாதன் கண்டுகொள்ளவில்லை. பாடல் வெளியாகிறது. 'பொட்டுவைத்த முகமோ கட்டிவைத்த குழலோ' என்பதுதான் அந்தப் பாடல்.

'சுமதி என் சுந்தரி' என்னும் திரைப்படத்தில் இடம்பெற்ற பாடல். திரையில் மிக அற்புதமாக அப்பாடல் வெளிப்பட்டிருந்தது. அப்போதுதான் விஸ்வநாதன் எஸ்.பி.பியிடம் கேட்கிறார். 'பாடல் பதிவின்போது சிவாஜி உன்னிடம் ஏதோ சொன்னாரே என்ன சொன்னார்?' எனக் கேட்கிறார். ''எனக்காக விசேஷ முயற்சி எதுவும்

எடுத்துக்கொள்ளாமல் உனக்கு எப்படி பாட வருமோ அப்படியே பாடு என்றார்" என்கிறார் எஸ்.பி.பி. ஒரு கலைஞனின் மனமுதிர்ச்சியை அச்சொற்களில் அறியலாம்.

எனக்குப் பொருந்துமா என்ற சந்தேகம் நீங்கி எதற்கும் நான் பொருந்தக் கூடியவன் என்னும் நிலைக்கு சிவாஜி வந்துவிடுகிறார். இந்த நிலையை அவர் அடைந்ததற்குக் காரணம் அவரிடம் இருந்த தணியாத நடிப்புத்தாகம். குறிப்பாகப் பாடல் காட்சிகளில் சிவாஜியின் நடிப்பைப் பற்றித் தனி ஆய்வே நடத்தலாம். ஒரு பாடலை நாம் கேட்கும்போது அதில் இடம்பெறும் வரிகளை விட அவருடைய முகபாவங்களே மேலோங்கி நிற்கும். ஒரே அறையில் மொத்தப் பாடலையும் காட்சிப்படுத்தினால் கூட அப்பாடலை ரசிப்பதில் நமக்குச் சலிப்போ அலுப்போ ஏற்படாதவாறு கவர்வதில் அவருக்கு இணை அவரே. உதாரணமாக எத்தனையோ பாடல்களைச் சொல்லலாம்.

'சொர்க்கம்' திரைப்படத்தில் இடம்பெற்றுள்ள பொன்மகள் வந்தாளை எடுத்துக்கொள்வோம். அப்பாடலில் நடிகர் திலகம் குறுக்கும் நெடுக்குமாக நடந்துகொண்டே இருப்பார். உற்று கவனித்தால் ஒரே மாதிரியாக அவர் நடக்கமாட்டார். ஒவ்வொரு ஃபிரேமிலும் ஒவ்வொரு மாதிரி நடப்பார். முகத்தில் பணக்கார மிடுக்கும் வார்த்தைகளை உச்சரிக்கையில் இயைந்த பாவமும் அவரை மட்டுமே பார்க்க வைக்கும். உடன் ஆடும் நடிகையை அவர் உரசிச்செல்கையிலும் அவரே நம்மைக் கவர்வார். வைரமோ என்வசம். வாழ்விலே பரவசம் என்கிற போது சின்னதாய் ஒரு புன்முறுவல்.

எங்கிருந்து அந்தப் புன்னகையை எங்கிருந்து அந்த மிடுக்கை அவர் கைக்கொண்டார் என யோசிக்கத் தூண்டும். அதே போல தியாகம் திரைப்படத்தில் வரும் 'நல்லவர்க்கெல்லாம் சாட்சிகள் உண்டு' பாடல். ஒரு சின்னக் கப்பலில் அவர் நின்றுகொண்டிருப்பார். கப்பல் போய்க்கொண்டிருக்கும். காட்சிகளில் எந்த மாறுதலும் இல்லை. கப்பல் அங்கும் இங்கும் நீரில் அலையும். ஆனால், சிவாஜியோ முகத்தில் முழு சோகத்தையும் கொண்டுவருவார். வரிகளுக்கு ஏற்பக் கைகளை அசைப்பார். 'நதிவெள்ளம் காய்ந்துவிட்டால் நதி செய்த குற்றமில்லை. விதி செய்த குற்றம் அன்றி வேறு

யாரம்மா’ என்னும்போது கைகளைக் கட்டிக்கொண்டு கப்பலின் முன்நுனியில் அமர்வார். விதிசெய்த என்னும் போது அவர் கைகள் விரிந்து பின் தாமே மடங்கிக்கொள்ளும். விதி, மனிதனை மடக்கிவிடுகிறது என்பதுபோன்ற பாவம் அது. எதையுமே அவர் சிந்தித்துச் செய்வதுபோல இராது. தன்னியல்பாகவே அந்தக் கதாபாத்திரத்தை அவர் உள்வாங்கி வெளிப்படுத்துவார்.

கைகள் செயல்படும்போது முகம் அந்தச் செயலுக்கேற்ற பாவத்தைக் கொண்டுவிடும். அசாத்தியமான வெளிப்பாடுகளை எத்தனைமுறை வேண்டுமானாலும் பார்த்துக்கொண்டே இருக்கலாம். படப்பிடிப்புத்தளத்தில் எத்தனை பேர் இருந்தாலும் அதையெல்லாம் அவர் ஒரு பொருட்டாகவே எண்ணுவதில்லை. அவர் அவருக்கு வழங்கப்பட்டுள்ள கதாபாத்திரத்தின் செயல் என்பதாக மட்டுமே வினையாற்றுவார்.

எந்தப் பாடலை எடுத்துக்கொண்டாலும் அதில் அவருடைய தனித்துவம் மிளிரவே செய்கிறது. கௌரவம் படத்தில் ‘கண்ணா நீயும் நானுமா’ பாடலில் ‘நெவர்’ என்ற ஆங்கிலச் சொல்லை அவர் வெளிப்படுத்தும் அழகிற்காகவே பலமுறை அப்பாடலைப் பார்க்கலாம். வரிகளை மனனம் செய்வாரா இல்லை மனமே அவ்வரிகளாக மாறிவிடுகிறதா எனத் தோன்றும் அற்புதங்களை அப்பாடலிலும் அவர் நிகழ்த்திக்கொண்டே இருப்பார். இன்றைக்கு எந்த ஒரு பிரபலமான நடிகரையும் இவ்வளவு க்ளோசப்பில் பார்த்துக்கொண்டே இருக்கமுடியுமா என்று தெரியவில்லை.

ஒரு ஃபிரேமிற்கும் இன்னொரு ஃபிரேமிற்குமுள்ள இடைவெளிக்குள் வேறு எதையாவது காட்டிவிட்டுத்தான் நடிகரின் முகத்தைக் காட்டும் வழக்கம் இப்போது வந்திருக்கிறது. ஆனால், சிவாஜியின் பாடல்களில் திரும்பத் திரும்ப அவர் முகமே காட்டப்பட்டிருக்கிறது. காட்டப்படும் ஒவ்வொரு முறையும் அவர் கண்களும் உதடுகளும் புதிய அசைவுகளில் பொருளை உணர்த்துகின்றன. செட் பிராப்பர்ட்டிகளில் நம்முடைய கவனம் இம்மியும் சிதறிவிடாமல் அவர் பார்த்துக்கொள்கிறார். உரையாடல் காட்சிகளை விட பாடல் காட்சிகளில் அவருடைய பங்களிப்பு கூடுதலாகப்படுகிறது. அழுகை, சிரிப்பு, விரக்தி, வெறுமை,

சந்தோசம், திமிர், தெனாவட்டு, அலட்சியம், அக்கறை, பரிவு, பாசம், பம்மாத்து, பறைசாற்றல் என எதைக் கொடுத்தாலும் அவர் வார்த்து வைத்திருக்கும் அச்சுகளில் நம்மை வளைத்துப் பிடித்துக்கொள்கிறார்.

ஒரு முழு திரைப்படத்தில் அவர் ஒருவர் மட்டுமே என்ற நிலையிலும் கூட அவரால் சோபித்திருக்க முடியும் என்றுதான் தோன்றுகிறது. கொஞ்சம் கதை. கொஞ்சம் உரையாடல். கொஞ்சம் எதார்த்தம் இவற்றோடு சிவாஜி. ஒரு வெற்றித் திரைப்படத்திற்கு இதுவே போதுமானது. சரித்திரப் படங்களானாலும் பக்திப் படங்களானாலும் சமூகக் கதைகளை உள்ளடக்கிய படங்களானாலும் அவருடைய இருப்பை அவர் தக்கவைத்துக் கொள்ளத் தவறியதே இல்லை. ராஜபார்ட் ரங்கதுரையில் அம்மம்மா என்னும் பாடலில் இருக்கையில் அமர்ந்துகொண்டே அவர் ஓங்கியடிக்கும் சோகபாவத்திற்கு ஈடாக வேறொன்றைச் சொல்வதற்கில்லை. கையில் டேப்பைத் தட்டிக்கொண்டே அவர் துரோகமிழைத்த தம்பியைப் பார்த்துப் பாடுவார். அய்யோ பாவம்.

எப்படியெல்லாம் ஒருவர் ஏமாற்றப்பட்டார் என்பதைக் காட்ட முகத்தில் சுருங்கங்களை வெளிப்படுத்தாமல் நெற்றிமுடி அசைவிலேயே துயரத்தைக் கொண்டுவந்துவிடுவார். இன்னொரு முக்கியமான பாடல் ‘எங்க ஊர் ராஜா’வில் இடம்பெற்றிருக்கிறது. ‘யாரை நம்பி நான் பொறந்தேன் போங்கடா போங்க’. பெரிய மீசை. நீள தாடி. கணுக்கால் தெரிய வேட்டி. கடுப்பை உமிழும் விழி. லேசாகக் கூன்போட்டுக்கொண்டு அந்தப் பாடலில் அவர் நடிக்கும்பொழுது நம்மையும் அந்தப் பாடலுக்குள் இழுத்துவிடுவார்.

ஏதோ ஒரு சந்தர்ப்பத்தில் நமக்கு அம்மாதிரியான சூழல் நிகழ்ந்திருப்பதை நம்மையறியாமல் நினைக்க வைத்துவிடுவார் அல்லது அப்படி ஒரு சூழலை நோக்கி நாமும் நகரவேண்டும் என எண்ண வைத்துவிடுவார். பாடலின் பல்லவி முடிவதற்குள் ஆறு அசைவுகள். ஓடிவந்து கீழே கிடக்கும் பொருளை அள்ளி ‘போங்கடா போங்க’ என்று சொல்லிக்கொண்டே வீசுவார். பொருள்கள் போய் விழும் இடத்தில் அந்தப் பார்வை குத்தி நிற்கும். அடுத்த வரிக்கு

வேறொரு செய்கை எனப் பாடல் நகர்ந்துகொண்டே இருக்கும். 'பானையிலே சோறிருந்தா பூனைகளும் சொந்தமடா, சோதனையைப் பங்குவச்சா சொந்தமில்லே பந்தமில்லே'. கைகளை நிறுத்திக் கீழும் மேலும் அசைத்துக்கொண்ட வரிகளின் நுட்பமான அர்த்தப் பொறிக்குள் அவருடைய நடிப்பு நம்மை அடைத்துவிடும். சொன்னால் சொல்லிக்கொண்டே போகலாம். ஒரு நடிகனாக அவர் பாடல் மூலம் சுவீகரித்த சிறப்புகள் எண்ணிலடங்காதவை.

முதல் மரியாதைக்குப் பிறகு வெளிவந்த படங்களில் தேவர் மகனைத் தவிர்த்து வேறு எதையும் கணக்கில் எடுக்க முடியாது. ஆனால், முதல் மரியாதைக்கு முன்பு நிறைய சொல்லலாம். ஒரு பாடலை ஃபிரேம் பை ஃபிரேமாகப் பிரித்துக்கொண்டு விவரிக்கலாம். அவருக்கு முன்னேயும் சரி பின்னேயும் சரி பாடலின் சூட்சமத்தை விளங்கிய ஒரே நடிகர் அவர் என்றால் மிகையில்லை. சிலர் பாடலின் கருத்தைக் கடத்துவார்கள். சிலர் பாடல் மூலம் கிடைத்த உணர்வைக் கடத்துவார்கள். சிவாஜியோ இரண்டையும் ஏககாலத்தில் கலந்து தருவார். பாடல் காட்சிக்காக இன்றைக்கு வெளிநாட்டுக்குப் போகிறார்கள். வெளிநாட்டில் உள்ள இயற்கைக் காட்சிகளைப் படம்பிடித்துவிட்டு இடையிடையே நடிகர்களைக் காட்டுகிறார்கள். அவர் காலத்திலும் வெளிநாட்டுப் பாடல் படப்பிடிப்புகள் உண்டுதான்.

ஆனால், அப்பாடலிலும் கூட அவர் ஒருவரே முழுக்க நிறைந்திருப்பார். திரையை அலங்கரிக்கும் முகம் இயற்கையிலேயே அவருக்கு வாய்த்திருந்தது. 'கா.. கா.. கா..' என்று பராசக்தியில் அறிமுகமானதில் இருந்தே அவர் முகம் பாடலுக்கான முகம் என்று மக்கள் நம்பத் தொடங்கியிருந்தார்கள். மூன்று சரணங்களை முடித்து மீண்டும் பல்லவியை எடுக்கும் வரையிலும் அவர் முகம் சலிக்கவே சலிக்காது. அதன் காரணமாகவே பல பாடல்கள் பெருவெற்றி பெற்றிருக்கின்றன. ஒரு நடையில் ஒரு சிரிப்பில் ஒரு ஸ்டைலில் பாடலுக்கான சிறப்பை சிருஷ்டிப்பார்.

'அந்தமான் காதலி' படத்தில் 'நினைவாலே சிலைசெய்து உனக்காக வைத்தேன், திருக்கோயிலே ஓடி வா' என்னும் பாடலை கே.ஜே. யேசுதாஸ் தெருக்கோயிலே என்னும்படிதான்

பாடியிருப்பார். ஆனாலும், சிவாஜியின் நடிப்பு வன்மையால் அப்பிழை பொறுத்தருளப்பட்டிருக்கிறது. இப்படிப் பாடலில் பிழையிருந்தால் கூட அதையெல்லாம் கருத்திற் கொள்ளாமல் பாடலை ரசிக்கும் தளத்திற்கு இட்டுச்செல்பவர் நடிகர் திலகம். பத்தியின் தொடக்கத்தில் நான் எழுதியிருப்பது போல எங்கிருந்தோ காற்றில் கசிந்துவரும் ஒவ்வொரு பாடலிலும் தன்னைத் திரும்பத் திரும்ப நிரூபித்துக்கொண்டிருப்பவர் சிவாஜி. அந்த நிரூபணம் தன்னுடைய கலை குறித்த தவிப்பல்ல. தமிழ் நிலப் பரப்பில் உள்ள மக்களின் கலாசார பண்பாட்டு விழுமியங்கள் மீது அவர் வைத்திருந்த பற்று.

தமிழைத் தாய்மொழியாகக் கொண்ட ஒருவர், தன் தாய்மொழியின் நீள அகல நுட்பங்களை உணர்ந்து நிகழ்த்திக் காட்டிய பெருங்கலையைக் காலம் கௌரவித்தது குறைவுதான். ஆனால், தலைமுறையைக் கடந்தும் வாழும் சக்தியை அக்கலை கொண்டிருக்கிறது. சிவாஜி கண்ட திரை ராஜ்ஜியம் யாருடைய ஆளுகைக்கும் உட்படாதது. சிவாஜி என்னும் பெயர் சில நூறாண்டுகள் தாண்டியும் தனித்த, தகைசான்ற நடிப்பின் அதிகார மையமாக விளங்க கூடியது.

எழுத்தை ஈன்ற ஓர் இதயம்

நாயகன், தளபதி ஆகிய திரைப்படங்கள் மூலம் மக்கள் மத்தியில் நன்மதிப்பைப் பெற்ற மணிரத்னம், பம்பாய் திரைப்படத்தை அடுத்து இயக்கிய திரைப்படம் இருவர். திராவிட அரசியலை முன்வைத்து எடுப்பதாகச் சொல்லப்பட்ட இருவர் திரைப்படம், எப்படி இருக்குமோ? என்னும் ஆவலை எல்லோருமே கொண்டிருந்தார்கள். பேசிப்பேசியே வளர்ந்த திராவிட இயக்கத்தை ஒருவரிக்குமேல் வசனங்களை அனுமதிக்காத மணிரத்னம் எடுக்கிறார் என்றால் சாதாரண விஷயமா என்ன?

இருவர் திரைப்படத்தைப் பொறுத்தவரை அது ஆரம்பிக்கப்பட்டதிலிருந்தே விசேஷ கவனிப்புக்கு உள்ளானது. கடந்த ஐம்பது ஆண்டுகளாகப் பொதுவெளியிலும் அரசியல் களத்திலும் தவிர்க்கமுடியாத சக்திகளாக வளர்ந்திருந்த இருவரைப் பற்றிய படம் என்பதால், அனைத்துத் தரப்பு மக்களும் அத்திரைப்படத்தைக் கூர்ந்து கவனித்து அதன் வருகைக்காகக் காத்துக்கிடந்தார்கள். படமும் வெளிவந்தது. படம் வெளிவந்த அன்று அதை உடனே பார்த்துவிடக் கூடிய கூட்டம், அதற்குமுன் வெளிவந்த அவருடைய எந்தப் படங்களுக்கும் நிகழாத ஆச்சர்யம்.

இரண்டு பெரும் ஆளுமைகளைச் சித்திரிக்கும் படம் என்பதால் அரசியல் நோக்கர்களும் திரைவிமர்சகர்களும்கூட இருவர் திரைப்படத்தை மற்ற படங்களைப்போல எளிதாகக் கடந்துவிட எண்ணவில்லை. இருவர் என்று தலைப்பிடப்பட்டிருப்பதால் அது பெரியார், அண்ணா என்ற இருவரா? இல்லை கருணாநிதி, எம்.ஜி.ஆர் என்ற இருவரா? என்னும் சந்தேகமிருந்தது. ஒருவழியாகப் படமும் வெளிவந்து பலராலும் பார்க்கப்பட்டது. ஆனால், அதீதமாக எதிர்பார்க்கப்படும் திரைப்படங்களுக்கு என்ன கதி நேருமோ அதுதான் இருவர் திரைப்படத்திற்கும் நேர்ந்தது.

இரண்டு பெரும் ஆளுமைகளில் யாரைப் பிரதானப்படுத்துவது என்னும் சிக்கலில் இரண்டு பேரையுமே மணிரத்னத்தால் சரியாக வடிவமைக்க முடியவில்லை. அதைவிட, அத்திரைப்படம் திராவிட அரசியலைத் துளிகூடச் சொல்லவில்லை. இரண்டு ஆளுமைகளின் போட்டிகளையும் பொறாமைகளையும் திராவிட அரசியலாக அவர் புரிந்துகொண்டவிதம் சர்ச்சையை மட்டுமே கிளப்பியது. நானறிய ஒரு திரைப்பட இயக்குநர், அதற்கு முன்பும் சரி அதற்குப் பின்பும் சரி அதுமாதிரியான கண்டனங்களை எதிர்கொள்ளவில்லை.

திராவிட இயக்க வரலாற்றை யாருடைய கண்களால் பார்க்கப்பட வேண்டும் என்பதிலும், யாருடைய உதடுகளால் சொல்லப்பட வேண்டுமென்பதிலும் மணிரத்னம் தோல்வியைத் தழுவினார். நான் தோல்வி என்று சொல்வது வணிகரீதியிலான தோல்வியை அல்ல. இருவர் திரைப்படத்தை விமர்சித்துப் பத்திரிகைகள் பலவும் பத்திகளை வெளியிட்டன. திராவிடச் சிந்தனையில் ஊறித் திளைத்த கழகத்தோழர்கள் அத்திரைப்படத்தை முற்று முழுதாக நிராகரித்தனர்.

இன்னும் சிலர் ஒருபடி மேலேபோய் மணிரத்னத்தின் சிந்தனைகள் முழுக்கவும் திராவிடச் சமூகத்திற்கு எதிரானவை என வாதிட்டனர். மணிரத்னத்திற்கு எதற்கிந்த வேலை என்றும் அரசியல் போதாமையோடு திராவிட அரசியலைப் பார்த்திருக்கிறார் என்றும் கூக்குரலிட்டனர். அதற்குமுன் அவர் வாங்கிக் குவித்திருந்த பாராட்டுகள் மறுபரிசீலனைக்கு உள்ளாகின. அச்சமயத்தில் நான், ராஜரிஷி என்னும் அரசியல்

வார ஏட்டில் உதவி ஆசிரியராகப் பணிபுரிந்துகொண்டிருந்தேன். எல்லா மட்டத்திலும் இருவர் திரைப்படத்திற்கு எழுந்த எதிர்ப்பை ஒட்டி, ராஜரிஷி பத்திரிகையிலும் இருவர் திரைப்படம் குறித்து எழுதவேண்டும் என ஆசிரியர் துரை விரும்பினார்.

பத்திரிகையையோ சினிமாவையோ சாராத ஒருவர் அத்திரைப்படம் குறித்து எழுதினால் சிறப்பாக இருக்கும் என அவர் எண்ணியதற்கு ஏற்ப, மக்கள் கவிஞராக அறியப்பட்ட இன்குலாப்பிடம் கட்டுரை கேளுங்களேன், என்றார். திராவிட அரசியல் மீது மாற்றுக்கருத்து உள்ளவர்கள் எப்படி அத்திரைப்படத்தை அணுகுகிறார்கள் என்பதை அறியும் திட்டமாகவும் அது இருந்தது. நக்சல்பாரி இயக்கச் செயல்பாடுகளில் தன்னை ஈடுபடுத்திக்கொண்டிருந்த இன்குலாப், அதற்குமுன் தராசு இதழிலும் உங்கள் விசிட்டர் இதழிலும் திரைப்படங்கள் குறித்து எழுதிய கட்டுரைகள் முக்கியமானவை.

இன்குலாப்பைச் சந்தித்துக் கட்டுரை வாங்கிவர வேண்டிய பொறுப்பு எனக்களிக்கப்பட்டது. இன்குலாப்பின் கவிதைகள் மீதும் இன்குலாப் என்ற கவிஞர் மீதும் நான் கொண்டிருந்த அளவில்லாத அன்பின் பரிசாகவே அவ்வாய்ப்பைப் பெற்றதாகக் கருதுகிறேன். அப்போது இன்குலாப் புதுக்கல்லூரியில் பேராசிரியராகப் பணியாற்றிக்கொண்டிருந்தார்.

இன்குலாப் என்ற கவிஞர், எந்த நேரத்திலும் கொண்ட கொள்கையிலிருந்து வழுவாதவர். சொல்லுக்கும் செயலுக்கும் முனையளவுகூட வித்தியாசமில்லாதவர். எளிய மக்களின் துயரங்களை எழுத்துகள் வாயிலாகவும் களப் போராட்டங்கள் வாயிலாகவும் எதிர்க்க வேண்டுமென்னும் எண்ணமுடையவர். அரசுக்கும் அதிகாரமையத்திற்கும் சிம்ம சொப்பனமாக விளங்கியவர். எத்தனையோ நள்ளிரவுக் கைதுகளால் அவரும் அவருடைய குடும்ப உறுப்பினர்களும் ஆளும் வர்க்கத்தால் அச்சுறுத்தப்பட்டிருக்கிறார்கள். பாரதி, பாரதிதாசனுக்குப் பிறகு கவிதையின் தீவிரத்தைச் சமூக வெளிக்குக் கடத்தியதில் அவருக்குப் பெரும் பங்குண்டு. அதுவரை அவரை நான் நேரில் சந்தித்ததில்லை. ஆனால், அவரைப் பற்றி என்னுடைய பள்ளிப் பருவத்திலிருந்து தொடர்ச்சியாகக் கேட்டு வந்திருக்கிறேன்.

அவருடைய 'வெள்ளை இருட்டு, சூரியனைச் சுமப்பவர்கள்' ஆகிய நூல்கள் அவரை மகாகவி என்றே சொல்ல வைத்தன. தமிழர்கள் தங்கள் பெருமைக்குரிய அரசனாகச் சொல்லிக்கொள்ளும் ராஜராஜசோழனை அவர்போல தோலுரித்துக் காட்டியவர்கள் எவருமில்லை. சோழ ஆட்சியில் மக்கள் எவ்வாறு நடத்தப்பட்டார்கள் என்பதையும் அதைக் கொண்டாடத் துடிக்கும் திராவிட முன்னேற்றக் கழக ஆட்சி எத்தகையது என்பதையும் எந்தத் தாட்சண்யமும் இல்லாமல் அவர் எழுதியிருக்கிறார்.

தி.மு.க. ஆட்சிக் காலத்தில் தஞ்சாவூரில் ராஜராஜசோழனுக்குச் சிலை நிறுவும் பணி தொடங்கப்பட்ட சூழலில் தோழர் அ.மார்க்ஸ் போன்றோர் கவிஞர் இன்குலாப்பின் ராஜராஜேஸ்வரியம் கவிதையைத் துண்டுப்பிரசுரமாக வெளியிட்டார்கள். சோழ ஆட்சியின் கேடுகளையும் எளிய மக்கள் அவ்வாட்சியில் எவ்வாறெல்லாம் துன்பப்பட்டார்கள் என்பதையும் மேடைதோறும் விளக்கினார்கள். அரைக்கால் டவுசரணிந்த பள்ளி மாணவனாக இருந்த நான், அவர்கள் கருத்துகளை உள்வாங்கும் திராணியைப் பெற்றிருக்கவில்லை. ஏதோ சொல்கிறார்கள், எதற்கோ எதிர்ப்புத் தெரிவிக்கிறார்கள் என்று மட்டுமே புரிந்துகொண்டேன்.

ஆனால், அதற்குச் சான்றாக அவர்கள் வெளியிட்ட கவிதையை எழுதியவர் இன்குலாப் என்பதையும் அவர் வீரம்மிக்க கவிதைக்காரர் என்பதையும் விளங்கிக்கொள்ள முடிந்தது. சிறு பொறியாக என்னுள் விழுந்த இன்குலாப் என்னும் பெயர் அதன்பின் தீப்பந்தமாகக் கொழுந்துவிட்டெரிந்தது. சமகாலத்தில் ஆவேச நெருப்புடைய கவிஞராக அவரை நான் உணர்ந்திருந்தேன். சமரசங்களுக்கோ சகாயங்களுக்கோ ஆட்படாத இன்குலாப்பும் அவருடைய கவிதைகளும் என்னைப் பற்றிக்கொண்டது அப்படித்தான்.

அதே காலகட்டத்தில்தான் அவருடைய கவிதை நூல் ஒன்று, சட்டமன்றத்தில் சர்ச்சையைக் கிளப்பிப் பாடத் திட்டத்திலிருந்து நீக்கப்பட்டது. மக்களால் தேர்ந்தெடுக்கப்பட்ட ஓர் அரசாங்க அவையில், மக்கள் கவிஞராக அறியப்படும் ஒருவருடைய கவிதை நூலைப் பாடத் திட்டத்திலிருந்து நீக்கிய காரியம் விநோதமாயிருந்தது. எல்லா நினைவுகளையும்

உட்செறித்துக்கொண்டு 1998ஆம் ஆண்டு ஒரு மதிய வேளையில், புதுக்கல்லூரிக்குப் போயிருந்தேன். இன்குலாப்பைச் சந்தித்து, இருவர் திரைப்படம் குறித்து எழுதச் சொல்வதற்காக. அதுவரை அரசுக்குச் சவால்விடக்கூடிய ஒரு கவிஞர் எப்படி இருப்பாரென்று நான் கற்பனை செய்துவைத்திருந்தேனோ அதற்கு நேர் மாறாக அவர் இருந்தார். மிக முக்கியமாக ஆவேச நெருப்புடைய இன்குலாப், குழந்தைபோல சிரித்து என்னை வரவேற்றார். புஜபலமிக்கவராக நான் கருதியிருந்ததற்குக் கொஞ்சமும் சம்பந்தமில்லாமல் பூஞ்சையான தேகத்தோடு அவர் இருந்தார். வார்த்தைக்கு வார்த்தை அன்பும் கனிவும் வெளிப்பட்டன. மதிய வேளை என்பதால் உணவு சாப்பிட்டீர்களா? என்றுதான் உரையாடலை ஆரம்பித்தார்.

வந்த விஷயத்தைச் சொல்வதற்கு முன்பாக அவரைப்பற்றி புகழத்தொடங்கியதும் தீட்சண்யமிக்க கண்களால் அதை விரும்பாதத் தொனியை வெளிப்படுத்தினார். சிறுவயது முதலே உங்களைப் பார்க்கவேண்டும் என்றிருந்தேன். இப்போதுதான் சந்தர்ப்பம் வாய்த்திருக்கிறது என்றதும் மெல்லிய புன்முறுவலால் குழைவாகப் பேசத் தொடங்கினார். இவருக்கெல்லாம் கோபமே வராது என்பதுபோல்தான் அவர் குரலிருந்தது.

மெதுவாக நான் சொல்வதையெல்லாம் கேட்டுக்கொண்டபின், நானும் இருவர் படம் குறித்துக் கேள்விப்பட்டேன். ஆனாலும், இன்னும் அப்படத்தைப் பார்க்கவில்லை. பார்த்ததற்குப் பின்புதான் கருத்துச்சொல்லமுடியும் என்றார். இந்த வாரம் முழுக்க வெளியூர் பயணமிருக்கிறது. எனவே, இருவர் திரைப்படம் குறித்துத் தற்போது எழுதும் வாய்ப்பில்லையே. தர்மபுரியை அடுத்த சிற்றூரில் கூட்டமிருப்பதால் உடனடியாகப் படத்தைப் பார்த்துக் கட்டுரை எழுதித்தர இயலாதே என்று வருத்தப்பட்டார். இல்லை நீங்கள் எழுதியே ஆக வேண்டும் என அடம்பிடித்ததற்குக் ‘கட்டுரையைவிட களப்பணி முக்கியமில்லையா” என்றார். சுளீரென்றிருந்தது.

கவிஞனுடைய சமூகச் செயல்பாடு எழுத்து மட்டுமில்லை. அதைத்தாண்டியும் அவன் செய்ய வேண்டியவை நிறைய உள்ளன என்பதை இதைவிட எப்படிச் சொல்ல முடியும்? அதன்பின் பல சந்தர்ப்பங்களில் அவரைச் சந்திக்கும்

வாய்ப்புக் கிடைத்தது. தன்னைப் பிரதானப்படுத்துவதைவிடத் தன்னுடைய படைப்புகள் பிரதானப்பட வேண்டுமென அவர் விரும்பினார். தனக்குக் கிடைத்திருக்கும் பெயரையோ புகழையோ அவர் எந்த நேரத்திலும் சொந்தங்கொண்டாட விரும்பியதில்லை. சாட்சி சொல்ல ஒரு மரம் என்ற நூலில் ஆய்வியல் அறிஞர் எஸ்.வி. ராஜதுரை சொல்வதைப்போல நெஞ்சுரம்மிக்க இன்குலாப்பின் புன்னகை வெறும் புன்னகையல்ல,

அவருக்குப் பின்னே எழுத வந்த அத்தனைபேருக்குமான மோகனப்புன்னகை. விசாரணை என்னும் பேரில் தன்னைக் கைதுசெய்து, காவல்துறை படுத்தியபாட்டை அக்கட்டுரையில் விவரித்திருக்கும் எஸ்.வி.ஆர்., இதே மாதிரியான அடக்குமுறைக்கும் நெருக்கடிக்கும் ஆளான இன்குலாப்பின் கண்களிலிருந்தும் புன்னகையிலிருந்தும் சக்தியைப் பெற்றேன் என்கிறார். ஒருமுறை அவரைச் சந்திக்க வீட்டுக்குப் போயிருந்தபோது, இன்குலாப் சப்பாத்திக்கு மாவு பிசைந்துக் கொண்டிருந்தார் என பேராசிரியர் சரஸ்வதி சொல்லுவார். மனைவிக்கு உதவியாக மாவு பிசைந்து தரக்கூடிய ஒருவர்தான் மகாகவியாகவும் இருக்க முடிந்திருக்கிறது.

மனைவி இரவலாக வாங்கிவந்த அரிசியைக் காக்கைக்கு வாரி இறைத்த பாரதி மகாகவி என்றால் மனைவிக்கு உதவி புரிய யோசிக்காத இன்குலாப்பும் மகாகவிதான். சொல்லுக்கும் செயலுக்கும் இடைவெளியில்லாமல் அவர் இயங்க முடிந்ததால்தான் கீழக்கரை சாகுல்ஹமீது மக்கள் கவிஞராகப் போற்றப்படுகிறார். இடதுசாரித் தமிழ்த் தேசியம் என்பதில் இறுதிவரை இன்குலாப் கவனமாயிருந்தார்.

இந்தி எதிர்ப்புப் போராட்டக் காலத்தில் மாணவராக இருந்த இன்குலாப், அதில் ஈடுபட்டுச் சிறைவாழ்வை மேற்கொண்டிருந்தாலும் காலஓட்டத்தில் தன்னை ஒரு மார்க்சியக் கவியாகவே அறிவித்துக்கொண்டார். ஈழப் போராட்டம் உச்சம்பெற்றிருந்த வேளையில், தனக்கு வழங்கப்பட்டக் கலைமாமணி விருதை ஏற்க மனமில்லையென்று திருப்பி அனுப்பினார். விருது பெறுவதற்காகவே ஆட்சியையும் ஆட்சியாளர்களையும் புகழக்கூடிய எழுத்தாளர்கள் மிகுந்துவிட்ட இதே

சமூகத்தில்தான் விருதைத் திருப்பி அனுப்பும் இன்குலாப்பும் வாழ்ந்துவிட்டுப் போயிருக்கிறார். இன்குலாப், சகலக்கட்டுக்களையும் அறுத்தெறியும் துணிவைக் கொண்டிருந்தார். தமிழ்க் கவிஞர்களில் பாரதிக்குப் பிறகு அவருக்கு மட்டுமே சர்வதேசப் பார்வையிருந்தது. ஒடுக்கப்படும் தேசிய இனங்களின் விடுதலைக்காக அவர் கடைசி வரை பாடிக்கொண்டே இருந்தார்.

ஔவை, குறிஞ்சிப்பாட்டு, துடி, மணிமேகலை போன்ற நாடக ஆக்கங்களிலும் அவர் மக்களின் குரலையே வெளிப்படுத்தினார். இருக்க இடமில்லாமல் உலகமெங்கும் புலம்பெயர்ந்துகொண்டிருந்த ஈழத் தமிழர்களின் அவலங்களை அவர் அவ்வப்போது சொல்லிக்கொண்டிருந்தார். அவருடைய 'மனுசங்கடா நாங்க மனுசங்கடா' என்னும் பாடலை முழங்காத கட்சி மேடைகளே இல்லை எனலாம். நாட்டுப்புறப் பாடல் ஆய்வாளரும் பேராசிரியருமான கே.ஏ.குணசேகரன், அப்பாடலை மேடையில் பாடும்போது உணர்வால் மொத்தக் கூட்டமும் உடைந்து அழத்தொடங்கும். வெண்மணித் தியாகிகளுக்கான தேசிய கீதம்போல இன்றுவரை இசைக்கப்படுகிற அப்பாடலின் வீரியத்தை விஞ்சக்கூடிய மற்றொரு பாடலை வேறு யாருமே எழுதவில்லை.

சத்தியத்தின் ஒளியில் மக்களைக் காட்டிய இன்குலாப்பைப்போல கொஞ்சம் முயற்சி செய்தால் எழுதிவிடலாம். ஆனால், எவ்வளவு முயற்சி செய்தாலும் அவர் வாழ்வை இன்னொருவர் வாழ முடியாது. அவருடைய வீடு, ஒரு பேராசிரியரின் வீடுபோல இருக்காது. வசதி குறைந்த நிலையில்தான் அவர் வாழ்ந்துவந்தார். மேல் தளத்தில் குடியிருந்த அவர், எத்தனையோ சமயங்களில் விருந்தினரை அமர வைத்துவிட்டுக் கீழ்த்தளத்திலுள்ள தண்ணீரைச் சுமந்துவர ஓடியிருக்கிறார். ஏன் தோழர், உங்கள் வருமானத்திற்கு இதைவிட நல்ல வீட்டில் வசிக்கலாமே? என்றால் இதுவே போதும்தானே, என்பார். எளிய வாழ்வை வாழப் பழகிக்கொள்வது நல்லதுதானே, என்பார்.

தவிர, நான் எப்போது வேண்டுமானாலும் கைது செய்யப்படலாம். உள்ளே போனால் மீண்டும் வருவேனோ மாட்டேனோ தெரியவில்லை. அப்படியிருக்கையில் என்

பிள்ளைகள் பெரிய வீட்டில் வசித்துப் பழகிவிட்டால் நானில்லாத சமயத்தில் என்ன செய்வார்கள்? என் ஒருத்தனின் வருமானத்தில் நடந்துவரும் என்வீடு, நானில்லாத போதிலும் வசிக்கத்தக்கது இதுதான் என்பதால் இங்கேயே இருக்கிறோம் என்பார்.

வாழ்வைத் தெளிந்த புரிதலோடு வைத்திருந்த இன்குலாப்பை வியந்துகொண்டே இருக்கலாம். அச்சப்படத்தக்க ஆபத்து நிறைந்த தருணங்கள் அவர் வாழ்வில் நிகழ்ந்துகொண்டே இருந்தன. என்றாலும், அவர் எல்லாவற்றையும் எதிர்கொள்ளத் தயாராயிருந்தார். தலித் அரசியல், பெண்ணியம் குறித்த அவருடைய பார்வைகள் காத்திரமான தளத்தில் வைத்து பேசப்பட வேண்டியவை. அவர் ஒவ்வொரு கட்டத்திலும் தான் சார்ந்திருந்த இயக்கத் தோழர்களால் விமர்சனத்திற்கு ஆளாகியிருக்கிறார். அதே சமயம், அந்த விமர்சனங்களை நேர்மையோடு ஏற்று எதிர்வினையும் ஆற்றியிருக்கிறார். பொருட்படுத்தத்தக்க விமர்சனமாக இல்லாதபட்சத்தில் அதைப் புன்னகையால் கடந்துபோகவும் அவரால் முடிந்திருக்கிறது.

சில வருடங்களுக்கு முன்பு என்னுடைய நண்பர் பா. இரவிக்குமாரின் அம்மாவுக்கு உடல்நிலை சரியில்லாமல் மருத்துவமனையில் சேர்க்கப்பட்டார். இன்குலாப்பிற்கும் இரவியைத் தெரியும். என்றாலும், அவர் அம்மாவை அதற்குமுன் பார்த்ததுகூட இல்லை. அம்மாவின் உடல்நிலை மிக மோசமான நிலைக்குப் போய்க்கொண்டிருந்தது. ஒருகட்டத்தில் அறுவை சிகிச்சையைத் தவிர வேறு வழியே இல்லையென்று மருத்துவர்கள் சொல்லிவிட்டார்கள். அம்மாவோ அறுவை சிகிச்சைக்கு ஒத்துக்கொள்ள மறுக்கிறார். எவ்வளவோ எடுத்துச்சொல்லியும் எங்களால் அம்மாவைச் சம்மதிக்க வைக்கமுடியவில்லை. என்ன செய்வதென்றும் விளங்கவில்லை.

அந்தச் சந்தர்ப்பத்தில்தான் இன்குலாப் மருத்துவமனைக்கு வருவதாகத் தொலைபேசினார். அம்மாவைப் பார்க்க இன்குலாப் வருவது மகிழ்ச்சிதான் என்றாலும், சூழல் சரியில்லையே என இரவி, தயங்கியும் தவிர்த்தும்கூட இன்குலாப் மருத்துவமனைக்கு வந்துவிட்டார். நான் உட்பட எல்லோரையும் வெளியே இருக்கும்படி சொல்லிவிட்டு

அம்மாவுடன் அரைமணி நேரத்திற்கு மேலாகப் பேசிவிட்டு வெளியே வந்தார். அவர் என்னபேசினார் என்று எங்களுக்குத் தெரியவில்லை. ஆனால், அறுவைச் சிகிச்சைக்கு அம்மா ஒப்புக்கொண்டார். எங்களுக்கோ ஏதோ மாயம் நடந்தது போலிருந்தது. இத்தனை நாட்களாக மறுத்துவந்த அம்மாவை இன்குலாப் எப்படி சம்மதிக்க வைத்தார் என்பது ஆச்சர்யமாயிருந்தது. 'என்ன தோழர், அம்மா திடீரென்று உங்களிடம் பேசியதும் சம்மதம் சொல்கிறார். அப்படி என்ன சொன்னீர்கள்' என்று கேட்டோம். நான் எதையும் சொல்லவில்லை. எனக்கும் அறுவைச் சிகிச்சை செய்திருக்கிறார்கள். பாருங்கள், இரண்டு ஆண்டுகளாக எந்தத் தொந்தரவும் இல்லாமல் நலமாக இருக்கிறேன் என்று தழும்பைக் காட்டினேன், அவ்வளவுதான் என்றார்.

இன்குலாப் ஒருவர்தான், தன்னுடைய தழும்பிலிருந்து இன்னொருவருக்குத் தைரியமூட்டுபவர். அறிமுகமில்லாதவர்கள் அல்லல்படுவதையே பொறுத்துக்கொள்ள முடியாத அவர், அருகில் இருப்பவர் மீது அன்பு பாராட்டுவதில் என்ன வியப்பு இருக்கிறது?

எழுத்திலும் மேடையிலும் அவர் எப்படியோ அப்படித்தான் கல்லூரியிலும் நடந்துகொண்டிருக்கிறார். வழக்கமான பேராசிரிய முகத்தை அவர் பொருத்திக் கொள்வதில்லை. மாணவர்கள் தன்னைப் பேராசிரியராகப் பார்ப்பதைவிட சகோதரனாக சக தோழனாகப் பார்ப்பதையே விரும்பியிருக்கிறார். மாணவர்களும் அவரை அவ்விதமே சுவீகரித்தார்கள். 'மழைவந்து / நனைப்பதற்குள் / பார்க்க வேண்டும் / அவள் போட்ட கோலம்' என்று ஒரு மாணவன் கவிதை எழுத, இன்னொரு மாணவன் அதே கவிதையை வேறு ஒரு மாதிரி எழுதினான். இரண்டாவதாக எழுதியவனுக்கு அக்கவிதையை இன்குலாப்பிடம் காட்டத் தயக்கம். பெண்ணுரிமையைப் பேசக்கூடிய ஒரு பேராசிரியரிடம் அக்கவிதையைக் காட்டினால் என்ன நினைப்பாரோ? என்னும் தயக்கம்தான்.

தயங்காமல் நீ எழுதியதைக் காட்டு, என்கிறார் இன்குலாப். 'மழைவந்து / நனைத்த பின் / பார்க்க வேண்டும் / அவள் கோலம்' என்கிறான் அவன். இதுவும் சிறப்புதானே; இதற்கு

ஏன் தயங்கினாய் என்று அவனை சகஜமாக்கிய செய்தியை அதே கல்லூரியில் மாணவனாக இருந்த ஹாஜாக்கனி சொல்லக் கேட்டிருக்கிறேன். அரும்புப் பருவத்தில் அப்படித்தான் தோன்றும். காலம் செல்லச் செல்ல எல்லாம் மாறிவிடும் என்றிருக்கிறார். அதோடு பெண்ணை உடலாக மட்டுமே பார்க்கக்கூடாது எனவும் சொல்லியிருக்கிறார்.

கருத்துரீதியான வேற்றுமைகளையும் கனிந்த அன்பினால் வெல்லமுடியும் என்றே அவர் நம்பினார். வயதில் மாணவர்களுக்கு ஏற்படக்கூடிய தடுமாற்றங்களை எப்படிக் கையாள்வது என அவருக்குத் தெரிந்திருக்கிறது. வகுப்பறைகளில் பாடங்களைத் தாண்டியும் மாணவர்களுக்குச் சொல்லித்தர அவரிடம் ஏராளமிருந்தன.

தனக்குச் சரியென்றுப் பட்டதை இன்குலாப் எந்த மேடையிலும் சொல்லத் தயங்கியதில்லை. பின்விளைவுகள் குறித்தோ தனக்கு நேரக்கூடிய பாதிப்புகள் குறித்தோ அவர் ஒருபோதும் அஞ்சியதில்லை. இன்னுமே சொல்வதென்றால், அவர் தன்னுடைய கருத்துகளில் தவறு நேர்ந்துவிட்டால் அதைத் திருத்திக்கொள்ளவும் மன்னிப்புக் கோரவும் தவறியதில்லை. தலித்துகளைப் பற்றித் தலித்துகளே எழுதுவார்கள். நீங்கள் எழுதவேண்டியதில்லை என்று சொன்னபோது ஆம், சரிதான் என்றவர் அவர். ஈழத்தில் அமைதிப் பேச்சு வார்த்தை அமலில் இருந்தபோது விடுதலைப்புலிகள் தலைவர் பிரபாகரன் சந்திக்க விரும்பிய தமிழகக் கவிஞர் இன்குலாப்பே என்பது எத்தனைப் பேருக்குத் தெரியும்? இன்குலாப்பைக் கட்டியணைத்துப் புகைப்படம் எடுத்துக்கொண்டபோது ஒரு துப்பாக்கி, ஒரு பேனா என்று பிரபாகரன் சொல்லியதை உடனிருந்த ஓவியர் மருது சொல்கையில் கண்களில் நீர் கட்டிக்கொள்கிறது.

பாரதி, இந்த அரசாங்கம், கவிஞர்களைக் கண்ணியப்படுத்தும், வாழ்ந்து பிணமானால், உன் போன்றோரை, பிணமாக வாழ்ந்தால், என்போன்றோரை என்று ஒரு கவியரங்கில் இன்குலாப் கவிதை வாசித்தார். பேரமைதி நிலவிய அந்த அரங்கம் அதன்பின் கைதட்டல்களால் இன்குலாப்பைக் கௌரவித்த காட்சியை இப்போது நினைத்தாலும் பெருமையாயிருக்கிறது. எஸ்தடிக் என்று சொல்லக்கூடிய

அழகியல் உணர்வுகளைவிட ஆவேசம் பெருகிவழியும் அவருடைய கவிதைகளை எழுத்தை வணிகமாகப் பார்க்கிறவர்களால் ஏற்றுக்கொள்ள இயலாது.

இன்குலாப்பின் ஒருவரிகூட என்னை ஈர்க்கவில்லை என்று எழுத்தாளர் ஜெயமோகன் எழுதப்போக, ஜெயமோகனுக்குப் பிடிக்குமாறு எழுதினால் அது எப்படி என்னுடைய எழுத்தாக இருக்கும் என்று இன்குலாப் கேட்டார். தன்னுடைய எழுத்து எதை நோக்கி அமைய வேண்டும் என்பதைச் சம்பந்தப்பட்ட எழுத்தாளனே தீர்மானிக்க வேண்டும். தான் வகுத்து வைத்திருக்கும் சட்டகத்திற்குள் இன்னாருடைய எழுத்து பொருந்தவில்லை என்பது போன்ற விமர்சனங்கள் புறந்தள்ளப்பட வேண்டியவை.

எத்தனையோ மேடைகளில் இன்குலாப்புடன் இணைந்து அமர்ந்திருக்கிறேன். பள்ளிப் பருவத்தில் எனக்குள் வந்த அவர், இதயத்திலிருந்து ஒருமுறைகூட வெளியே செல்லவில்லை. பழகுவதிலும் பாராட்டுவதிலும் அவரை மிஞ்ச முடியாது. கீழக்கரை தர்காவில், பேய் ஓட்டுவதற்குப் பெண்களைக் குச்சியால் அடித்த கொடுமையை எதிர்த்துத் தன் முதல் கவிதையை எழுதத் தொடங்கிய இன்குலாப்பைத் திரும்பத் திரும்ப இந்த அரசும் அதிகார மையங்களும் அடித்துக்கொண்டே இருந்தன. ஒருநாள்கூட நிம்மதியான வாழ்வை அவர் வாழ்ந்துவிடக்கூடாதென்று துரத்திக்கொண்டே இருந்தன. ஊரப்பாக்கத்தில் உள் ஒடுக்கிய பகுதியில் நோய்மையினால் காலை இழந்த இன்குலாப், அப்போதும் மக்களை நோக்கியே ஓடிக்கொண்டிருந்தார். சிறுகதை, கவிதை, கட்டுரை, மேடைச் சொற்பொழிவு, நாடகம் என எல்லாவற்றிலும் மண்ணையும் மக்களையும் சிந்தித்தவராகத் தெரிகிறார்.

கடுமையான நோயின் வாதையிலும் மனிதத்தின் பாதைகளில் அவர் பயணம் தொடர்ந்துகொண்டிருந்தது. ஒவ்வொரு புல்லையும் நேசிக்கத் தெரிந்த அவர் இதயம், தனக்காக எதையுமே தேடவில்லை. சேர்க்கவில்லை. பட்டமோ பதவியோ விருதுகளோ முக்கியமில்லை. இடையறாமல் மக்களுக்குப் பணியாற்றுவதே தன் கடமை எனச் செயலாற்றினார். கவிதை எழுதக்கூடியவர்கள் தங்களுக்குள் யார் பெரியவர் என்னும் போட்டியில் இறங்குகிற

போதெல்லாம் அந்நிய சக்திகள் மக்களைப் போட்டிபோட்டுக் கொல்வதை எண்ணாமல் எதற்கு நமக்குள் போட்டியென்றே எச்சரித்திருக்கிறார். புரட்சி ஒன்றை மட்டுமே நோக்கிப் போய்க்கொண்டிருந்த அவர், இப்போது பூமியை விட்டே போய்விட்டார். இன்னும் அவருடைய கனல் கக்கும் பேச்சைக் கேட்கும் ஆவலில், பாட்டாளி வர்க்கத் தோழர்கள் அவர் சவப்பெட்டியைச் சுற்றிக் குழுமியிருக்கிறார்கள். இனி அவர் பேசப்போவதில்லை. அவரைப்பற்றி நாம்தாம் பேசவேண்டும்.

எல்லா முற்போக்குச் சக்திகளோடும் உறவு பாராட்டிய அவர், வாழுங் காலத்திலேயே தன்னை வலுவாக நிறுவியவர். மக்களை ஏமாற்றும் அரசியல் சக்திகளை அண்டிப்பிழைக்கும் அநாகரிகத்தை அவர் ஒருநாளும் நெருங்கியதில்லை. விருதுப் பட்டியலில் இருந்து தன்னையும் தன்பெயரையும் தாமாகவே விலக்கிக்கொண்டவர். இன்குலாப் ஜிந்தாபாத் என்றால் புரட்சி வாழ்க என்று பொருள். போராடினால் வெற்றி பெறலாம். இன்குலாப் போராடினார். நாம் வெற்றி பெறுவோம் அல்லது இன்குலாப்புகள் போராடினால் எளிய மனிதர்கள் வெற்றி பெறுவார்கள். இன்குலாப்பின் மரணச்செய்தி செவியை எட்டியபோது இதயமே தூர்ந்துவிடும் போலிருந்தது. எளிய வாழ்விலிருந்து ஏகாதிபத்தியத்தை எதிர்த்த ஒரு மகாகவி, இனி ஒருபோதும் வரப்போவதில்லை. இனிமேல் யார் எழுதித் தருவார்கள், துண்டுப் பிரசுரங்களில் மக்களுக்கான முழக்கங்களை?

இன்குலாப், இருக்கும்வரை மட்டுமல்ல இறந்த பிறகும் பிறருக்கே தான் என்பதைச் சொல்லும்விதமாகத் தன் உடலை மருத்துவ மாணவர்களுக்குத் தரச் சொல்லிவிட்டுப் போயிருக்கிறார். வீர வணக்கத்துக்குரிய ஒரு மகாகவியை தமிழ்ச் சமூகம் இழந்து நிற்கிறது. தர்மபுரியை அடுத்த சிற்றூரில் கூட்டமிருப்பதால் இருவர் திரைப்படம் குறித்த கட்டுரையை எழுதித்தர வாய்ப்பில்லை என்றவரின் இரங்கல் கட்டுரையை எழுதிக்கொண்டிருக்கிறேன். இப்போது என் சிந்தையில் இருவராகப் பாரதியும் இன்குலாப்பும் வந்துவந்து போகிறார்கள். விடாது பெய்துகொண்டிருந்த மழை, பெரு மழையாகக் கொட்டத் தொடங்குகிறது. இன்குலாப் உயிரோடு

இருந்திருந்தால் என்ன சொல்லுவார்? தோழர்களே, மழையில் நனையாதீர்கள். நாளை போராட்டமிருக்கிறது.

இந்தியத் திரைவாசனை

திரையிசைப் பாடல்களை ஒப்பிலக்கியக் கண்ணோட்டத்துடன் அணுகி, அதற்கு நயமும் பொருளும் சொல்லிய விதத்தில் எஸ்.எஸ்.வாசனின் "மொழி பிரிக்காத உணர்வு" எனும் நூல் தனித்துவமானது. இந்தியிலும் தமிழிலும் ஒரே கால கட்டத்தில் வெளிவந்த திரையிசைப் பாடல்களை ஒப்பு நோக்கி, இரண்டிலும் உள்ள நயங்களை இக்கட்டுரைகளில் வாசன் பட்டியலிட்டிருக்கிறார். இது, சாதாரண காரியமில்லை. இரண்டு மொழிகளையும் பிழையறக் கற்றிருந்தாலன்றி இக்காரியத்தில் ஈடுபடமுடியாது. இக்காரியத்தில் ஈடுபட மொழி அறிவு எவ்வளவு முக்கியமோ அதே அளவுக்கு இரண்டு சினிமாக்களின் வரலாற்று அறிவும் அவசியம். ஏனெனில், காலகட்டத் தெளிவில்லாமல் ஆய்வுகளை மேற்கொள்வது சாத்தியமில்லை.

எஸ்.எஸ். வாசன் என்றதும், ஆனந்தவிகடன், ஜெனிமி ஸ்டியோஸ் நிறுவனர் நினைவுக்கு வரலாம். ஆனால், இந்நூலை எழுதியுள்ள வாசன், 'பிராமின் டுடே' பத்திரிகையின் ஆசிரியர். திரைத்துறைக்குச் சம்பந்தமில்லாத இந்த வாசன், திரையிசைப் பாடல்களை அதன் பின்னணித் தகவல்களுடன் தெரிந்துவைத்திருக்கிறார். அவருக்கே உரிய கவித்துவப்

பார்வைகள், அப்பாடல்களை மேலும் ஒருபடி மேலே ஏற்றிவிடுகின்றன. சினிமாவைத் தாண்டிய புறத்தகவல்களை அவர் எங்கிருந்து சேகரித்தாரென்பது ஆச்சர்யத்துக்குரியது. தம்முடைய நினைவுகளில் இருந்து அவர் ஒரு பாடலை விவரிக்கத் தொடங்கியதுமே அதற்கு சார்புடைய பிற தகவல்களையும் அதனுடன் இணைத்துச் சொல்கிற முறையில் கவர்ந்துவிடுகிறார். ராயல்டியாக தனக்குக் கிடைத்த பத்து லட்சம் ரூபாயைப் போர் வீரர்களின் விதவை நிதிக்கு அளித்த தேசியக் கவி பிரதீப்பைப் பற்றிய வாசனின் விவரணை அத்தகையதே.

தமிழ்த் திரையிசைப் பாடலாசிரியர்கள் பலரையும் இந்நூல் வழியே அவர் கௌரவித்திருக்கிறார். குறிப்பாக, 1965இல் வெளிவந்த "கல்யாண மண்டபம்" என்னும் திரைப்படத்தில் பாடல் எழுதிய தமிழ் வித்தகர் தெள்ளூர் தர்மராசன் கவிராயரை இந்நூல் தவிர வேறெங்கும் வாசித்தறிய வாய்ப்பில்லை. மறக்கப்பட்ட மறக்கடிக்கப்பட்ட பாடல்களையும் பாடலாசிரியர்களையும் நினைவூட்டி, அதன்மூலம் நம்மையும் அவருடைய நெகிழ்வு வட்டத்துக்குள் இழுத்துவிடுகிறார். பாடல்கள் குறித்த தகவல்கள் சரியாக வந்திருக்கின்றன. பாடலில் சொல்லப்பட்டுள்ள கருத்துக்கு மாறாக அவர் எதையும் சொல்லவில்லை.

நயத்துக்காக ஒன்றிரண்டை கூட்டியோ குறைத்தோ சொல்லும் செயலில் அவர் ஈடுபடவில்லை. ஒருவேளை தனக்குக் கிடைத்த தகவல் குழப்பமேற்படுத்துவதாயின் அதையும் அப்படியே தந்திருக்கிறார். ஒரு பாடல், இரண்டு பாடலாசிரியர்களின் பெயரில் வந்திருக்கிறது என்றால் சம்பந்தப்பட்ட பாடலின் ஆசிரியர் யார் என்பதை நம்மிடமே விட்டுவிடுகிறார். தவறுதலாக சொல்லிவிடக் கூடாதென்னும் அதீத அக்கறையுடன் இந்நூலிலுள்ள கட்டுரைகள் ஆக்கப் பெற்றிருக்கின்றன.

நம்மைப் பொறுத்தவரை தமிழ்ப் பாடல்களும் அதன் வரிகளும் ஓரளவு தெரிந்ததுதான். என்றாலும், அதற்கு ஒப்புமையான இந்திப் பாடல்களின் இசையை கேட்கத் தூண்டுவதே இக்கட்டுரைகளின் சிறப்பு. இந்திப் பாடலாசிரியர் ஆனந்தபக்ஷி என் விருப்பத்துக்குரியவர்.

அவருடைய பல பாடல்களை கேட்டுக் கிறங்கியிருக்கிறேன். எனக்குத் தெரிந்த இந்திக்காரர்கள் மொழிபெயர்த்துச் சொன்னதிலிருந்து, அப்பாடல்களை உணர்ததற்கும் வாசன் மொழிபெயர்த்துச் சொல்வதற்கும் பாரிய வித்யாசம் இருக்கிறது. காரணம், மொழிபெயர்ப்பை வாசன் கவித்துடன் அழகுகளுடன் செய்திருக்கிறார்.வாசனின் திரையிசைப் பாடல் மொழிபெயர்ப்பு, ஏறக்குறைய ஓசை ஒழுங்குகளுடன் செய்யப்பட்டிருப்பதை ஒரு பாடலாசிரியனாக என்னால் உணரமுடிகிறது.

அண்ணன் தங்கை பாசத்திற்கு உதாரணமாகச் சொல்லப்படும் “மலர்களைப் போல் தங்கை உறங்குகிறாள்” என்னும் கண்ணதாசனின் பாடல், ஆனந்தபக்ஷியின் “ஃபூலோன் கா, தாரோன் கா” பாடலுடன் எந்த அளவுக்குப் பொருந்துகிறது என்பதை அசைச் சொற்களின்றி காட்டியிருக்கிறார். உணர்வுகள், ஒத்திருப்பதற்கும் ஒன்றிப்போவதற்கும் வேறுபாடுண்டு. இக்கட்டுரைகளில் வாசன், மிக கவனமாக கையாண்ட இடங்கள் அவையே. அவரைப்பார்த்து இவரோ இவரைப்பார்த்து அவரோ எழுதிவிட்டார் என்று எங்கேயும் இக்கட்டுரைகளில் அவர் குற்றப்பத்திரிக்கை வாசிக்கவில்லை. மாறாக, அவருக்குள்ள திரையிசைப் பாடல் அறிவையும் மொழி அறிவையும் நம்முடைய ரசனைக்குத் தந்திருக்கிறார்.

மிகை உணர்ச்சிக்கு ஆட்படாமலும், அதே சமயம் சொல்லவேண்டிய பொருத்தப்பாடுகளை விட்டுவிடாமலும் வியந்திருக்கிறார். இந்திப் பாடலாசிரியர்கள் பலரைப் பற்றிய பின்னணித் தகவல்களை இந்நூல் வழியே அறிந்துகொள்ளலாம். ஒருவகையில் எஸ். எஸ் வாசனின் எழுத்து, திரையிசை வழியே மீண்டும் ஒருமுறை தேசியக் கட்டுமானத்தை நிர்மானிக்க முயன்றிருக்கிறது. கூடுதலாக ஒரு மொழி தெரிந்திருந்தால், கலை இலக்கியத்தை அடுத்த கட்டத்திற்குக் கொண்டு செல்லலாம் என்பதை வாசன் இந்நூலில் சொல்லாமல் சொல்லியிருக்கிறார்.

அதைவிட, திரையிசைப் பாடல்களுக்கும் செவ்வியல் தன்மைகள் உண்டென்பதை உணர்த்துவதற்கே அவர் இக்கட்டுரைகளை எழுதியிருக்கிறார் எனப்படுகிறது. திரையிசைப் பாடல்களை உள்வாங்கி, அவை கதையுடனும்

கருத்துடனும் எந்தெந்த விதத்தில் செயலாற்றுகின்றன என்பதை இத்தனை அழகாக விவரிக்கும் கட்டுரைகள் தமிழில் வந்ததில்லை. வட்டார அடையாளங்களைப் புறந்தள்ளிவிட்டு, திரைப்பாடல்களின் வழியே நம்முடைய பாடலாசிரியர்கள் மேற்கொண்ட பொதுத் தன்மைகளை நேர்த்தியாகக் கவனித்திருக்கிறார். சங்க இலக்கியத்திற்கும் கம்பராமாயணத்திற்கும் நயம் சொல்வதைப்போல திரையிசைப் பாடல்களுக்கும் நயம் சொல்ல இயலும் என்பதை இந்நூல் நிரூபிக்கிறது. இதன்மூலம் திரைப்பாடல்களும் இலக்கியமே எனும் வாதத்திற்கு வலுசேர்கிறது.

கொண்டாட்டப் பாடல்களைத் தவிர்த்துவிட்டு, ஏனைய பாடல்களைக் கணக்கெடுத்துப் பார்க்கையில் இந்திய சமூகத்தின் ஒத்தத் தன்மை தத்துவ தரிசனங்களால் பின்னப்பட்டுள்ளது. உறவுகளின் சிறப்பையும் சிக்கலையும் தத்துவங்களின் வழியே கண்டடைந்த சமூகமாக இந்திய சமூகம் இருந்துவந்திருக்கிறது. மத அடிப்படையிலான நம்பிக்கைகள் அப்படியில்லை. ஆனாலும்கூட, திரைப்பாடல்கள் மதக் கருத்துக்களுக்கு விரோதமான காரியங்களில் ஈடுபடவில்லை என்பது குறிப்பிடத்தக்கது. ஒரு பாடல், தான் சார்ந்துள்ள இஸ்லாத்துக்கு மாற்றாக இருப்பதால் முகமது ரஃபி பாட மறுத்திருக்கிறார். என்றபோதிலும், அவை திரைப்படத்தில் வராமலில்லை.

திரைப்பாடல்கள் மனித விழுமியங்களை மேம்படுத்துவனவாகவே இருந்துள்ளன. இருந்துவருகின்றன. ஒப்பீட்டளவில் ஒருசில பாடல்கள் நுகர்வு உணர்ச்சிக்கு முக்கியம் கொடுத்தாலும், பெரும்பாலான பாடல்கள் இந்திய அல்லது தமிழ் சமூகத்தின் மாண்பை காப்பாற்றுவதாகவே அமைந்துள்ளன. இந்நூல் நெடுக எஸ்.எஸ்.வாசன் கையாண்டிருக்கும் உத்திகளில் ஒன்று, தமிழுக்கும் இந்திக்கும் இருக்கும் பொதுத்தன்மையை மிகையில்லாமல் மொழிந்திருப்பதே. உணர்ச்சிவசப்பட்ட நிலையில் அவர் ஒரு வாக்கியத்தைக்கூட உருவாக்கவில்லை.

வாசகனின் அல்லது ரசிகனின் மனோநிலையில் ஒரு பாடலின் சிறப்பைச் சொல்வதன்மூலம் திரைப்பாடலின் முழுப் பரிமாணத்தையும் காட்டிவிடுகிறார். முதல் வாக்கியத்திலிருந்து

இறுதி வாக்கியம்வரை அவரிடம் இருக்கும் ரசனையுணர்வு நமக்கும் தொற்றிவிடுகிறது. பட்டிமன்றப் பேச்சாளர்களால் படுகாயத்திற்கு உள்ளான திரைப்பாடல்களை, தன்னுடைய அற்புதமான கலையுணர்வால் காப்பாற்றியிருக்கிறார். இக்கட்டுரைத் தொடர் வெளிவந்த காலத்தில் வாரந்தோறும் இம்முறை வாசன், யாரை எப்பாடலை எழுதியிருக்கிறார் என்னும் ஆவல் ஏற்பட்டது. அதையே நூலாக வாசிக்கும் இத்தருணத்தில், இம்முயற்சியை அவர் தொடர்ந்து செய்ய வேண்டும் எனக் கேட்கத் தோன்றுகிறது.

உடுமலை நாராண கவியும் கே.டி.சந்தானமும் இன்னும் பலரும் தமிழ்த்திரைப்பாடல்களில் செய்திருக்கும் அற்புதங்களை இந்திப் பாடல்களுடன் ஒப்பிடும் அரிய ஆற்றலை வாசன் பெற்றிருக்கிறார். வெறும் ரசனையைத் தாண்டி, ஆய்வு பூர்வமாக அவர் இக்கட்டுரைகளை எழுதியிருக்கும்விதம் இலக்கிய அந்தஸ்தை பெறுகிறது. திரையிசையின் இன்றைய போக்குகள் கவலையளிப்பதாக இருந்தாலும், அதன் முந்தைய சாதனைகள் புதிய உற்சாகத்தை ஏற்படுத்துகின்றன.

இந்நூல், கடந்தகால சாதனைகளிலிருந்து பெருமிதம் கொள்ளவும் தவறுகளிலிருந்து பாடம் பெறவும் உதவலாம். வாசனின் இக்கட்டுரைகளை வெளியிட்ட தமிழ் இந்துவை வாழ்த்துவதும் வணக்குவதும் யோசனைக்கு அப்பாற்பட்டது. ஒரு திரைப்பாடலை இப்படியும் அணுகலாம் என்பதைச் சொல்லிய வாசன், அவர் குறிப்பிட்டுள்ள பாடல்களைப் போலக் காலங்கடந்தும் கவனிக்கப்படுவார். எழுதிச் செல்லும் அவரின் கைகள், எழுதி எழுதி மேற் செல்லட்டும்.

சூழலுக்கேற்றச் சொல்லாளர்

காலம், களம், சூழல் இவை மூன்றும் ஒருங்கே அமையப் பெறாதவர்கள், எந்தத் துறையிலாவது கவனத்தை ஈர்த்திருக்கிறார்களா என யோசிக்கலாம். உரிய காலமும் உரிய களமும் உரிய சூழலும்தான் ஒருவரை முன்னோக்கியோ பின்னோக்கியோ நகர்த்துகிறது. இந்து மதத்திற்கு மாற்றாக புத்தர், தம்மத்தை நிறுவியதும் தென்னாப்பிரிக்காவில் பயின்றுவந்த காந்தி, வெள்ளையர்களுக்கு எதிராகக் குரல் எழுப்பியதும்கூட, மேற்கூறிய மூன்றையும் உள்ளடக்கியே புரிந்துகொள்ளப்பட வேண்டியவை. காலத்திற்கோ களத்திற்கோ சூழலுக்கோ ஒவ்வாத விஷயத்தில் ஈடுபடுகிறவர்கள், எத்தனை ஆற்றலுடையவர்களாக இருந்தாலும் கவனம் பெறுவதில்லை. சம்பந்தப்பட்டவர்களின் உழைப்பிலும் உறுதியிலும் சிக்கல் இல்லை. என்றாலும், அவர்கள் தம் பணியை எங்கிருந்து தொடங்குகிறார்கள் என்பது முக்கியமானது.

ஆச்சாரமான ஸ்ரீரங்கத்து அய்யங்கார் குடும்பத்தில் பிறந்த ஒருவர், திராவிட இயக்கம் கொடிகட்டிப் பறந்த காலத்தில் தன்னையும் தன் எழுத்துகளையும் அறியச் செய்திருக்கிறார் என்பது எளிதான காரியமில்லை. கவிஞர் வாலி என்று அழைக்கப்பட்ட அவர், காவியக்கவிஞரென்றும்

வாலிபக்கவிஞரென்றும் போற்றப்படுபவர். தமிழ்த் திரைப்படப் பாடலாசிரியர்களில் அதிகப் பாடல்கள் எழுதியவராகவும் அவரைச் சொல்லலாம். காலத்திற்கேற்பத் தன்னைத் தகவமைத்துக் கொண்டதிலும் களத்திற்கேற்பத் தன்னைத் தயாரித்துக்கொண்டதிலும் சூழலுக்கேற்ப நடந்துகொண்டதிலும் அவருக்கு நிகர் அவர்தான். அவர் யாரைப் பின்பற்றி எழுதவந்தார் என்பது தவிர்க்கப்படவேண்டிய கேள்வி. தனக்கு முன்னால் இருந்த அத்தனைப் படைப்பாளிகளையும் அவர் அறிந்து வைத்திருந்தார்.

புதுக்கவிதையின் பிதாமகன் என்று சொல்லப்படும் ந.பிச்சமூர்த்தியிடமே அவர் தன் முதல் கவிதையைக் காண்பித்திருக்கிறார். அப்போது ஸ்ரீரங்கக்கோயில் நிர்வாக அதிகாரியாக ந.பிச்சமூர்த்தி பணிபுரிந்து வந்திருக்கிறார். யாரோ ஒரு பொடியன் கவிதை என்னும் பெயரில் எதையோ காட்டுகிறானே என எண்ணாமல், வாலியின் கவிதையைப் படித்துவிட்டு வாழ்த்தியிருக்கிறார். அதுமட்டுமல்ல, தமிழ் உனக்குச் சோறு போடும். தொடர்ந்து எழுது என்றும் சொல்லியிருக்கிறார். அப்படிச் சொல்லிய ந.பிச்சமூர்த்திக்குத் தமிழ் சோறு போட்டதாகத் தகவல் இல்லை. என்றாலும், ஏன் அவர் வாலியிடம் அவ்வாறு சொன்னாரென்பது ஆராயத்தக்கது.

தமிழ் உனக்குச் சோறு போடும் என வாலிக்குச் சொன்ன இன்னொருவர் கலைவாணர். நண்பர் ஒருவர் மூலம் கலைவாணரைச் சந்திக்கும் வாய்ப்பை இளம் வயதிலேயே வாலி பெற்றிருக்கிறார். தன்னைக் கண்டடைந்து கொள்வதில் அந்த வயதிலேயே வாலிக்கு ஆர்வம் இருந்திருக்கிறது. பெரியவர், பெருமான், ஆசான் எனப் பலரும் பலவிதமாக வாலியைச் சொல்வார்கள். ஆனால், எனக்கு அவர் எப்போதும் அய்யாதான். அவரைச் சந்தித்து உரையாடும் பொழுதுகளிலெல்லாம் அவரை நான் அய்யா என்னும் விகுதியில்தான் அழைத்திருக்கிறேன்.

அவருடைய மகனைவிடவும் குறைவான வயதுடைய என்னை, ஒருமையிலோ பெயர் சொல்லியோ அவர் அழைத்ததேயில்லை. என்னசார், சொல்லுங்க சார் என்பதுதான் அவர் வழக்கமாக உரையாடலைத் துவங்கும் பாணி.

முதல்முதலாக அவரைச் சந்தித்தது இசையமைப்பாளர் வித்யாசாகரின் ஒலிப்பதிவுக்கூடத்தில்தான். அப்போது தயாரிப்பாளர் ஏ.எம். ரத்தினத்தின் மகன் நடித்த "பொன்னியின் செல்வன்" என்னும் திரைப்படத்தின் ஆரம்பக்கட்டப் பாடல் பணிகள் தொடங்கியிருந்தன. அப்படத்தை இயக்கும் பொறுப்பை இயக்குநர் ராதாமோகன் ஏற்றிருந்தார். அதற்குமுன் அவர் இயக்கிய "அழகிய தீயே" என்னும் திரைப்படம் பரவலான கவனத்தைப் பெற்றிருந்தது.

'அழகிய தீயே' திரைப்படத்தில் இரண்டு பாடல்களை எழுதியவன் என்னும் முறையிலும் தொடர்ச்சியாக வித்யாசாகரின் இசையில் பாடல் எழுதிவருபவன் என்னும் தகுதியிலும் பொன்னியின் செல்வன் திரைப்படத்திற்குப் பாடல் எழுத அழைக்கப்பட்டிருந்தேன். அது ஒரு கனவுப்பாடல். அந்தக் கனவுப் பாடலுக்கு உதாரணமாக " எங்கேயும் எப்போதும், சந்தோசம் சங்கீதம்" என்னும் பாடலை இயக்குநர் சொல்லியிருந்தார்.

பெரும்பாலும் வித்யாசாகர் பாடலுக்கான பல்லவியை எழுதி இசையமைக்கவே விரும்புவார். அதன்படி பாடலுக்கான சூழலை விளக்கி, பல்லவி சிலவற்றை எழுதித்தரும்படி கேட்டிருந்தார். அவர் கேட்டதற்கு இணங்க நானும் சில பல்லவிகளை எழுதிக்கொடுத்தேன். தேர்வுகள் அவருடையன. எது பாடலுக்கு ஏற்புடையதாக இருக்கிறதோ அதை அவரே தேர்ந்தெடுத்து மெட்டமைப்பார். பொன்னியின் செல்வனுக்கும் அவ்வாறே ஏற்புடையதாகக் கருதிய ஒரு பல்லவியை மெட்டமைத்து இயக்குநரிடம் வித்யாசாகர் காட்டினார்.

மெட்டைக் கேட்ட இயக்குநருக்கு ரொம்பவே பிடித்திருந்தது. ஆனால், வார்த்தைகள் அவருக்குத் திருப்தி தரவில்லை. "இதே மெட்டை வைத்துக்கொண்டு வேறு பல்லவியை எழுதுங்கள். கூடவே, சரணத்தையும் எழுதிவாருங்கள்" என்றார். சட்டை தைத்த பிறகு உடம்பைச் சரி செய்யுங்கள் என்பது போலிருந்தது. அப்போது பாடல் துறையில் பெரிய அனுபவம் இல்லாத எனக்கு, அவர் ஏன் பல்லவியை மாற்றச் சொல்கிறார் எனப் புரியவில்லை. முடியாது என மறுத்துப்பேசவோ விவாதிக்கவோ இயலாத நிலை. ஒருவாறாக

மையமாகத் தலையசைத்துவிட்டு வீட்டுக்கு வந்தேன். இரண்டு மூன்று நாள்களாக வெவ்வேறுமாதிரி யோசித்து, நிறையப் பல்லவிகளையும் நிறையச் சரணங்களையும் எழுதி எடுத்துக்கொண்டு போனேன். எல்லாவற்றையும் வாசித்த இயக்குநர், அப்போதும் நான் நினைப்பதுபோல் வரவில்லையே எனக் கையை விரித்தார்.

“அழகிய தீயே” திரைப்படத்தில் நானெழுதிய இரண்டு பாடல்களையும் அதன் வசனகர்த்தாவான அண்ணன் விஜிதான் இறுதி செய்தார் என்பதால், ராதாமோகனின் ரசனையும் விருப்பமும் எனக்குப் பிடிபடவில்லை அல்லது அவர் சொன்னதை என்னால் சரியாக உள்வாங்க முடியவில்லை. மீண்டும் எழுதி வாருங்கள் என்றார். பாட்டெழுத வந்த எனக்கு, பரிட்சை எழுதுவது போலிருந்தது. மீண்டும் சில பல்லவிகள், சில சரணங்கள். அந்தமுறையும் அவரை என்னால் திருப்திப்படுத்த முடியவில்லை.

தொடர்ந்து திரைத்துறையில் பாட்டெழுதும் பணியை நம்மால் மேற்கொள்ள முடியுமோ முடியாதோ எனும் சந்தேகம் வந்தது. அச்சமும் மனச்சோர்வும் ஆட்கொண்ட தருணம் அது. இயக்குநர் உதாரணம் காட்டிய ‘எங்கேயும் எப்போதும்’ பாடலில் வருவதைத்தான் வேறு வேறு உவமைகளால் படிமங்களால் எழுதியிருந்தேன். இருந்தாலும், அது ஏன் இயக்குநருக்குப் பிடிக்காமல் போனதென்று யூகிக்க முடியவில்லை. வார்த்தை போதாமையா? அனுபவப் போதாமையா? என்று அவருமே விளக்கவில்லை

ஒருவழியாக ஊருக்கே மூட்டைக் கட்டிவிடலாம் என முடிவுக்கு வந்து, மிக நாகரிகமாகவும் மிகமிக நளினமாகவும் என் தரப்பு நியாயத்தை இயக்குநரிடமும் இசையமைப்பாளரிடமும் விளக்கிவிட்டு விலகிக்கொண்டேன். அந்த மெட்டுத்தான் வாலிக்கு வழங்கப்பட்டது. அவர் என்ன எழுதுகிறார், எப்படி எழுதுகிறார் என அறிய ஆவலாயிருந்தது. அனுபவமும் முதிர்ச்சியும் கொண்ட அவர், அந்தச் சூழலைக் கையாளும் விதம் குறித்துக் கற்க எண்ணம். எனவே, ஒலிப்பதிவுக் கூடத்துக்கு வாலி வரும் அன்று எனக்கும் தகவல் சொல்லும்படி ஒலிப்பதிவுக்கூடப் பொறுப்பாளரிடம் கேட்டுக்கொண்டேன். அவரும் வித்யாசாகரின் அனுமதியுடன்

என்னை அழைத்திருந்தார். நம்மால் எழுத முடியாதுபோன ஒரு பல்லவியை வாலி எவ்வாறு எழுதுகிறார் என்பதிலிருந்து என் தோல்விக்கான காரணத்தை கண்டுபிடித்துவிடலாம் என்றிருந்தேன். அதே சமயம், அவர் இயக்குநரை அணுகும்விதத்தை அறிந்துகொள்வதும் நல்லது எனத் தோன்றியது. இத்தனை ஆயிரம் பாடல்களையும் ஒருவர் சலிக்காமல் அறுபது ஆண்டுகளாக எழுதி வருகிறார் என்றால், எழுத்துத்திறமை மட்டும் போதாது. அதற்கு மேலும் ஏதோ ஒன்று இருக்கவேண்டுமில்லையா? அந்த ஏதோ ஒன்று என்ன என்பதுதான் என்னுடைய சிக்கலே. சிக்கலை அவிழ்த்துவிடும் பரபரப்பில், வித்யாசாகரின் ஒலிப்பதிவுக் கூடத்தின் பின் கட்டிலுள்ள கண்ணாடிக் கதவு வழியே நடப்பதையெல்லாம் கவனித்துக்கொண்டிருந்தேன்.

வழக்கமான வேட்டி ஜிப்பாவில் வெற்றிலையைக் குதப்பியபடி வாலி, ஒலிப்பதிவுக் கூடத்தின் மைய அறைக்கு வந்தார். எப்போதும் அவர் உதட்டில் ஒட்டியிருக்கும் அதே சிரிப்பு. அதே பாந்தம். வித்யாசாகர் எழுந்து நின்று வணக்கம் சொன்னார். பதில் வணக்கம் செலுத்தியபின், வித்யாசாகரின் கையைக் குலுக்கினார். இயக்குநர் அமர்ந்தவாக்கில் கும்பிட்டதாக நினைவு. வெகு நேரம் எதை எதையோ பேசிக்கொண்டிருந்தார்கள்.

ராதாமோகனின் முந்தையத் திரைப்படமான அழகிய தீயேவையும் அதில் இடம்பெற்றிருந்த ஒன்றிரண்டு நல்ல அம்சங்களையும் வாலி பகிர்ந்துகொண்டார். சிரிப்பொலியும் பேச்சொலியும் மாறி மாறிக் கேட்டுக்கொண்டிருந்தன. ஆவி பறக்கும் சரவண பவன் காப்பியோடு அலுவலகப் பையன் அறைக்குள் நுழைந்தான். அவனுடைய பேரைக் கேட்ட வாலி, எதையோ சொன்னார். பின்னும் கொஞ்சம் பேச்சோசை. சிரிப்போசை.

அதன்பிறகு நிதானமாக "பாட்ட பாத்துடலாமா" என வாலி ஆரம்பித்தார். இயக்குநரும் இசையமைப்பாளரும் விழி மலர நிமிர்ந்து உட்கார்ந்தார்கள். ஜிப்பாவின் இடது பாக்கெட்டிலிருந்து பாடல் பிரதியை எடுத்து வாசிக்கத் தொடங்கினார். அவர் காகிதத்தைக் கையில் வைத்து வாசிப்பதே அழகாயிருந்தது. சந்தமும் ஒழுங்கும்

அபாரமாயிருந்தன. கற்பனைகளும் சிந்தனைகளும் எட்ட முடியாத உயரத்தில் எழுதப்பட்டிருந்தன. நான் எழுதமுடியாமல் விலகிக்கொண்ட பாடல் என்பதால் அவ்வரிகள் ஒவ்வொன்றும் என்னை என்னவோ செய்தன. இத்தனை வயதிலும் கம்பீரமும் கலையழகும் குறையாமல் வாலியால் எப்படி எழுத முடிகிறது? என்றிருந்தது. வாசித்த வரிகளைக் கேட்டுக்கொண்டிருந்த ராதாமோகன், தலையைக் குனிந்தபடி அமர்ந்திருந்தார். “என்ன ஓய் பேசாம இருக்குறீர், நீர் வேற மாதிரி எதிர்பார்க்கிறீரோ” என இயக்குநரைக் கேட்டார். ஆமாம் என்பதுபோல் அவரும் சிரித்தார். உடனே, வலது பாக்கெட்டிலிருந்து இன்னொரு காகிதத்தை எடுத்து வாசித்தார்.

அப்போதும் இயக்குநரின் தலை நிமிரவில்லை. அறையே நிசப்தமானது. “என்னதான் வேணுமுன்னு தெளிவாகச் சொல்லுமய்யா, எழுதிடலாம்” என்று வாலி தடித்த குரலில் கேள்வி எழுப்பினார். இயக்குநருக்கு ஒன்றும் புரியவில்லை. எதை எதையோ விளக்கினார். அவர் உதாரணமாக எடுத்துச்சொல்லிய பாடல்களில் மிகுதியும் வாலி எழுதிய பாடல்களாயிருந்தன.

அந்தக் காலத்தின் மொழியும் மனோநிலையும் அப்பாடல்களில் விரவியிருந்தன. அதெல்லாம் சரி, என்று தாடியை நீவிக்கொண்ட வாலி, “நீர் சொல்வதுதானே முதல்ல வாசிச்சதில இருக்கு, அப்புறமென்ன” என்றார். “நீங்க எவ்வளவு இம்புட்ஸ் கொடுத்தீங்களோ, அதுதான் நான் எழுதி இருக்கிறதும். வார்த்தை மார்டனா வேணுமுன்னா சொல்லுங்க. இல்ல, கவித்துவமா வேணுமா சொல்லங்க. எதுவுமே தெளிவா சொல்லாம உம்முன்னு உக்காந்திருந்தா எப்படி? என் அனுபவத்துல வெற்றிபெற்ற எல்லா இயக்குநருக்கும் ரெண்டாவது படத்துல இப்படிக் குழப்பம் வர்றது சகஜம். அத சரி பண்ணிக்கனுமுன்னா நல்லா பேசணும்” என்றார்.

இசையமைப்பாளர் வித்யாசாகர் எதுவுமே செல்லாமல் அமைதியாயிருந்தார். எல்லாவற்றுக்கும் சாட்சியாய், கதவுக்கு வெளியே நின்று கொண்டிருந்த எனக்குப் பதற்றமாயிருந்தது. மேற்கொண்டு என்ன செய்யப் போகிறார்கள் எனப் புரியாத சூழலில் தயாரிப்பாளர் ஏ.எம்.ரத்னம் அறைக்குள் வந்தார்.

பழையபடி சூழல் சகஜ நிலைக்குத் திரும்பியது. அந்த இடைவெளியில் இயக்குநர் ராதாமோகன் கைக்குட்டையால் முகத்தைத் துடைத்துக்கொண்டார். ஏசி அறையில் அவருக்கு ஏன் வேர்த்ததென்று சொல்வதற்கில்லை.

அதன்பிறகு தற்போதைய இயக்குநர்களை அவர் கடிந்துகொண்டதும் ஒரு பாடல் எப்படி இருக்கவேண்டும் என விளக்கிச் சொன்னதும் எனக்குமே பாடமாயிருந்தன. "காலமும் களமும் சூழலும்தான் பாடல்களைத் தீர்மானிக்கின்றன. நம்முடைய விருப்பம் சார்ந்து எழுதிக்கொள்வது ஒருபோதும் திரைப்பாடலாகாது" என்பதைத்தான் அவர் வெவ்வேறு வார்த்தைகளில் விளக்கினார். "ஒரு பாடலாசிரியனின் சிந்தனைக்குப் பாடலை விட்டுவிட்ட பிறகு அந்தச் சிந்தனையிலிருந்து நல்லதை எடுப்பதுதான் இயக்குநரின் வேலையே தவிர, தான் சிந்தித்ததைத் தாங்கள் ஏன் எழுதவில்லை" எனக் கேட்பது அபத்தம்.

ஒருவேளை தான் சிந்தித்ததே வரவேண்டும் என்றால் சம்பந்தப்பட்ட இயக்குநரே எழுதிக்கொள்ள வேண்டியதுதான். தமிழ்த் திரையில் அப்படி எத்தனையோ நல்ல பாடல்களை இயக்குநர்கள் எழுதியுமிருக்கிறார்கள். பெரும் குழப்பமாக முடிந்த அந்தச் சந்திப்பில், வாலியுடனான என் முதல் அறிமுகம் வாய்க்காமல் போனது. இன்னொரு சந்தர்ப்பத்தில் அறிமுகமாகிக் கொள்ளாலாமே என வித்யாசாகரும் தவிர்த்தார். எனக்குமே அதுதான் சரியாகப்பட்டது.

விபரீதமான சூழலில் ஏற்படுத்திக்கொள்ளும் அறிமுகம் வில்லங்கமாகிவிடும் எனும் அச்சமுமிருந்தது. அதன்பிறகு ஓராண்டு கழித்துத்தான் வாலியிடம் அறிமுகமானேன். ஐ.பி.ஆர்.எஸ். விழாவில். என்னை அறிமுகப்படுத்தியவர் இளம் பாடலாசிரியர்களை அன்புகொண்டு ஆதரிக்கும் கவிஞர் முத்துலிங்கம் அவர்களே. மேனாள் அரசவைக் கவிஞராக இருந்த அவர், ஒவ்வொரு சந்தர்ப்பத்திலும் என்னை உற்சாகப்படுத்தி வளர்த்தெடுப்பவர்.அது மிக நல்ல சந்திப்பாக அமைந்தது. அதன்பின் எங்குப் பார்த்தாலும் வாலியால் என்னை அடையாளம் கண்டுகொள்ள முடிந்தது. ஒவ்வொருமுறையும் வாஞ்சையுடனும் வாழ்த்துகளுடனும் அவர் என்னை ஆரத்தழுவிக் கொண்டிருக்கிறார். வண்ணத்திரையில்

உன்னைப் பற்றி எழுதியிருக்கிறார்கள் பார்த்தாயா? என்றோ, வித்யாசாகரிடம் உன்னுடைய "கண்டேன் கண்டேன்" என்ற "மதுர" திரைப்பாடலைப் பாராட்டினேனே சொன்னாரா என்றோ, அவர் கேட்கும் தொனியில் பாசமும் பண்பும் இழையோடும். அவருடைய கைகள் ஒருபோதும் இளம்பாடலாசிரியனைப் பற்றிக்கொள்ளத் தயங்காதவை.

தனக்கு முன்னால் இருந்தவர்கள் தன்னை எப்படி நடத்தினார்களோ அப்படி நடந்தோ நடத்தியோ விடக்கூடாது என்பதில் அவருக்குத் தெளிவு இருந்தது. ஒரு துறையில் தனக்குப் பின்னால் வருபவர்களை வரவேற்று, அவர்களுக்கு ஆக்கப்பூர்வமான அறிவுரைகளைச் சொல்பவராக அவர் இருந்தார்.

தஞ்சையில் நடக்கவிருந்த என்னுடைய திருமணத்திற்கு வாலியை அழைக்க விரும்பி, கவிஞர் முத்துலிங்கத்துடன் அவர் வீட்டுக்குப் போயிருந்தேன். அழைப்பிதழை வாங்கிக்கொண்டு ஆசீர்வதித்த அவர், அதில் இடம்பெற்றிருந்த கவிதையை வாசித்துவிட்டு வெகுநேரம் பேசிக்கொண்டிருந்தார். "தோழர் நல்லகண்ணுவின் தலைமையில் திருமணமா அபாரம். எத்தனை பெரிய மனுஷர். அப்பழுக்கில்லாத அரசியல் தலைவர். ஆனா பாருங்க, நம்ம மக்கள் அவரை ஒரு எலக்ஷன்லகூட ஜெயிக்க வைக்கல. எப்படி நாடு உருப்படும். முட்டாள்கள் நிறைஞ்ச நாட்ட அயோக்கியன் ஆள்வான்றது சரியா இருக்கு பாத்தீங்களா" என்றார்.

அந்தச் சந்திப்பில் பாடல் துறையில் நான் இயக்குநர்களிடமும் இசையமைப்பாளர்களிடமும் எப்படி நடந்துகொள்ளவேண்டும் எனவும் கற்பித்தார். "வார்த்தைகள் ஒடித்து அழகழகா கற்பனையச் சொல்லுற பாணி ஒனக்கும் முத்துக்குமாருக்கும் நல்லா வருது. கணையாழியில வேல பாத்ததால நவீன கவிதைகள்ல ஒனக்குப் பரிச்சயம் ஏற்பட்டிருக்கு. இதே கதியில எழுதினா முக்கியமான ஆளா வரலாம், பாத்துக்கோ" என்றார். "பொதுவுடைமைச் சிந்தனைகளில் எனக்கும் ஈடுபாடு உண்டு. ஆனா, சினிமாவுல எப்படிங்கிறத யோசிச்சிக்கோ, நாம செய்யிறது வேல. முதலாளிய ஒழிக்கிறது இல்ல" என்றதும், பேச்சின் திசையை முத்துலிங்கம் மாற்றினார். கண்களைப் பார்த்து

ஊடுருவும் அவருடைய உரையாடல்களில் அவ்வப்போது தெறிக்கும் நகைச்சுவை தனிரகம். அதுவும் கவிஞர்கள் மட்டுமே சூழ்ந்திருக்கையில் அவர் அடிக்கும் இலக்கியக் கமெண்ட்களை நினைத்து நினைத்துச் சிரிக்கலாம்.

ஒரு பெரியவரிடம் பேசிக்கொண்டிருக்கிறோம் என்னும் நினைவே வராதவாறு நடந்துகொள்வார். தன்னை அப்டேட் செய்துகொண்டே இருப்பார். பாடல்வேறு, கவிதைவேறு என்பதைப் புரிந்து செயல்பட்டவர். "இந்தக் குட்டிரேவதியும் சாருநிவேதிதாவும் எழுதறதப் படிக்கிறீங்களா" என்பார். திரைத்துறையில் இருப்பவர்களைப் பற்றி இலக்கியவாதிகள் என்ன மதிப்பீடு வைத்திருக்கிறார்களோ எனக்குத் தெரியாது. ஆனால், இலக்கியவாதிகளைப் பற்றிய உயர்ந்த மதிப்பீடே அவர் வைத்திருந்தார்.

கல்கி, புதுமைப்பித்தன், ஜெயகாந்தன் மூன்று பேரும் சினிமாவில் கூடுதல் கவனம் செலுத்தியிருக்கலாம் என்பது அவர் எண்ணம். "எழுத்தாளர்கள் சினிமாவை இரண்டாவதாகவே கருதுகிறார்கள். பிரதானமாகக் கருதிச் செயல்பட்டிருந்தாலும் சினிமாவிற்குத் தரமும் வளமும் கூடியிருக்கும்" என்பார். ஜெயகாந்தன் "பாதை தெரியுது பார்" திரைப்படத்தில் எழுதிய 'தென்னங்கீற்று ஊஞ்சலிலே' பாடலையும் "மீரா" திரைப்படத்தில் கல்கி எழுதிய 'காற்றினிலே வரும் கீதம்' பாடலையும் சிலாகித்து ஒரு நேர்காணலில் பேசியிருக்கிறார்.

இலக்கியத்தில் இருந்து சினிமாத் துறைக்கு வந்த பலரோடும் அவருக்கு நல்ல பரிச்சயமிருந்தது. இசங்களைக் குறித்த புரிதலும் அதற்கு எதிர்வினையாக வரும் விமர்சனங்களையும் அவர் கடைசிவரை கவனித்துக்கொண்டிருந்தார். நிஜகோவிந்தம், பொய்க்கால் குதிரைகள், அம்மா எனும் தலைப்புகளில் வெளிவந்துள்ள தம் கவிதை நூல்களை இலக்கியக்காரர்கள் வாசித்தார்களா? எனும் கவலை அவருக்கு இருக்கவில்லை. நாலும் வந்தால்தான் தமிழுக்கு நல்லது என்று அடிக்கடி சொல்லுவார். அழைப்பிதழோடு போயிருந்த எங்களைத் திருப்பி அனுப்ப அவருக்கு மனமே இல்லை. ஒன்றைத்தொட்டு இன்னொன்றுக்கு அவர் உரையாடல் நகர்ந்துகொண்டே இருந்தது. எனக்குமே

அவரிடமிருந்து விடைபெற விருப்பமில்லை. ஆனாலும், அவர் அறுவை சிகிச்சை முடிந்து அப்போதுதான் வீட்டுக்கு வந்திருந்தார். பேச்சு உற்சாகமாயிருந்தாலும் அவர் உடல் சோர்வுற்றிருந்ததை உணரமுடிந்தது. "உடல் நலக்குறைவு காரணமாக திருமணத்திற்கு வர இயலுமா? தெரியவில்லை. ஃபிளைட்டிலாவது வரலாம் போலிருக்கிறது. பிராப்தம் எப்படி இருக்கோ பாப்போம்" என்றதும், நானும் முத்துலிங்கமும் பதறிப்போய் நீங்கள் வரவேண்டும் என்பதில்லை. இங்கிருந்தே வாழ்த்துங்கள் என்று சொல்லிவிட்டு வந்தோம். அவருடைய பொய்க்கால் குதிரை கவிதைகளை இயக்குநர் பாலச்சந்தர் அக்னிசாட்சி திரைப்படத்தில் காட்சிப்படுத்தியிருக்கிறார்.

கவிஞர், பாடலாசிரியர், நாடகாசிரியர், திரைக்கதையாசிரியர் வசனகர்த்தா எனப் பல முகங்கள் அவருக்கு இருந்தாலும், அவர் ஆரம்பத்தில் விரும்பியது ஓவியர் என்னும் முகத்தைத்தான். அவர் வரைந்த பாரதியார் ஓவியத்தைப் பார்த்துவிட்டு, "என் தோப்பனாரை இந்தப் பிள்ளையாண்டான் தத்துரூபமா கொண்டு வந்துட்டான். அச்சு அசல் நேரில் பார்க்கிறது போல இருக்கு" என்று ஓவியத்தைப் பார்த்துக் கண்ணீர் உகுத்தவர், பாரதியாரின் மகள் தங்கம்மாள்.

சிவாஜி பத்திரிகையை நடத்திவந்த திருலோக சீத்தாராமுடன் வாலி வீட்டுக்கு வந்திருந்த தங்கம்மாளும், வாலி ஓர் ஓவியனாக அவதாரம் எடுப்பார் என்றுதான் நினைத்திருந்தார். பாரதி மகளே தன் மகனைப் பாராட்டியதைக் கேட்ட வாலியின் தந்தை அவரைச் சென்னை ஓவியக் கல்லூரியில் சேர்த்துவிட்டார். ஆனால், ஓராண்டுக்குமேல் சென்னை வாழ்வு வாலிக்குச் சித்திக்கவில்லை. காரணம் என்னவென்றே தெரியாமல் ஊருக்குத் திரும்பிவிட்டதாக "நானும் இந்த நூற்றாண்டும்" என்னும் நூலில் எழுதியிருக்கிறார். ஊருக்குத் திரும்பினாலும் அவருடைய படைப்பு மனம் சும்மா இருக்கவில்லை.

தற்செயலாக அவர் பார்த்த "மருதநாட்டு இளவரசி" திரைப்படம் அவரைப் படாதபாடு படுத்திவிட்டது. இளங்கோவனுக்குப் பிறகு வசனத்தில் தனித்துவமான அடையாளத்தை ஏற்படுத்திய கலைஞரின் எழுத்துகள் அவரையும் நாடகாசிரியனாக ஆக்கியிருக்கிறது. வானொலி

இதழில் ஓவியங்கள் தீட்டிவந்த அவர், அதன்பின் தொடர்ச்சியாக நாடகங்களை எழுதுவதும் இயக்குவதும் நடிப்பதுமாக இருந்திருக்கிறார்.

அப்போது வாலியின் நண்பர் எம்.ஆர்.பாலு என்பவர் "பேராசை பிடித்த பெரியார்" என்னும் நாடகத்தை நடத்தியிருக்கிறார். தமிழ்நாடு என்னும் பேர் வைக்க ஆசைப்பட்ட பெரியார் என்பதையே அந்நாடகத் தலைப்பு சொல்ல விரும்பியது. அந்நாடகத்தில், 'இவர்தான் பெரியார் / இவரை / யார்தான் அறியார்' என்னும் பாடலை எழுதியிருக்கிறார். நாடகத்தையும் பாடலையும் ரசித்த பெரியார், "பாட்டென்றால் இப்படித்தான் எல்லோருக்கும் புரியும்படி அமைய வேண்டும்" என்றிருக்கிறார். தொடர்ந்து, நாட்டுக்கு உபயோகமில்லாத பாட்டெல்லாம் சினிமாவில் வருவதாகப் பெரியார் அப்போது குறைபட்டுக்கொண்டது குறிப்பிடத்தக்கது.

இடையிடையே சிறுகதைகளும் கவிதைகளும் எழுதிக்கொண்டிருந்த அவருடைய படைப்புகள் வாகீசக் கலாநிதி கி.வா. ஜெகந்நாதனால் பாராட்டப்பட்டன. நாடகத்துறையில் கால் பதிப்பதற்கு முன்பாகப் பத்திரிகையாளராகும் ஆசையும் அவருக்கு இருந்திருக்கிறது. இந்தியத் தேசிய ராணுவம் இளைஞர்களிடம் பெரும் வரவேற்பைப் பெற்றிருந்த காலம் அது. சுதந்திர இந்தியக் கனவை ஈடேற்றும் விதத்தில் அந்தக் காலகட்டத்தில் வெளிவந்த இதழ்களில் ஒன்றுதான் மணிக்கொடி.

மணிக்கொடி எழுத்தாளர்களில் ஒருவரான சிட்டியின் அறிமுகம் வாலிக்குக் கிடைக்கவே, எப்படியாவது ஒரு பத்திரிகையைக் கொண்டுவருவதெனத் திட்டமிட்டிருக்கிறார். பத்திரிகையின் பெயர் "நேதாஜி". ஏற்கெனவே அவருக்கிருந்த ஓவிய ஆர்வம் பத்திரிகை உருவாக்கத்திற்குப் பயன்பட்டிருக்கிறது. நண்பர்களின் ஒத்துழைப்போடு பத்திரிகை தயாராகிவிட்டது. வெளியிட வேண்டுமே என்னும் போதுதான் ஸ்ரீரங்கம் "ராஜாஜி கல்சுரல் அசோசியேஷன்" ஆண்டுவிழாவிற்கு எழுத்தாளர் கல்கி வரவிருக்கும் தகவலை அறிகிறார். உடனே, அவசர அவசரமாக எழுத்தாளர் எங்கே தங்கியிருக்கிறார் எனத் தெரிந்துகொண்டு தயாரிக்கப்பட்ட கையெழுத்துப் பத்திரிகையுடன் கல்கியைச்

சந்தித்து அழைப்பு விடுத்திருக்கிறார். எழுத்தாளர் கல்கியோ, ஏற்கெனவே ஒப்புக்கொண்ட கூட்டங்கள் இருப்பதால் பத்திரிகையை வெளியிட வர இயலாது எனச் சொல்லிவிடுகிறார். எழுத்தாளர் கல்கி வந்து பத்திரிகையை வெளியிடப் போவதாக நண்பர்களிடம் ஜம்பமாகச் சொல்லிவிட்டு வந்த வாலியால், அந்த வருத்தத்தைத் தாங்கமுடியவில்லை. என்னசெய்வதென்றும் விளங்கவில்லை. அதுமட்டுமல்ல, எழுத்தாளர் கல்கி வரப்போவதாக ஊரெல்லாம் தண்டோரா வைக்காமலேயே தகவல் பரவியிருந்தது.

இந்த நிலையில் தன்னால் அழைத்துவர முடியாமல் போனதென்றால் கேலி பேசுவார்களே என்னும் அச்சம் அரித்தது. மிகுந்த கசப்புற்ற வாலி, அன்று இரவு வெகுநேரமாகியும் வீடு திரும்பவில்லை. ஸ்ரீரங்கம் காவிரிக்கரையில் போய் உட்கார்ந்துகொள்கிறார். சொன்னதை நடத்திக்காட்ட முடியாமல் போகையில், யார் முகத்தையும் அவருக்கு எதிர்கொள்ளத் துணிவில்லை. ஒருவிதமான தோல்வி மனநிலை. அப்புறம் ஒருவழியாகத் தன்னைத் தானே சமாதானப்படுத்திக்கொண்டு வீட்டுக்குத் திரும்பினால், வீட்டு வாசலில் ஒரே கூட்டம். எழுத்தாளர் கல்கி வந்திருக்கிறார். கூடவே சின்ன அண்ணாமலையும் இன்னும் சிலரும்.

வர இயலாது எனச் சொன்னதால் மனம் உடைந்திருந்த வாலிக்கு, அந்தக் காட்சியை நம்பவே முடியவில்லை. தவிர, பத்திரிகையில் தான் எழுதியிருந்த கவிதையைப் பற்றியும் கல்கி குறிப்பிட்டுப் பேசியதில் கூடுதல் மகிழ்ச்சி. “கல்யாணப் பத்திரிகைக்குப் போகாமல் இருந்தாலும் கையெழுத்துப் பத்திரிகைக்குப் போகாமல் இருக்கக்கூடாது” எனக் கல்கி சொல்லியதாகச் சின்ன அண்ணாமலை அப்போது தெரிவித்திருக்கிறார்.

கடும் பணிச்சுமைக்கு இடையிலும் எழுதவரும் புதியவர்களை ஆதரித்து அரவணைக்கும் பண்பை அவர் கல்கியிடமிருந்து பெற்றிருக்கிறார் எனக் கொள்ளலாம். வாலியைப் பொறுத்தவரை எடுத்துக்கொண்ட வேலையில் கண்ணும் கருத்துமாக இருப்பவர். முனைந்து, தான் செய்யும் ஒரு செயலில் தோற்றுவிடக் கூடாதென்பதில் எச்சரிக்கையுடன் காரியமாற்றுபவர். தன் எழுத்துகள் யாரைப்போய்ச்

சேர்கின்றன என்பதிலும் யாரைப் போய்ச் சேர வேண்டும் என்பதிலும் தீர்க்கமான முடிவுகளை அவர் வைத்திருந்தார். 1958இல் தொடங்கிய அவருடைய சினிமா பிரவேசம் இறுதி மூச்சு உள்ளவரை வெற்றிகரமான பயணமாகவே பார்க்கப்பட்டது. எத்தனையோ இயக்குநர்கள், எத்தனையோ இசையமைப்பாளர்கள், எத்தனையோ நடிகர்கள், எத்தனையோ தயாரிப்பாளர்கள் என அவர் சந்தித்த மனிதர்களையும் சவால்களையும் கணக்கிட்டால் ஆச்சர்யமாயிருக்கிறது. நெற்றியில் திருநீறும் குங்குமமும் இட்டுக்கொண்டு, திராவிட இயக்கத்தைச் சேர்ந்த பலர் இயக்கிய, நடித்த, தயாரித்த திரைப்படங்களுக்குப் பாடல்களை எழுதியிருக்கிறார். தன் அளவும் மாற்றாரின் அளவும் அவருக்குப் புரிந்திருந்ததுதான் அதிலுள்ள விசேஷம்.

அவர், காயப்படுத்துபவர்களைச் கடந்துபோகக்கூடியவர் அல்லர். எதிர்நின்று சவால்களைச் சமாளிப்பதையே விரும்பியிருக்கிறார். இயக்குநர்களும் உதவி இயக்குநர்களும் தன் பெயரில் ஆபாசமான வரிகளை எழுதி, தனக்கு அவப்பெயரை ஏற்படுத்தியபோதும் அதற்கான பொறுப்புகளை அவர் தட்டிக்கழிக்க எண்ணியதில்லை. கண்ணதாசன் காலத்தில் கண்ணதாசனைப் போலவே எழுதியவர் என்ற விமர்சனம் அவர்மீது உண்டு.

உண்மையில், அது விமர்சனமே இல்லை. அவர் பாடல்களை நன்றாக உள்வாங்கிக் கொண்டவர்கள் அப்படிச் சொல்வதில்லை. கண்ணதாசனை உயர்த்திச் சொல்வதற்காக வாலியைத் தாழ்த்தியதாகவே அதைப் பார்க்கமுடியும். வாலியேகூட அம்மாதிரியான விமர்சனங்களை ஆரோக்கியமாக எதிர்கொண்டே பதிலளித்திருக்கிறார். "திராவிட முன்னேற்றக் கழகம் அச்சமயத்தில் தமிழ் மீது தீராத பற்றுக் கொண்டிருந்தது.

எதுகையும் மோனையும் இல்லாத பாடல்களை மக்களுமே விரும்பவில்லை. எழுதிக்கொண்டிருந்த எல்லோருமே ஒரே மாதிரிதான் இயங்கினோம். அப்படி இருக்கையில், கண்ணதாசனைப் போல நான் எழுதியதாகச் சொல்லுவது சரியல்ல" என்றிருக்கிறார். "சக்கைப்போடு போடுராஜா, உன் காட்டுல மழை பெய்யுது" என்னும் பாடலில் கண்ணதாசன் எங்கே தெரிகிறார் எனவும் கேட்டிருக்கிறார். "மூன்றெழுத்தில்

என் மூச்சிருக்கும்", "நான் செத்துப் பிழைச்சவண்டா", "நான் ஆணையிட்டால்" போன்ற பாடல்களைக் கண்ணதாசன் பாடல்களாகக் கொள்ள முடியுமா, அவர் சந்தத்தை கையாண்ட விதமும் நான் சந்தத்தைக் கையாளும் விதமும் வேறாக இருக்கையில், இரண்டுபேரையும் ஒப்பிட்டுச் சொல்வது ஆகாதவர்கள் எழுப்பிவிடும் கட்டுக்கதை" என்று ஆதங்கப்படாமலும் இல்லை.

தஞ்சை ராமையாதாஸைப்போல சுதந்திரமான மனநிலையுடைய பாடலாசிரியராகத் தன்னை நிறுவிக்கொள்ள அவர் விரும்பினார். அவருடைய தனித்துவத்திற்கும் ஆளுமைக்கும் எத்தனையோ பாடல்களை உதாரணமாகச் சொல்லமுடியும். ஆனால், என் நோக்கம் அவர் பாடல்களை வியந்து எழுதுவதல்ல. ஒரு பாடலாசிரியராக அவர் வளர்ந்த விதமே. காலம் எதை விரும்புகிறதோ அதைத் தரக்கூடியவராக இருந்ததால்தான் ஆயிரக்கணக்கான பாடல்களை நான்கு தலைமுறைக்கு அவரால் அளிக்க முடிந்தது. முந்நூறு மொழிமாற்றுப் படங்களுக்குப் பாடல்களை எழுதியிருக்கிறார். பதினெட்டு மொழிகளைக் கற்றுப் புலமையோடு இருந்த பாடகர் பி.பி.ஸ்ரீனிவாசஸே, மொழிமாற்றுப் படங்களுக்கு பொருத்தமான வார்த்தைகளை எழுதக் கற்பித்தவர் என்று எழுதியிருக்கிறார்.

அவ்வப்போது வாலியைத் திரைத்துறையைச் சார்ந்தவர்களே விமர்சித்திருக்கிறார்கள், அதுவும் அவரை மேடையில் வைத்துக்கொண்டே. சில சமயம் சப்பைக் குதிரைகளும் கிண்டி ரேசில் ஜெயித்துவிடுவது உண்டு. அப்படித்தான் இந்தப்படத்தின் பாடல்களும் எனக் கற்பகம் திரைப்படத்தின் வெற்றிவிழாவில் சின்ன அண்ணாமலை பேசியிருக்கிறார். ஆனால், காலகதியில் அதே சின்ன அண்ணாமலையின் "ஆயிரம் ரூபாய்" படத்திற்குப் பாட்டெழுதும் வாய்ப்பு வாலிக்கு வந்திருக்கிறது.

தன்னை பூஷிப்பவர்களையும் தூஷிப்பவர்களையும் அவர் ஒரேமாதிரிதான் பார்க்கப் பழகியிருந்தார். தன்னைப் புரிந்துகொள்பவர்கள் பூஷிக்கிறார்கள். புரிந்துகொள்ளாதவர்கள் தூஷிக்கிறார்கள் என்பதைத் தாண்டி அவர் அதற்கு மதிப்பளித்ததில்லை. காலம் ஒரு திசையை நோக்கி

நகர்கையில் படைப்பும் படைப்பாளனும் அந்தத் திசைநோக்கி நகரவில்லையெனில் தேங்கிவிடக்கூடும் என அவர் தெரிந்து வைத்திருந்தார். அதனால், அவர்போல் இவர் எழுதினார். இவர்போல் இன்னொருவர் எழுதவில்லை என்பதெல்லாம் ரசிப்பவர்கள் ஏற்படுத்தும் பிம்பமே அன்றி, அதற்கும் எழுதுபவர்களுக்கும் எந்தச் சம்பந்தமும் இல்லை. ஒரே சமூகத்தின் காற்றையும் தண்ணீரையும் பயன்படுத்தும் இருவர் வேறுபட்டுச் சிந்தித்தால்தான் ஆச்சர்யமே. ஒரே மாதிரி சிந்திப்பது தவறில்லை.

பதினாறு வயதினிலே திரைப்படத்தில் இடம்பெற்ற "செந்தூரப்பூவே" பாடலைக் கேட்ட கண்ணதாசன், நானும் இப்படித்தான் சிந்தித்திருப்பேன் எனக் கங்கை அமரனைப் பாராட்டியிருக்கிறார். 1963ஆம் ஆண்டு தீபாவளிக்கு வெளியான கற்பகம் திரைப்படமே வாலியின் வாழ்வில் விளக்கேற்றிய திரைப்படம். அந்தத் திரைப்படமும் அந்தத் திரைப்படத்தில் இடம் பெற்ற பாடல்களும் மக்கள் மத்தியில் பெரும் வரவேற்பைப் பெற்றன.

நூறு நாள் ஓடி, வெற்றி விழாவும் கண்ட அத்திரைப்படத்தை இயக்கியவர் கே.எஸ். கோபாலகிருஷ்ணன். கூட்டுக்குடும்ப உறவுகளில் இருந்த சிக்கல்களையும் நெருக்கடிகளையும் மிக நேர்த்தியாகப் படம்பிடித்துப் பாராட்டுப் பெற்றவர். இதனுடன் இணைத்துச் சொல்லப்பட வேண்டிய இன்னொரு செய்தி, கற்பகம் திரைப்பட வெற்றி விழாவில், வாலிக்கான கேடயத்தை வழங்கியவர் கண்ணதாசன். இவருக்கு அவர் போட்டி, அவருக்கு இவர் போட்டி என மற்றவர்கள் பேசிக்கொண்டாலும் அவர்கள் இருவருமே அதற்கெல்லாம் அப்பாற்பட்டவர்களாகவே இருந்திருக்கிறார்கள்.

வாலிக்கு நேர்ந்த நெருக்கடியான சந்தர்ப்பங்களில் கண்ணதாசனின் பாடல்களே ஆறுதலையும் தேறுதலையும் அளித்திருக்கின்றன. வாலி, கண்ணதாசனை எந்த இடத்திலும் குறைத்துச் சொன்னதே இல்லை. மாறாக, ஆசானாகவும் தோழராகவுமே போற்றியிருக்கிறார். தனக்கு எதிராகக் கடைவிரிக்க வந்தவர்தான் வாலியெனக் கண்ணதாசனும் எண்ணவில்லை. வாலியும் நினைக்கவில்லை. காலஓட்டத்தில் சம்பவங்கள் அனைத்துமே வரலாறாகிவிடுகின்றன.

கண்ணதாசனுக்கும் எம்.ஜி.ஆருக்கும் இடைவெளி ஏற்பட்டிருந்த காலத்தில், தொழில்ரீதியாகத் தனக்கு ஏற்பட்ட சரிவைச் சரி செய்துகொள்ள வாலியை எம். ஜி. ஆர். பயன்படுத்திக்கொண்டார். எம்.ஜி.ஆர். வாலியைப் பல சமயங்களில் வழிமொழிந்திருக்கிறாரே தவிர, முன்மொழிந்ததாகச் சொல்ல முடியாது. இன்னும் சொல்லப்போனால், 'படகோட்டி' திரைப்படத்திற்கு வாலி பாடல் எழுதியிருக்கும் தகவலே, இரண்டு பாடல்கள் முடிந்தநிலையில்தான் எம்.ஜி.ஆருக்குத் தெரிவிக்கப்பட்டிருக்கிறது.

அரசியல் மாற்றங்களுக்கு ஏற்பவும் அவ்வப்போதைய மனநிலைக்கு ஏற்பவும் செயல்பட்ட எம்.ஜி.ஆர், எத்தனையோ பாடலாசிரியர்களைத் திரைக்கு அறிமுகப்படுத்தியிருக்கிறார். அவர் அளவுக்குப் பாடல்கள் மீது அக்கறை செலுத்திய நடிகர்கள் முன்னாலும் இல்லை. பின்னாலும் இல்லை. திரைப்படப் பாடல்களின் செல்வாக்கையும் அது மக்கள் மீது செலுத்திவரும் ஆதிக்கத்தையும் அவர் ஒருவர்தான் துல்லியமாக நிறுத்தவர். அவருக்கு வார்த்தை வழங்கிய கவிஞர்களை அவர் கைவிட்டதேயில்லை. பணமும் பதவியும் கொடுத்து அழகு பார்த்திருக்கிறார்.

ஒரு விநோதமான சம்பவம் வாலியின் வாழ்வில் நடந்திருக்கிறது. தொடர்ந்து பல படங்களுக்கு வாலி பாடல் எழுதிவந்த சமயத்தில், அரச கட்டளை என்னும் தலைப்பில் எம்.ஜி.ஆரின் சகோதரர் எம்.ஜி.சக்ரபாணி தயாரித்த படத்திற்குப் பாடல் எழுத வாலி அழைக்கப்பட்டிருக்கிறார். அப்படத்தில் எம்.ஜி.ஆர். தமிழ்க்கவியாக நடிக்கிறார். மக்களை விழிப்படையச் செய்து, அரசனுக்கு எதிராகப் போர்க்கொடி தூக்கவைப்பதே அக்கதாபாத்திரத்தின் பணி. இறைவனின் கட்டளைக்கு முன்னால் அரசனின் கட்டளை எம்மாத்திரம்? எனப் பாடலில் சொல்லவேண்டும்.

சூழலை உள்வாங்கிக்கொண்ட வாலி, மறுநாளே பல்லவியை எழுதிப்போய் எம்.ஜி.ஆரிடம் காட்டியிருக்கிறார். அவ்வளவுதான். எம்.ஜி.ஆருக்குக் கோபம் வந்துவிடுகிறது. "என்னை அவமானப்படுத்தும் நோக்கத்தில்தானே இப்படி எழுதியிருக்கிறீர்கள்" எனக் கடிந்துகொள்கிறார். வாலிக்கு

விதிர்விதிர்த்துப் போகிறது. தான் அவர்மீதும் அவர் தன்மீதும் அன்புகொண்டிருக்கும் வேளையில், இதென்ன அசம்பாவிதம் என யோசித்து வரிகளைத் திரும்பப் படித்தபோதுதான் காரணம் புரிந்திருக்கிறது. ஆண்டவன் கட்டளைக்கு முன்னால் / உன் / அரசக் கட்டளை என்னவாகும்? என்பது வரி.

அப்போது 'ஆண்டவன் கட்டளை' என்னும் பெயரில் சிவாஜி ஒரு படத்தில் நடித்துக்கொண்டிருக்கிறார். இறைவனின் கட்டளைக்கு முன்னால் என்று எழுதியிருந்தால் பிரச்சனையில்லை. ஆண்டவன் கட்டளை என்று எழுதியதால் வாலி, ஏதோ விகல்பம் செய்வதாக விளங்கிக்கொண்டு கோபித்திருக்கிறார். பெரிய நடிகர்களுக்குப் பாட்டெழுதும் பொழுது என்னென்ன மாதிரியெல்லாம் சிக்கல் வருமென்று யோசிக்க முடியாது. பாட்டுக்கு யோசிப்பது பாதியென்றால், பாட்டுக்குப் பின்னால் வரக்கூடிய பாதிப்புக்கு யோசிப்பது மீதியாகிறது. நல்ல எண்ணத்தில் எழுதினாலும், அதைப் பிழையாகப் புரிந்துகொண்டு தங்கள் இஷ்டம்போல் பாடலாசிரியனிடம் நடந்துகொள்வார்கள், இப்போதும்கூட.

அதேபோல இந்த செண்டிமெண்ட் என்றொரு பிசாசு. அந்தப் பிசாசு பிடிக்காத சினிமாக்காரர்களை எண்ணிவிடலாம். "தா"வில் ஆரம்பித்தால் படம் ஜெயிக்கும். "பா"வில் ஆரம்பித்தால் படம் பட்டித்தொட்டிவரை பாயும் என்பது அவர்களுடைய நம்பிக்கை. இந்த நம்பிக்கை அவரவருடைய தனிப்பட்ட விஷயம். அதை யாரும் கேள்வி எழுப்ப முடியாது. எல்லாப் புகழும் இறைவனுக்கே என்று ஆஸ்கார் மேடையிலும் அறிவித்த ஏ.ஆர்.ரகுமானுக்கேகூட அப்படியான நம்பிக்கைகளில் ஈடுபாடுள்ளதை வாலியே சொல்லியிருக்கிறார்.

"ம" வரிசையில் ஆரம்பித்து வாலி எழுதினால் அப்பாடல் மாபெரிய வெற்றி அடையும் என்பது அவர் நம்பிக்கை. அதன் காரணமாகவே அன்பே வா, முன்பே வா என்று எழுதிய வாலியின் வரியை, "முன்பே வா, அன்பே வா" என்று திரைப்படத்தில் பாட வைத்திருக்கிறார். அவர் நம்பிக்கைக்கேற்ப அப்பாடலும் பெரு வெற்றி பெற்றது. வாலி எழுதியதால் அப்பாடல் வெற்றியடைந்ததா? இல்லை அவர் "மு" வில் ஆரம்பித்து எழுதியதால்

வெற்றியடைந்ததா? என்பது சம்பந்தப்பட்டவர்களுக்கே வெளிச்சம். பாடலைக் கேட்கிற யாரும் வாலி, "ம" வரிசையில் பல்லவியை ஆரம்பித்திருக்கிறாரென்றோ "க" வரிசையில் ஆரம்பித்திருக்கிறாரென்றோ பார்ப்பதில்லை. இது குறித்து வாலி சொல்லும்போது, "நானெழுதினால் ஹிட்டாகுமென்று நினைப்பது எனக்கு ஒன்றும் பாதகமில்லையே. அப்படி நினைத்துத்தானே என்னிடம் வருகிறார்கள். அதிலென்ன தவறு" என்றிருக்கிறார். மற்றவர்களின் நம்பிக்கையைச் சந்தேகிக்கக்கூடாது. நமக்கு அவர்கள் நம்பிக்கையில் நம்பிக்கையில்லாமல் இருக்கலாம். அதற்காக அவர்களைக் கோபிப்பதோ விமர்சிப்பதோ நாகரிகமில்லை என்பார்.

நம்பிக்கையில் இரண்டு வகை. ஒன்று நல்ல நம்பிக்கை. இன்னொன்று மூட நம்பிக்கை. இதில் நீங்கள் எதை ஆதரிப்பீர்கள் எனக்கேட்டதற்கு, "நம்பிக்கை என்றால் நம்பிக்கைதானே. அதிலென்ன நல்ல நம்பிக்கை, மூட நம்பிக்கை. பகுத்தறிவினால் வருவது நல்ல நம்பிக்கையென்றால், பக்தியினால் வருவது மூட நம்பிக்கையென்று வைத்துக்கொள்ளுங்கள். அதைக்கூட பகுத்தறிவுவாதிகள்தான் சொல்கிறார்களே தவிர நானில்லை" என்றும் நழுவியிருக்கிறார்.

கர்மவிதிகளின்படிதான் எல்லாம் நடக்கின்றன எனும் நம்பிக்கையை அவர் கொண்டிருந்தார். இல்லையென்றால், பம்பாய் பிராட்வே தியேட்டர் வாசலில் ஹார்மோனியத்தை வைத்துப் பாட்டு பாடிக்கொண்டிருந்த நௌஷத்தும் சென்னை பிராட்வே தியேட்டரில் வடை விற்றுக்கொண்டிருந்த சிறுவன் எம்.எஸ்.வியும் இசைத்துறையில் இத்தனை பெரிய சிகரத்தை தொட்டிருக்க முடியுமா? என "நினைவு நாடாக்கள்" நூலில் எழுதியிருக்கிறார். சமயோஜிதமாகப் பேசி எதிராளியின் வாதத்தை முறியடிக்கக்கூடியவர். ஒரே நேரத்தில் எம்.ஜி.ஆரின் 'தாழம்பூ'வும் சிவாஜியின் 'அன்புக்கரங்க'ளும் தயாராகிக்கொண்டிருந்தன. இரண்டு திரைப்படத்திற்கும் வாலிதான் பாடல்.

அப்படியிருக்கையில், எதேச்சையாகச் சந்திக்க வந்த வாலியிடம் எம்.ஜி.ஆர், "உங்க அன்புக் கரங்கள் எப்ப ரிலீஸ்" எனக் கேட்கிறார். உங்க என்ற சொல்லில் இருந்த பொருள் வாலிக்குப் புரிந்துவிட, "உங்க அன்புக்கரங்களில்

இருந்து எனக்கு எப்போதுமே ரிலீஸ் இல்லையே" எனப் பதிலளித்திருக்கிறார். அவர் தலைமையில் கவியரங்கங்களில் பங்குபெற்றபோது பல சமயங்களில் அவருடைய மொழியறிவையும் சட்டென்று வந்துவிழும் வார்த்தை ஜாலங்களையும் கண்டு வியந்திருக்கிறேன்.

இன்னமுமே எனக்கு நினைவில் நிற்பது, கமல்ஹாசன் பிறந்தநாள் விழா கவியரங்கம்தான். அவர் தலைமையில் நான், கபிலன், இளையகம்பன் ஆகியோர் கவிதை வாசித்தோம். அப்போது கபிலன் கமலைக் குறித்துச் சொல்லும்போது, "நீ பூணூலை அறுத்த புதிய பாரதி" என்றார். கவியரங்கைக் காண வந்திருந்தவர்கள் அனைவரும் கமல்ஹாசனின் நற்பணி மன்றத்தைச் சேர்ந்தவர்கள். கபிலன் அப்படிச் சொன்னதும் அரங்கமே கிடுகிடுக்கும் அளவுக்குக் கைதட்டல். பிறகு நானும் இளையகம்பனும் விவேகாவும் வாசித்தோம். எல்லோருடைய கவிதைகளையும் வாழ்த்திய அவர், கபிலனை மட்டும் பாராட்டவில்லை. மாறாகக் கோபித்துக்கொண்டார். பிறந்தநாள் விழாவில், "ஏன் அறுக்கிறதை பத்தியெல்லாம் பாடணும்" எனக் கேட்டார். தலைமைக் கவிஞராக இருப்பவர், அரங்கை ஒழுங்கு செய்து கொடுக்கலாமே தவிர, இதைத்தான் வாசிக்கவேண்டும் அதைத்தான் வாசிக்கவேண்டும் என ஆணையிட முடியாது.

பூணூலை அறுத்த புதிய பாரதிக்குக் கோபித்துக்கொண்ட அவரே பத்து வருடங்கள் கழித்து, பெரியார் திடலில் நடந்த தொல்.திருமாவளவனின் பிறந்தநாள் விழா கவியரங்கில் "கலித்தொகைபோல் நீயொரு தலித்தொகை" என்றார். அருகில் அமர்ந்திருந்த என்னிடம் "என்னய்யா தலித்தொகை புதுசா இருக்கா" என்று புன்முறுவினார். காலத்திற்கும் களத்திற்கும் சூழலுக்கும் ஏற்பவே அவருடைய வார்த்தைகளும் சிந்தனைகளும் பின்னப்பட்டன.

தலைவர்கள் குறித்தும் தனி நபர்கள் குறித்தும் அவர் எத்தனையோ கவிதைகளை எழுதியிருக்கிறார். தலைவர்களையும் தனி நபர்களையும் மேடையிலேயே துதிபாடியிருக்கிறார். முதல் மாதம் கலைஞரையும் இரண்டாவது மாதம் ஜெயலலிதாவையும் மூன்றாவது மாதம் வைகோவையும் நான்காவது மாதம் மூப்பனாரையும் அவர் வாழ்த்துவதைப் பார்த்தவர்கள்,

வாலி ஏன் எல்லோரையும் உச்சியில் தூக்கி வைத்துக் கொண்டாடுகிறார் என்றிருக்கிறார்கள். ஒரு கவிஞனுக்கு அரசியல் வேண்டாமா? எல்லோரையும் புகழ்கிறார் என்றால் அவர் அரசியல்தான் என்ன? எனவும் கேட்டிருக்கிறார்கள். சமூகம் சார்ந்து சிந்திக்க வேண்டுமானால், எது சிறந்த கொள்கையாகப்படுகிறதோ அதைப் பற்றிக்கொண்டுதானே நிற்கவேண்டும். அப்படியில்லாமல் அந்தத் தலைவரையும் புகழ்வது, இந்தத் தலைவரையும் புகழ்வது என்றிருந்தால் அந்த வார்த்தைகளுக்கு என்ன மதிப்பிருக்க முடியும்? எனச் சர்ச்சித்திருக்கிறார்கள்.

அதையெல்லாம் தெரிந்த கொண்ட வாலி, "எல்லோரிடமும் கடவுள் இருக்கிறது என்னும் எண்ணமுடையவனே நான்" என எளிதாகக் கடந்திருக்கிறார். "என்மீது விமர்சனம் வைப்பவர்கள், எல்லோரையும் விமர்சிக்க வேண்டும் என எதிர்பார்க்கிறார்கள். என்னால் யாருமே புண்படக்கூடாது என்பதுதான் என் எச்சரிக்கை. மேலும், புல் பூண்டில்கூட இறைவன் இருப்பதாகக் கருதினால் எதை? யாரை? தூஷிக்க வாய்வரும்" என்றும் விளக்கமளித்திருக்கிறார். 'இன்னும் இவர்கள் இருக்கிறார்கள், பெரும் புள்ளிகள்' ஆகிய இரண்டு தொகுப்பில் அவர் எழுதிய வாழ்த்துக் கவிதைகள் இடம்பெற்றுள்ளன.

ஒருவயதுக்குமேல் அவர் காவியம் இயற்றுவதில் ஆர்வம் காட்டினார். அவதார புருஷன், பாண்டவர் பூமி, ராமானுஜர் காவியம், பகவத் கீதை, தமிழ்க் கடவுள் முருகன், கிருஷ்ண விஜயம் ஆகியவை நூல்களாக வெளிவந்துள்ளன. புதுக்கவிதை வடிவில் அவர் காவியங்களை எழுத வேண்டுமென விரும்பியிருக்கிறார். ஆழ்ந்த பக்தியும் மொழிப்பற்றும் உடைய அவர், இக்காலத்திற்கு ஏற்றவாறு காவியங்களை ஆக்கி அளித்திருப்பது குறிப்பிடத்தக்கது. குறிப்பாக, இயைபுத் தொடைகளில் அதிக கவனம் செலுத்தும் அவருடைய சொல்லாடல்கள் வாசிக்கத்தக்கன.

ஒரு சொல்லுக்கு இத்தனை அர்த்தங்களா எனவும் இத்தனை அர்த்தங்களுக்கும் ஒரே சொல்லா எனவும் அக்காவியங்களில் வார்த்தைகளை அருவிபோல் கொட்டியிருப்பார். சோ. ராமசாமி சொல்வதைப் போல, பாண்டவர் பூமியில்

சரித்திரமும் அவதார புருஷனில் பக்திப் பரவசமும் பகவத் கீதையில் தத்துவமும் அவருக்கு மட்டுமே சாத்தியம். விரிந்த தளத்தில் பக்தி நூல்களையும் சரித்திர ஆராய்ச்சிகளையும் மேற்கொள்ளாமல் அக்காவியங்களை அவரால் ஆக்கியிருக்க முடியாது. அதே சமயத்தில் சோ.ராமசாமி இயக்கிய 'முகமது பின் துக்ளக்' திரைப்படத்தில் "அல்லா அல்லா" என்றொரு பாடலை எழுதியிருப்பார்.

அப்படம் வெளிவரவிருந்த சமயத்தில் அப்படம் இஸ்லாமியர்களுக்கு எதிராக எடுக்கப்பட்ட படமென்று சொல்லப்பட்டது. வதந்தி பரவியிருந்தது எனவும் சொல்லலாம். பிரதமர் இந்திராகாந்திவரை தலையிட்டுத்தான் அப்படம் வெளிவந்தது. இஸ்லாமியர்களுக்கு எதிராக எடுக்கப்பட்ட படமாக எண்ணியவர்களின் வாயை அடைப்பதற்கே "அல்லா அல்லா" பாடல் இணைக்கப்பட்டிருக்கிறது. படத்தைப் பார்த்த எதிர்ப்பாளர்கள், அப்பாடலைக் கேட்டதும் கைதட்டி ஆரவாரம் செய்தது தனிக்கதை. ஒரு பாடலால் ஒரு படத்தைக் காப்பாற்ற முடியும் என நிரூபித்தவராக வாலி இருந்திருக்கிறார். ஆனாலும், அப்பாடலில் வாலி, அல்லாவுக்கு இணை வைத்து நபியை சொல்லியிருப்பதால் இலங்கை வானொலியில் இன்றுவரை அப்பாடல் ஒலிபரப்பப்படவில்லை.

சமரசமில்லாமல் வாழ்வில்லை என்பதைத் தாரக மந்திரமாகக் கொண்டிருந்த வாலி, தன்னுடைய சுயமரியாதையை யாராவது சமரசம் செய்துகொள்ளச் சொன்னால் முகத்தில் அடித்தாற்போல் பேசியிருக்கிறார். ஒருமுறை இயக்குநர் பாலச்சந்தர் வாலியின் பாடலைக் கேட்டுவிட்டு, "இவ்வளவு சிறப்பாகப் பாடல் இருப்பதால் அது கண்ணதாசன் எழுதியதாக நினைத்தேன்" என்றிருக்கிறார். உடனே வாலியும், "இவ்வளவு சிறப்பாக குடும்பக்கதை வந்திருப்பதால் நானும் இப்படத்தை இயக்கியவர் கே.எஸ்.கோபாலகிருஷ்ணனாக இருக்கும் என்றுதான் நினைத்தேன்" என்றிருக்கிறார்.

சரிக்குச் சரியாக வாதிடுவதில் அவர் சமர்த்தர். பாடல் வரிகளில் திருத்தம் கேட்கும்பொழுது, சரியான காரணங்களைச் சொல்லாவிட்டால் சண்டைதான். தன்னை அப்டேட் செய்துகொண்டே இருந்ததால் ஒரு பாடலில் எங்கே ஆங்கிலத்தைக் கலக்கலாம். எங்கே ஆங்கிலத்தைக்

கலக்கக்கூடாது எனப் புரிந்து வைத்திருந்தார். வேகமான பாடல்களில் மட்டுமே ஆங்கிலப் பிரயோகங்களை அனுமதிப்பார். அதுவல்லாத மெல்லிசைப் பாடல்களில் எங்கேயுமே ஆங்கிலச் சொற்களை பயன்படுத்தியதில்லை. இயக்குநரே விரும்பினாலும் தவிர்த்துவிடுவார். உதாரணத்திற்கு ஒன்றிரண்டைக் காட்டலாம். அதுகூட அவர் பார்வைக்கு எட்டாமல் நடந்திருக்கலாம் என்றே நம்புகிறேன்.

வாலியின் திரைவாழ்வில் எத்தனையோ ஏற்ற இறக்கங்கள் இருந்திருக்கின்றன. திரும்பிய திசையெல்லாம் அவருடைய பாடல்களே காற்றை நிறைத்திருக்கின்றன. இந்த இடத்தில் அவர், திரைப்படங்களுக்கு எழுதிய திரைக்கதைகளையும் வசனங்களையும் பற்றிச் சொல்ல வேண்டும். அவருடைய படங்களில் என்னை மிகவும் கவனிக்க வைத்தது, 'ஒரே ஒரு கிராமத்திலே' என்னும் திரைப்படம். அப்படத்தை தஞ் சாவூரைச் சேர்ந்த ஜோதிபாண்டியன் இயக்கியிருப்பார்.

தேசிய விருது பெற்ற அத்திரைப்படம், இட ஒதுக்கீட்டை விமர்சித்திருந்தது. காயத்திரி என்னும் பெயருடைய பிராமணப் பெண், கருப்பாயியாக மாறி கலெக்டராகிவிடுவார். காயத்திரி ஏன் கருப்பாயியாக மாறினாள் என்பது கதை. மண்டல் கமிஷனைப் பற்றித் தீவிரமான விவாதங்கள் போய்க்கொண்டிருந்த நேரத்தில் அப்படம் வெளியானது. ஆனபோதும், அப்படத்தைப் பெரிதாக யாரும் கண்டுகொள்ளவில்லை. இடஒதுக்கீட்டுக்கு எதிராக எடுக்கப்பட்டதால் அடுத்தடுத்த படங்களை இயக்கும் வாய்ப்பு ஜோதிபாண்டியனுக்குக் கிடைக்காமல் போனதோ என்னவோ? ஒரு திரைப்படம் எந்த விஷயத்தையும் பேசலாம்.

பொதுக்கருத்துக்கு அல்லது பொதுப்புத்திக்கு ஏற்புடையதாக இருக்கவேண்டும் என்கிற அவசியமில்லை. மாற்றுக் கருத்துக்கும் மாற்றுச் சிந்தனைகளுக்கும் இடமளிக்கத் தவறுகிற சமூகத்தில் எந்த மாற்றமும் நிகழாதென்பதே ஜனநாயகவாதிகள் சொல்வது. 'ஒரே ஒரு கிராமத்திலே' திரைப்படத்தில் இடம்பெற்றுள்ள "ஓலக் குடிசையிலே" என்னும் பாடல் எப்போதும் என் விருப்பப் பட்டியலில் இடம்பெற்றிருப்பது. இளையராஜாவின் குரலில், மெய்மறக்கச் செய்த அவ்வரிகள் நாடோடித் தாலாட்டு வகைக்கு நல்ல சான்று. ஆரம்பகாலங்களில் நாடகங்களை எழுதியும் நடித்தும் அனுபவம் பெற்றிருந்ததால், அவருக்குத்

திரைக்கதைகளை அமைப்பதிலும் திரையில் தாமே தோன்றி நடிப்பதிலும் சிரமம் இருக்கவில்லை. இயக்குநர் பாலச்சந்தர் சொல்லிக்கொடுத்ததால்தான் திரைப்படத்திலும் தொலைக்காட்சித் தொடர்களிலும் நடித்தேன் என அவர் சொல்லியிருந்தாலும், காலத்தையும் களத்தையும் சூழலையும் கருத்திற்கொண்ட ஒருவருக்கு, எல்லாமே சாத்தியம் என்றுதான் தோன்றுகிறது.

தனக்கு இடப்படும் பணி எதுவோ, அதைச் சரியாகச் செய்துவிடுவதில்தான் மொத்தமுமே இருக்கின்றன. மெட்டுக்கு வார்த்தைகளை அளந்து அளந்து போடக்கூடிய பாடலாசிரியர்கள் எளிதில் உணர்ச்சிவசப்படுகிறவர்கள் என்றொரு கருத்து நிலவுகிறது. ஒருவகையில் அது உண்மையும்கூட. வார்த்தைகளின் பொருளும் குறியும் அவர்களை அறியாமலே அவர்களை உணர்ச்சிக்குத் தள்ளிவிடும். கலைஞரின் திரைக்கதைகளைத் தொடர்ந்து படமாக எடுத்துவந்தவர் இராம.நாராயணன். ஒருகட்டத்தில் மக்களின் நாடிபிடித்து, பாம்புகளை வைத்துப் படமெடுக்க ஆரம்பித்தார். அப்போது அவருடைய படங்களுக்கு வாலிதான் பாடல்கள் எழுதிவந்தார்.

இராம.நாராயணன் தி.மு.க.வைச் சேர்ந்தவர் என்பதால் அவர் இயக்கி வெளிவந்த ஒரு படத்திற்கு பாராட்டு விழா நடந்திருக்கிறது. அந்த விழாவில் பேசிய வாலி, மொத்த நாகத்தையும் வைத்துப் படமெடுக்கும் இராம.நாராயணனுக்கு இனி, துத்தநாகத்தை வைத்துத்தான் பாடலெழுத வேண்டுமென ஹாஸ்யமாகப் பேசியிருக்கிறார். அப்போது மேடையிலிருந்த கலைஞர், "நான் துத்தநாகத்திற்கெல்லாம் பாட்டெழுத மாட்டேன்" என்றிருக்கிறார். அந்த வாக்கியம் வாலிக்கு வருத்தத்தை ஏற்படுத்திவிட்டது. வார்த்தைதானே விட்டுவிடலாம் எனச் சமாதானமடையவில்லை. மறுநாள், கலைஞரே பேசி வருத்தம் தெரிவித்தவுடன்தான், மீண்டும் இராம.நாராயணனுக்குப் பாடல் எழுதச் சம்மதித்திருக்கிறார்.

இறுதிக் காலங்களில் ஒருநாள், இளம்கவிஞர்கள் எல்லோரையும் ஒருசேர சந்திக்க வேண்டுமென வாலி விரும்பினார். ஆனந்தவிகடனைச் சேர்ந்த நண்பர் மை.பா. நாராயணன் அந்தச் சந்திப்புக்கு ஏற்பாடு செய்தார். ஒரு

முழுநாள் இளம் கவிஞர்களோடு அவர் அடித்த இலக்கிய அரட்டைகள் மறக்க முடியாதவை. என் தோளிலும் இளையகம்பன் தோளிலும் கைகளைப் போட்டுக்கொண்டு, "ஒருபக்கம் பாரதி இன்னொரு பக்கம் கம்பன் வேற என்னய்யா வேணும் வாழ்க்கையில" என்று குறும்பாகச் சிரித்த சிரிப்பு எதையோ இன்னமும் சொல்லிக்கொண்டிருக்கிறது. முதன் முதலில் வித்யாசாகரின் ஒலிப்பதிவுக் கூடத்தில் சந்தித்த அதே மிடுக்கோடும் அதே குணஇயல்புகளோடுமே அவர் இறுதிநாளிலும் இருந்தார்.

மருத்துவமனைக்குச் சிகிச்சைக்காக அனுமதிப்பட்டிருந்த அவர், பாட்டெழுத வாங்கியிருந்த அட்வான்ஸைத் திருப்பித் தரச்சொல்லிவிட்டுத்தான் மரித்திருக்கிறார். இயக்குநர் வசந்தபாலன் இயக்கிய "காவியத் தலைவனே" அவர் கடைசியாகப் பாட்டெழுத ஒப்புக்கொண்ட திரைப்படம். "காவியக்கவிஞர் வாலி" என்னும் அடைமொழிக்கு பொருத்தமாகவே அவருடைய இறுதிச்சொற்களும் அமைந்தன என்பது எதார்த்தமில்லை. "பீமா" என்னும் திரைப்படத்தில் "ரகசியக் கனவுகள்" பாடலை எழுதிவிட்டு வீடு திரும்பிய பொழுது, அப்படத்தின் இயக்குநர் லிங்குசாமி தொலைபேசியில் அழைத்தார். பாடலில் ஏதோ திருத்தம் இருக்கிறதுபோல என எண்ணிக்கொண்டு, தொலைபேசியை எடுத்த என்னிடம், "இன்னொரு பாடலிருக்கிறது. உடனே எழுதவேண்டும். முடியுமா?" என்றார்.

திரையில் என்னை அறிமுகப்படுத்தியவர் என்பதால் எதையுமே கேட்காமல், "தாராளமாக எழுதுகிறேன், மெட்டை அனுப்புங்கள்" என்றேன். சொன்னதுபோல மறுநாளே "எனதுயிரே எனதுயிரே" என்னும் பாடலை எழுதிக்கொண்டு இசையமைப்பாளர் ஹாரீஸ் ஜெயராஜ் ஒலிப்பதிவுக் கூடத்திற்குப் போனேன். அங்கே போகும்வரை எனக்குத் தெரியாது, அப்பாடலின் மெட்டு, ஏற்கெனவே வாலிக்குத் தரப்பட்டதென்று.

ஒரு இயக்குநர், ஒரு பாடலாசிரியனின் சிந்தனைக்குப் பாடலை விட்டுவிட்ட பிறகு, அந்தச் சிந்தனையிலிருந்து நல்லதை எடுப்பதுதான் இயக்குநரின் வேலையே தவிர, தான் சிந்தித்ததைத் தாங்கள் ஏன் எழுதவில்லை எனக்

கேட்பது அபத்தம் என்று ஆரம்பத்தில் வித்யாசாகர் ஒலிப்பதிவுக்கூடத்தில் வாலி சொன்னதுதான் நினைவுக்கு வந்தது. என்னைப் பாட்டெழுத அழைக்கும் இயக்குநர்களிடம் இப்பொழுது நான் சொல்வதும் அவர்சொன்னதுதான். என்ன வேண்டுமென்று சொல்லுங்கள், எழுதிவிடலாம்.

காணாமல் போதல் பற்றி

மிகச்சிறிய ஆனால், மிக முக்கியமான கவிதைத் தொகுப்பொன்றை வாசிக்கும் வாய்ப்பை ஏற்படுத்தித் தந்த ஹஸீனுக்கு என் நன்றி. ஹஸீன் என் நெடுநாளைய நண்பர்களில் ஒருவர். நல்ல படைப்புகளை நேசித்தும் வாசித்தும் பிறருக்கு அறிமுகம் செய்துவைக்கும் அரிய தோழர். ஈழப் படைப்பாளிகளை தமிழக நிலப்பரங்பெங்கும் சொல்லிவரும் அவருடைய தோழமையினால் இந்தக் காலைப்பொழுது என்னும் தலைப்பில் வெளிவரும் ஏ.எம். அஸ்கரின் கவிதை நூல் கிடைக்கப் பெற்றேன். அஸ்கரைப் பற்றி அதிகம் நான் அறிந்திருக்கவில்லை.

அவருடைய முந்தைய தொகுப்பு குறித்தோ முக்கியமான கவிதைப் பதிவுகள் குறித்தோ கேள்விகூட படவில்லை. என்றாலும், இந்தக் காலைப் பொழுது என்னுள் கிளர்த்திய, கிளர்த்திவரும் உணர்வுகள் அலாதியானவை. முதல் பார்வையிலேயே பிடித்துவிடும் முகத்தோடு இந்நூல் வந்திருக்கிறது. போருக்குப் பின்னான ஈழ வாழ்வை புரிந்துகொள்ளமுடிகிறது. மகாகவி காலத்திலிருந்து தொட்டுத் தொடரும் கவிதை வயலின் புதுவிளைச்சலாக அஸ்கர் கிடைத்திருக்கிறார். தமிழ்க்கவிதைகளின் பெரும்பரப்பில்

அஸ்கரின் இடம் எது என்பதை காலமே தீர்மானிக்கும். ஆனால், அஸ்கர் எழுத வருவதற்கு முன்பிருந்த காலச்சூழல்களை தள்ளி வைத்துவிட்டு இக்கவிதைகளை வாசிக்க இயலவில்லை. தமிழக கவிதையாளர்களைவிடவும் ஈழப் படைப்பாளிகள் இலக்கியத்திற்கு நிறையவே கொடுத்திருக்கிறார்கள். படைப்பு ஊழியத்திலும் விமர்சனத் தளத்திலும் அவர்கள் ஆற்றியிருக்கும் பணி அளப்பரியது. மு.தளையசிங்கம், எம்.ஏ. நுஃமான், கைலாசபதி, சிவதம்பி, எஸ்.பொ, வ.ஐ.ச.ஜெயபாலன்,சேரன் என நீளும் பட்டியலில் ஹசீனும் அஸ்கரும் தவிர்க்கமுடியாதவர்கள் என்றே தோன்றுகிறது.

ஒரு கவிதையை எப்படிப் பார்க்கவேண்டும் என்றும் ஒரு கவிதை எதைச் சொல்ல வேண்டும் என்றும் தெளிந்தவர்களே ஈழப் படைப்பாளிகள் என்பதில் எனக்குமே மாற்றுக்கருத்தில்லை. ஓரளவு வாசித்துத் தெளிந்த பிறகே அவர்கள் எழுத வருவதாக எனக்குத் தோன்றும். வாழ்வை அதன் பூரணத்துடனும் பலவீனத்துடனும் அணுகுகிறவர்களாக அவர்கள் இருக்கிறார்கள். ஆர்வ மிகுதியில் எழுத ஆரம்பித்தால்கூட ஒருகட்டத்தில் சரியான இடத்தை வந்து சேர்ந்துவிடுகிறார்கள்.

தாகமும் தவிப்பும் அவர்களை அவ்விடம் நோக்கி நகர்த்திவிடுகிறது என்பதிலும் பிழையில்லை. ஒருசில நல்ல கவிதைகள் அடங்கியிருந்தாலே அது கவனிக்கப்படும் தொகுப்பாகிவிடும். அஸ்கரின் இத்தொகுப்பில் ஏராளமான நல்ல கவிதைகள் இருக்கின்றன. தேர்வு முறையிலும் வரிசைப்படுத்தப்பட்டிருப்பதிலும் ஒருவித நேர்த்தித் தென்படுகிறது. நான் கவிஞன், என்று முதல் கவிதைக்கு தலைப்பிட்டிருக்கிறார். கடைசி கவிதையின் தலைப்பு, கோடு தாண்டுதல். ஒரு கவிஞன் தனக்குரிய கோடுகளை எழுத்துக்களால் தாண்டுவதாக நான் அர்த்தப்படுத்திக்கொண்டேன். தன் வீட்டில் யாருமே கவிதை எழுதியவர்கள் இல்லை என்று ஆரம்பிக்கும் அவர், தன்னைப் பின் தொடரும் தலைமுறைக்கு கவிதையை அறிமுகப்படுத்துபவராக ஆகிவிடுகிறார்.

யாருமே கவிதை எழுதாத என் வீடு என்று அவர் சொல்லும்போது தன்னை வீட்டிலிருந்து விலக்கிக்கொள்வதாகவே படுகிறது. ஒரு நல்ல கவிஞன்,

வீட்டிலிருந்து மட்டுமல்ல தன்னிலிருந்துமே தன்னை அவன் விலக்கிக்கொள்கிறான். சிலபல ஆண்டுகள் கழித்து தன் மீதான எண்ணங்களை கழுவிக்கொண்டு நிலாவில் குளிப்பார்கள் என்று அஸ்கர் எழுதியிருக்கும் வரிகள் என்னை வெகுவாகக் கவர்ந்தன. தங்கள் களங்கங்களைக் கழுவிக்கொண்டு நிலாவில் குளித்தல். நிலாக்குளியல் என்னும் பதமேகூட புதிதுதான்.

சொந்த வீட்டு விஷயங்கள் அத்தகையன என்றால் வாடகைவீட்டு வாழ்வைப் புறப்பட்டு போகிறோம் என்னும் கவிதையில் எழுதுகிறார். சொல்ல ஒண்ணா கடுந்துயர் நம்மை சந்தேகிப்பவர்களுடன் வசிக்க நேர்வதுதான். ஒரு பார்வை, சில கேள்விகளில் அவர்கள் நம்மைச் சாய்த்துவிடுவார்கள். வீடு இல்லை என்னும் ஒரே காரணத்திற்காக அவர்கள் நம்மை வேற்றுகிரகவாசியைப்போல நடத்தும் அநாகரீகத்தை அரங்கேற்றுவார்கள். உள்ளன்பு கலக்க அவர்கள் ஒருநொடியும் விரும்புவதில்லை.

பண்ணையடிமைகளைப் போல அவர்கள் நம்மைப் பார்ப்பார்கள். நிலப்பிரபுத்துவத்தின் மிச்ச சொக்கங்களை அவர்களுடைய வாக்கியங்கள் வெளிப்படுத்தும். சென்னை மாதிரியான பெருநகரங்களில் அப்படியான அனுபவங்களை நானுமே பெற்றிருக்கிறேன். ஒரு சராசரியின் அதிகபட்ச ஆயுட்கனவே வீடென்னும் விதியை அவர்களே எழுதுகிறார்கள். வீடற்றவர்கள் வாழத் தகுதியற்றவர்கள் என்றே கருதுகிறார்கள். வீடற்றவர்களுக்கே இக்கதியென்றால் நாடற்றவர்களின் நிலையை யூகித்துக்கொள்ளலாம்.

அகதியான காதலியின் விலாசம்தேடி என்றொரு கவிதை. இரண்டாவது வாசிப்பில் கண்ணீரை வரவழைத்தது. ஒரு காதலி தனக்கு ஏற்படுத்திவிட்டுப்போன சோகத்திலும் பார்க்க, ஒரு நாடு அவளை அகதியாக்கிவிட்டிருக்கிறதே என்னும் வலி, திரும்பத் திரும்ப அக்கவிதை குறித்து யோசிக்க வைத்தது. அஸ்கரின் கவிதைகளில் மிகுதியாக உரையாடல் தொனி தென்பட்டாலும் அது காட்சி ரூபமாக மாறிவிடுவதால் நம்பகத் தன்மையைக் கொண்டுவிடுகிறது. கற்பனையாகவே அவர் ஒன்றைச் சொன்னாலும்கூட அது, உண்மையின்பாற்பட்டு நம்மை என்னவோ செய்கிறது. இப்படியா நடந்தது? அப்படியா சங்கதி? என்னும்விதமாக

அச்சம்பவங்களுக்குள் நம்மைத் தொலைத்துவிட நேர்கிறது. நீர்ச்சலனம்போல இருந்தாலும் நிச்சயத்தன்மைகளைப் பெற இதுவே ஒரு கவிதைக்குப் போதுமானது. தனக்கு நேர்ந்த பல சம்பவங்களை அஸ்கர் கவிதையாக்கியிருக்கிறார். கேள்விப்பட்ட சம்பவங்கள், கிடைத்த தகவல்கள் அடிப்படையில் கவிதையை அவர் புனைந்தாலும் தனக்காக தாமே உருவாக்கிக்கொண்ட சட்டகத்திற்குள்ளிலிருந்து பேசுவதை அவரால் தவிர்க்கமுடியவில்லை.

அதனால்தான் அசுத்தம் நிரம்பிய கைகளால் வழங்கப்படும் நிவாரணங்களை அவர் மனம் மறுதலிக்கிறது. நாங்கள் வெற்றி பெறுவோம் என்னும் கவிதையில், முழுச்சமூகமும் மொத்தமாய் இணைந்து ஒரே தட்டில் உணவுண்ணும் கனவை அஸ்கர் காண்கிறார். அதுவரை எங்களை ஏமாற்றுபவர்களே இரவும் பகலும் உண்டு ஏப்பமிடுங்கள் என்கிறார். எங்கள் உணவைப் பறித்துக்கொண்டு எங்களுக்குப் பட்டினியை வழங்கும் நீங்கள் வயிறாறுங்கள் என்பது வயிற்றெரிச்சல் அல்ல. ஒரு போராளியின் இதயசுத்தி.

பசியின் கொடூரத்தை உணர்ந்த ஒருவரால்தான் பக்கத்திலிருப்பவனின் தட்டு காலியாயிருப்பதைக் கரிசனத்தோடு பார்க்க முடியும். ஒருநாள் நாங்கள் ஒன்றாக உணவுண்ணுவோம் என சொல்வதிலிருந்தே எங்கள் அரிசியில் எங்கள் பெயர் பொறிக்கப்பட்டுள்ளது என்பதை அஸ்கர் உணர்ந்தவராக இருப்பதை அறிய முடிகிறது. நான் அழகானவன், வழிப்போக்கன் இரண்டு கவிதைகளிலும் அஸ்கர், தன்னைப்பற்றிய மிகையுணர்ச்சிகளில் திளைக்கிறார்.

ஒரு கவிஞனுக்கு தன்னை குறித்த மிகையுணர்ச்சி அவசியம் என்றேபடுகிறது. சொல்லடி சிவசக்தி, சுடர்மிகு அறிவுடன் படைத்துவிட்டாய் என்பான் பாரதி. தன்னை சுடர்மிகும் அறிவுடன் படைத்துவிட்டதாக சிவசக்தியிடமே சொல்லக்கூடியவனாக பாரதி இருந்திருக்கிறான். அறிவுடைய யாராவது இப்படிப்போய் சிவசக்தியிடம் கேட்பானா எனச் சிலர் சொல்லக்கூடும். உண்மையில், அறிவுடையவர்கள் அப்படிக்கேட்க மாட்டார்கள். சுடர்மிகும் அறிவுடையவன் கேட்பான். பாரதி, சுடர்மிகுந்தவன் மட்டுமல்ல சூக்குமமும் சூத்திரப்பனுவல்களையும் கற்றவன்.

பாரதியின் மிகையுணர்ச்சி அறிவு சார்ந்ததெனில் அஸ்கரின் மிகையுணர்ச்சி அழகு சார்ந்ததாக அமைகிறது. அழகை, அக அழகாக அர்த்தப்படுத்திக் கொள்ளல் அவசியம். கலை இலக்கிய விமர்சகர் வெங்கட்சாமிநாதன், ஒருமுறை பேசிக்கொண்டிருக்கையில் கவித்துவ போஷாக்கு என்ற சொற்களைப் பயன்படுத்தினார். அதுயென்ன? கவித்துவ போஷாக்கு என்று கேட்டதற்கு கவிதைகள் குறித்து அவர் கொண்டிருந்த அபிப்ராயங்களை விவரித்தார்.

பன்னெடுங்காலக் கவிதை மரபுகொண்ட தமிழில் இன்றைக்கு வெளிவரும் கவிதைகள் குறித்த மதிப்பீடு அது. சுருங்கச்சொல்லலும் தேவையற்ற பதங்களை நீக்கிவிடுவதும் நவீனக்கவிதையின் தேவை என்றார். ஓசை நயங்களை அறவே தவிர்த்த நவீனக்கவிஞர்கள் எதிரே இருக்கும் இடத்திற்கு ஏன் இவ்வளவு சுற்றுப்பாதைகளில் வலம்வருகிறார்கள் என ஆதங்கப்பட்டார். அவர் மேற்கோள் காட்டிச் சொன்ன சில கவிதைகளும் சில கவிஞர்களும் அவருடைய அபிப்ராயத்தைக் கேட்டால் அதிர்ந்துபோவார்கள்.

பாரதி தொடங்கிய புதுக்கவிதை முயற்சியை ந.பிச்சமூர்த்தியும் சி.மணியும் இன்னும் சிலர் மட்டுமே சரியாகக் கண்டடைந்தார்கள். அந்த வெகுசிலரும் பின்னாட்களில் கவித்துவ போஷாக்கை கொண்டிருந்தார்களா? என அவர் பதிவு செய்யவில்லை. அஸ்கரின் நூலை முன்வைத்து எனக்கும் கவித்துவ போஷாக்கு குறித்துப் பேசத் தோன்றுகிறது. நான் விமர்சகனில்லை. கவிதையை ஆய்ந்து தோய்ந்து அதுகுறித்த அபிப்ராயங்களை முன்வைப்பவனில்லை. ஒரு கவிதையை வாசித்தால் அது சொல்லவரும் கருத்தை விளங்கிக்கொள்ளவும் அதில் பயின்றுவரும் நுட்பத்தை அறிந்துகொள்ளவும் ஆசைப்படுவன் அவ்வளவே.

கவிதை எழுதப்பட்ட நிலப்பகுதி, காலம், எழுதுபவரின் அரசியல் இவற்றை ஓரளவு யூகிக்கக் கூடியவனாக என்னைநான் கருதிக்கொள்கிறேன். சிற்றிதழில் சிலகாலம் பிழைப்பை நடத்தியவன் என்பதும் ஒரு தகுதிதான். அவ்விதத்தில் அஸ்கரின் பதிவுகள், எனக்கு நெருக்கமாகவும் நெகிழ்வைத் தரக்கூடியதாகவும் இருக்கின்றன. வெங்கட் சாமிநாதனைப்போல தேவையற்ற பத்துவரிகளை

நீக்கியிருக்கலாம் என்றோ இதெல்லாம் கவிதைகள்தானா? என்றோ கேட்க விரும்பவில்லை. கவிஞனின் சிந்தனைப் போஷாக்காயிருந்தால் அவன் கவிதைகளில் கவித்துவ போஷாக்கு காணப்படும். பொய்மையற யார் ஒருவன், உண்மையை எழுத எண்ணுகிறானோ அவனே மேம்பட்டவன். அஸ்கர், அந்தப் பாதையை நோக்கி நகர்வதாகவே எனக்குப்படுகிறது.

அஸ்கரின் கவிதைகள், வாழ்க்கையிலிருந்து நூல் நூலாக பிரதியெடுத்துப் பின்னப்பட்ட வலை. அவ்வலையை மீன்பிடிக்கவும் பயன்படுத்தலாம். கொசுவை விரட்டவும் உபயோகிக்கலாம். வாசிப்பவர் எவ்விதமாக புரிந்துகொள்கிறாரோ அவ்விதத்தில் அவை தன்னை தகவமைத்துக்கொள்ளும். இதைவிட கவிதைகளே இல்லை என்றும் சொல்லலாம். இதெல்லாம் கவிதைகளே இல்லை என்றும் சொல்லலாம். நான், இரண்டுக்கும் நடுவாந்திரமாகச் சொல்வேன். இவற்றைத் தாண்டி அல்லது இவற்றை தவிர்த்துவிட்டு ஒரு கவிதை எதைத்தான் சொல்லிவிடும்?

பருவ வயதைத் தொடுகிறபோது முகிழ்க்கும் காதலைப்போல கவிதைகளும் இயல்பான ஒன்றே. யார்தான் கவியில்லை? அதுவும் தமிழ்ச் சமூகத்தில். பாட்டிகளின் சொலவடைகளிலும் தாத்தாக்களின் விநோதரசக் கதைகளிலும் காணப்படாத கவிதைகளையா நாம் எழுதிவிடப் போகிறோம். ஏற்கெனவே, நமக்குரிய கவிதைகள் யாராலோ எழுதப்பட்டுவிட்டன. ஆனாலும், அஸ்கர்கள் எழுதுவார்கள், இந்தக் காலைப்பொழுதை அழகாக்க.

இந்தக் காலைப் பொழுதைக் கடந்து நாளைய காலைப் பொழுதை உருவாக்க. சோம்பேறி அப்பாவாக மாறாமல் இருக்கவே அஸ்கர்களுக்கு கவிதை அவசியமாகிறது. ஒரு விழிப்பை ஒரு தேடலை ஒரு போரை இந்த பூமி நிர்ப்பந்திக்கும் ஒவ்வொரு பொழுதிலும் கவிதை தன் கடமையை ஆற்றிக்கொண்டே இருக்கும்.

காணாமல் போனவர்களைப் பற்றி அஸ்கர் ஒரு கவிதையில் எழுதுகிறார். ‘நீங்கள் கண்டுபிடிக்கும் இடத்தில் நாங்கள் இல்லை என்பதைத் தெரிந்துமா தேடுகிறீர்கள்?’ என்கிறார்.

ஒவ்வொரு கவிதையிலும் தன்னைத் தெரிவித்துவிடக் கூடிய அஸ்கர், காணாமல் போவதற்கான வாய்ப்பே இல்லை. நான் கண்டுகொண்டேன்.

நினைவுகளின் நிறுத்தல்குறி

நம்முடைய நினைவுகளில் இருந்து ஒருவர் அகலாமல் இருக்கிறார் என்றால், அவரை நாம் மறக்காமல் இருக்கிறோம் என்பதல்ல பொருள். மறுக்கவோ மறக்கவோ முடியாத பல காரியங்களை அவர் நமக்குச் செய்திருக்கிறார் என்றுதான் பொருள்கொள்ள வேண்டும். அவ்வாறு அவர் செய்திருக்கும் காரியங்கள் நல்லவிதமாக இருக்கும்பட்சத்தில் அவரை நாம் நம்முடைய இறுதிமூச்சு உள்ளவரை விலகுவதில்லை.

எழுத்தாளர் தஞ்சை ப்ரகாஷ் என்னுடைய நினைவுகளில் மட்டுமல்ல நிஜத்திலும் வாழ்ந்துகொண்டிருப்பவர். எழுத்தின் சகல நுட்பங்களையும் கற்பித்து, என்னை எனக்கே அறிமுகப்படுத்திய அவர் இறந்து பதினேழு ஆண்டுகள் ஆகின்றன. இந்தப் பதினேழு ஆண்டுகளில் அவரை நான் நினைக்காத நாளில்லை என்று சொல்வது மிகையாகப் படலாம். ஆனால், அதுதான் உண்மையென்பதை என்போல அவரிடமிருந்து விஷயதானத்தைப் பெற்றுக்கொண்டவர்களால் விளங்கிக்கொள்ள முடியும்.

தனிச்சுற்று இதழ்களிலும் பாக்கெட் நாவல்களிலும் கவிதைகளை எழுதிக்கொண்டு இருந்த என்னை, நவீன இலக்கியத்தின் பக்கமும் நல்ல எழுத்தாளர்களை நோக்கியும்

பயணிக்க வைத்தவர் அவரே. அவருடைய அறிமுகம் வாய்க்கும்வரை மரபுக் கவிதைகளைத் தாண்டி நான் வரவில்லை. ஓரளவு யாப்புப் பயிற்சி பெற்றிருந்த காரணத்தால் அதையே கவிதை எழுதுவதற்கான முழுத் தகுதியாக நம்பிக்கொண்டிருந்தேன். பெரிய வாசிப்பில்லை. ஆழ்ந்து ஒரு விஷயத்தை அணுகி, அதைப் பக்குவத்துடன் பார்க்கவும் பழகியிருக்கவில்லை. பத்திரிகைகளில் பெயர் பார்த்து சந்தோஷப்படும் சராசரி மனநிலையில்தான் என் பொழுதுகள் கழிந்தன. பத்திரிகைகளில் "ஸ்பேஸ் பில்லர்"களாகப் பிரசுரிக்கப்பட்ட என்னுடைய கவிதைகளை, உலகமே உற்று நோக்கிக்கொண்டிருப்பதான பாவனையில் மிதந்துகொண்டிருந்தேன்.

அக்காலங்களில் கவிதை என்று பிரசுரமானவற்றை என் எந்தக் கவிதைத் தொகுப்பிலும் இன்றுவரை இணைக்கவில்லை. காரணம், அது கவிதைகளே இல்லை என்பதை ப்ரகாஷ் போன்றவர்களே புரியவைத்தார்கள். துணுக்குகளை மடக்கி எழுதியதை கவிதை என்னும் பெயரில் அப்போதைய தினசரிகள் தங்கள் இலவச இணைப்புகளில் பிரசுரித்துக்கொண்டிருந்தன. அதையும் கவிதையாகக் கருதி, இந்த வாரத்தில் என்ன வந்திருக்கிறது எனக்கேட்டு, பாராட்டியும் விமர்சித்தும் என்னை ஒழுங்கு செய்தவர் தஞ்சை ப்ரகாஷே.

வெறும் ஆர்வப் பெருக்குடன் அலைந்துகொண்டிருந்த என்னை, இலக்கியத்தின் முகத்துவாரத்தில் கொண்டு நிறுத்தும் காரியத்தைச் செய்தவர் அவர்தான். அவருடைய பாராட்டுகளைப் போலவே விமர்சனங்களும் மென்மையானவை. தூங்குகிற குழந்தையின் கையிலிருக்கும் கிலுகிலுப்பையைப் பிரித்தெடுப்பதுபோல என கு.அழகிரிசாமி எழுதுவாரே அப்படி. தோற்றத்தில் ஓஷோவைப் போலிருக்கும் அவர், உதிர்க்கும் சொற்களில் உண்மையும் அன்பும் மிகுந்திருக்கும். தாடியை நீவிக்கொண்டே அவர் பேசும் அழகில் சொக்கிக் கிடந்த நாள்கள் அநேகம். நெடிய உருவம். உருண்ட விழிகள். தீட்சண்யமான பார்வை.

எதைப்பற்றியும் தெளிவாகச் சொல்பவராகவும் சொல்லித்தரக்கூடியவராகவும் அவர் இருந்தார். வெகுஜனப் பத்திரிகைகளில் எழுதிவந்த நான், அவர் அறிவுறுத்தலுக்குப்

பிறகே இலக்கியப் பத்திரிகைகளுக்குத் திரும்பினேன். இலக்கியத்தை வாசித்து நுகரும் பயிற்சியை அவரில்லாமல் நான் பெற்றிருப்பேனா என்பது சந்தேகமே. அவர் என் ஆசான்களில் முதன்மையானவர். எனக்கு மட்டுமல்ல, எனையொத்த தஞ்சைப் படைப்பாளிகள் பலருக்கும் அவர்தான் ஆசானெனும் ஸ்தானத்தில் இருந்தார்; இருக்கிறார். அவருக்கு எவ்வளவு தெரியுமென அளவிடக் கூடிய தராசு எங்களிடம் இருக்கவில்லை. அவர் ஒருவரைத் தவிர யாருடைய பேச்சையும் நாங்கள் கேட்டதுமில்லை.

அவரோடு முரண்படுவோம். ஆனால், அவர் உறவை முறித்துக்கொள்ள எண்ணியதில்லை. எந்த இலக்கிய சர்ச்சைக்கும் தீர்ப்புச் சொல்லக்கூடிய நீதிமானாக அவரை வைத்திருந்தோம். அவரும், தான் சொல்வதை கேட்கிறார்கள் என்பதற்காகக் கூடுதலாக எங்களை வழிநடத்த மாட்டார். எங்கள் போக்கில் எங்களை அனுமதித்து இலக்கியச் சாளரத்தைத் திறந்துவிடுவார். ஒருநாள் இருநாள் அல்ல, ஒவ்வொருநாளும் புதிய செய்திகளைச் சொல்பவராக அவர் இருந்தார். ஒரேயடியாகக் கருத்துகளை அடித்து நொறுக்குபவராக அவர் இருந்ததில்லை. இது அந்தக் காலத்தில் அப்படி இருந்தது, இப்போது இப்படி இருக்கிறது என்று மட்டுமே விளக்குவார்.

அறிந்தும் அறியாமல் நாங்கள் முன்வைக்கும் கேள்விகளை உள்வாங்கி, அதற்குரிய பதில்களை அளிப்பார். அவர் சொல்வதெல்லாம் சரியா, சரியில்லையா என்னும் சந்தேகமே எங்களுக்கு எழுந்ததில்லை. ஏனெனில், அவருடைய உரையாடல் தொனியில் அத்தகைய தெளிவு இருக்கும். பழந்தமிழ் இலக்கியத்தில் பாண்டித்தியம் உடைய ஒருவர், நவீன இலக்கியத்தை அலட்சியப்படுத்துவார். அதேபோல நவீன இலக்கியத்தைப் பயின்ற ஒருவர், பழந்தமிழ் இலக்கியத்தை மருந்துக்குக்கூட சேர்ந்துக்கொள்ளமாட்டார். ஆனால், தஞ்சை ப்ரகாஷ் இரண்டையும் பழுதறப் பயின்றவர்.

மரபின் தொடர்ச்சியே புதுமை என்று சொல்லக்கூடிய திராணி அவரிடமிருந்தது. புதுமை என்பதற்காகப் பொக்குகளையும் புழுதிகளையும் அவர் கொண்டாடியதில்லை. உலகக் காவியங்களை விரல்நுனியில் வைத்திருந்த அவர், பல

மொழிகளைக் கற்றிருந்தார். ஆங்கிலம், சமஸ்கிருதம், மராட்டி, தெலுங்கு, ப்ரெஞ்ச், உருது, கன்னடம், வங்கம், மலையாளம் எனப் பத்துமொழிகளில் அவருக்குப் புலமை இருந்தது. அம்மொழிகளில் அவ்வப்போது வெளிவரும் நூல்களைக் கவனித்து வாசிக்கும் பழக்கத்தையும் வைத்திருந்தார். தஞ்சைக் கீழராஜவீதியில் ரப்பர் ஸ்டாம்ப், பிளாக் மேக்கிங்குடன் சேர்ந்த அச்சகக்கூடத்தை நடத்தி வந்தார். அதை அச்சகக் கூடமென்று சொல்வதைவிட, இலக்கிய அரட்டைக்கூடம் என்றுதான் சொல்லவேண்டும்.

எப்போதும் அவரைச் சுற்றி ஓர் இலக்கிய வட்டம் அமர்ந்திருக்கும். அந்த வட்டத்தில் பிரபஞ்சன், அசோகமித்ரன், கி. ராஜநாராயணன், எம்.வி.வெங்கட்ராம், வல்லிக்கண்ணன், வண்ணநிலவன், தேனுகா, மாலன், கரிச்சான்குஞ்சு, வெங்கட்சாமிநாதன், தி.ஜானகிராமன், வேல. ராமமூர்த்தி, தஞ்சாவூர்க் கவிராயர், சி.எம்.முத்து, நா.விச்வநாதன் எனப் பலர் அடங்குவர். “மிகச் சிறிய வசதிகளை உடைய ஒருவர், எப்படி ஆண்டுக்கணக்கில் நவீன இலக்கியத்தின் மீது ஆர்வமும் கவனமும் வைத்திருக்க முடியும்” என அசோகமித்திரன் ஆச்சர்யப்பட்டிருக்கிறார். அந்த ஆச்சர்யத்தில் அவரை “இலக்கிய யோகி” என்றும் அழைத்திருக்கிறார்.

ஒருவர் எழுத்தாளராக ஆவதற்கு எவ்வளவு படிக்கவேண்டும் என்கிற அளவீடு இல்லை. எவ்வளவு படிக்கவேண்டும் என்பதுடன் எதையெதைப் படிக்கவேண்டும் என்பதையும் சேர்த்துக்கொள்ளலாம். தன்னுடைய எழுத்துகளைப் பிறர் படிக்கவேண்டும் என்று எண்ணக் கூடிய ஒருவர், பிறருடைய எழுத்துகளை எவ்வளவு படித்திருக்கிறார் என்பதில்தான் எழுத்தின் சூட்சுமங்கள் அடங்கியிருக்கிறது. நிரம்பப் படித்துவிடுவதால் மட்டுமே ஒருவர் எழுத்தாளரென்னும் அந்தஸ்தைப் பெற்றுவிடுவதில்லை.

எதுவுமே படிக்காமல் தன் வாழ்வில் நிகழ்ந்த சம்பவங்களை எழுதி, பெரிய எழுத்தாளர் எனும் பெயரை வாங்கிய எத்தனையோ எழுத்தாளர்கள் நம்மிடையே இருக்கிறார்கள். நான் சொல்வது, பள்ளிப் படிப்பையோ, பட்டப் படிப்பையோ அல்ல. தன் வாழ்நாள் முழுக்கப் புத்தக வாசத்திலேயே உழன்றவராக எழுத்தாளர் தஞ்சை

ப்ரகாஷைச் சொல்லலாம். அவர் வாசித்தறியாத புத்தகங்களே இல்லை. நான்கு தலைமுறையைச் சேர்ந்த எழுத்தாளர்களை அவர் வாசித்திருந்தார். ஆழ்ந்தும் அகன்றும் அவர் வாசித்த பல விஷயங்களை எழுதவும் பேசவும் பழகியிருந்தார். நுனிப்புல் மேய்ந்து கருத்துச்சொல்லும் வழக்கம் அவரிடம் இருந்ததில்லை. எதையும் ஆய்ந்து விளக்கமளிக்கும் ஆற்றல் அவரிடமிருந்தது. பிரபலமான எழுத்தாளர்களிடம் எப்படி நடந்துகொள்வாரோ அப்படியேதான் பிரபலமில்லாத எழுத்தாளர்களிடமும் நடந்துகொள்வார்.

அன்றே தன் முதல் கதையை, கவிதையை எழுதியவராய் இருந்தாலும், அவரைப் பொறுத்தவரை எல்லோரும் ஒன்றுதான். என்னுடைய பள்ளிப் பருவத்தில் பெரும்பாலான விடுமுறைகளை அவருடன்தான் கழித்திருக்கிறேன். என் தந்தையைக் காட்டிலும் கூடுதலான வயதுடைய அவர், எந்த இடத்திலும் என்னைச் சிறியவனாக நடத்தியதில்லை.

வயதுக்கு மீறிய செய்திகளை அறிந்துகொள்வதால் வழிமாறிவிடுவனோ? என்று என் வீட்டிலுள்ளவர்களுக்குக் கவலையிருந்தது. இலக்கியத்தின் இன்னொரு பகுதியை தெரிந்துகொள்ள முனைந்து, படிப்பிலும் ஒழுக்கத்திலும் தவறிவிடுவேனோ? என்றும் அஞ்சியிருக்கிறார்கள். ஓரிருமுறை அப்பாவேகூட தஞ்சை ப்ரகாஷிடம் பழகுவது குறித்து விசனப்பட்டிருக்கிறார். “அவர் ஒருமாதிரி எழுதக்கூடியவர் அவருடன் உனக்கென்ன பழக்கம்” என்றிருக்கிறார்.

அந்த ஒருமாதிரியைக் கடைசிவரை ப்ரகாஷ் என்னுடன் பகிர்ந்துகொள்ளவே இல்லை. எழுத்தின் உச்சங்களை மட்டுமல்ல, எழுதுவதால் நேரும் கஷ்டங்களையும் அவர்மூலமே நான் அறிந்துகொண்டேன். வரலாற்றுத் தரவுகளில் இருந்து வாழ்வைப் புரிந்துகொள்ளவும் அப்புரிதலில் இருந்து இலக்கியம் செய்யவும் அவர் அளவுக்கு எனக்குக் கற்றுக்கொடுத்தவர் எவருமில்லை. அவரை யாரென்று அறிந்துகொள்வதற்கு, என்னுடைய இரண்டாவது கவிதை நூலான பஞ்சாரத்திற்கு அவர் எழுதிக்கொடுத்த நிசும்பசூதனி குறித்த ஆய்வுரை ஒன்றுபோதும். இரண்டாம் மாறவர்மன் தஞ்சையை அழிக்கப் படையெடுத்து வந்தபோது, அதைத் தடுத்தி நிறுத்திய காளியைப் பற்றிய ஆய்வுரையே அது.

நோயுற்றுச் சென்னை ரெட்டி மருத்துவமனையில் இருந்தபோது, அவ்வாய்வுரையை அவர் சொல்லச் சொல்ல பிரதியெடுத்தவர் கவிஞர் இளம்பிறை. உடல் சுகமில்லாமல் மருத்துவமனையில் இருந்தபோதும், என்னுடைய விருப்பத்தை நிறைவேற்றியதை அவ்வளவு எளிதாக என்னால் மறந்துவிடமுடியாது. தஞ்சையைக் காப்பாற்றிய காளியால் தஞ்சை ப்ரகாஷைக் காப்பாற்ற முடியாது போனது துர்லபமே. தனக்குக் கிடைத்த ஆசானிடமிருந்து அறிவைப் பெறுவது இயற்கை. அன்பைப் பெறுவதுதான் பாக்கியம்.

அறிவுக்கு அப்பால் எவ்வளவோ இருப்பதாக அவர் சொல்லுவார். மனிதர்கள் அறிவைக் காட்டிலும் நம்பிக்கைகளின் வழியேதான் வாழ்வை நடத்துவதாக எண்ணியுமிருக்கிறார். காளி காட்சியளித்து, தஞ்சாவூரைக் காப்பாற்றியதாக அவர் சொல்லியதை நான் ஏற்கவில்லை. "அது எப்படி அறிவுக்குப் பொருத்தமில்லாமல் வரலாற்றை வடிவமைக்க முடியும்" என்றிருக்கிறேன். "அறிவால் எல்லாவற்றையும் அறிய முடியுமென்றால் மெய்ஞானத்தை என்னவென்பீர்கள்" என்று எதிர்க்கேள்வி கேட்டிருக்கிறார். விவாதங்களை அவர் நடத்திக்கொண்டு போகும்விதம் அலாதியாயிருக்கும். எதிர்த்தரப்பினர் என்ன வாதம் வைத்தாலும், அதை மறுத்தே தீருவதென்னும் முனைப்பு அவரிடம் இருந்ததில்லை.

அறிவைவிடவும் நம்பிக்கைகள்மீதுதான் அவருக்குப் பற்று இருந்தது. கார்டன் மார்க்ஸ் லயனல் பிரகாஷ் என்னும் இயற்பெயருடைய அவர், ஒருமுறைகூட தன்னை கிறிஸ்தவராக வெளிப்படுத்தியதில்லை. மாறாக "அங்கிள்" எனும் சிறுகதைமூலம் கிறிஸ்தவ மதகுருமார்களின் கண்டனத்திற்கு ஆளானார். "பற்றி எரிந்த தென்னை மரம்", "கடைசிக் கட்டி மாம்பழம்", "மேபல்", "பொறா ஷோக்கு", "ஆலமண்டபம்" போன்ற கதைகளின் வழியே தஞ்சை மாவட்டத்து வாழ்வியலை மிக அழகாகச் சித்திரித்திருக்கிறார்.

அசலான தஞ்சை மண்ணை அதன் இயல்பான தன்மையுடன் எழுதிக்காட்டியவர் அவர். மராட்டியரின் வருகைக்குப்பின் தஞ்சை நகரில் ஏற்பட்ட சம்பிரதாய மாற்றங்களை அவர் படைப்புகளில் மட்டுமே காணமுடியும். அக்ரஹார வாடையில்லாத அவருடைய தமிழில் காவிரி ஓடிய

தஞ்சையை அறியலாம். பெரும் உணர்ச்சிப் பிரவாகத்தில் எழுதிச்செல்லும் அவருடைய எழுத்துமுறை, ஏனைய தஞ்சை எழுத்தாளர்களிடமிருந்து முற்றிலும் மாறுபட்டது. தஞ்சை ப்ரகாஷின் முப்பத்தொரு சிறுகதைகள் அடங்கிய தொகுப்பை பொன்.வாசுதேவன் கொண்டுவந்திருக்கிறார். அத்தொகுப்பிலுள்ள கதைகளை இப்போது வாசித்தாலும் ஆரம்பகாலங்களில் என்னுள் ஏற்படுத்திய அதே அதிர்வையும் ஆச்சர்யத்தையும் ஏற்படுத்துகின்றன. என்றாலும், தஞ்சை ப்ரகாஷின் எழுத்துகள், ஒருபோதும் கதையைச் சொல்வதற்காக எழுதப்பட்டதல்ல. எழுத்தின் வழியே வாழ்வைச் சொல்வதற்காக எழுதப்பட்டவை.

தொன்மைமிக்க தஞ்சை நகரின் சிதிலமடைந்த இன்றைய நிலையை விவரிப்பவை. தஞ்சை சமஸ்தானத்தையும் மராட்டிய மன்னர்களின் வருகையையும் அவர் எழுத்துகளின் வழியே கண்டறியலாம். மரபுமீறலையும் ஒழுக்க நெறிகளையும் கேள்விக்குட்படுத்தவே அவர் எழுதினார். தன்மீது ஒட்டியுள்ள அழுக்கை மறைக்கவும் அதைத் துடைத்தெறியவும் ஒரு சமூகம் எவ்வளவு பாடுபடுகிறது என்பதையே அக்கதைகளில் அவர் பிரதானப்படுத்தியிருக்கிறார்.

அவருடைய கரமுண்டார்வூடு, மீனின் சிறகுகள், கள்ளம் ஆகிய நாவல்களை வாசித்தவர்கள் என் கூற்றிலுள்ள உண்மையை உணர்வார்கள். மனிதர்களில் யாருமே ஒழுங்கில்லை என்பதுபோல அவருடைய நாவல்கள் பின்னப்பட்டிருந்தாலும், எளிய மனிதர்களின் எதிர்பார்ப்புகளை அக்கதாபாத்திரங்கள் துல்லியமாக விளக்கிவிடும். தான் பிறந்த கள்ளர் சமூகத்தைக் கசடு நிரம்பிய சமூகமாகச் சித்திரிப்பதிலிருந்தே அவர், சொந்த சாதி அபிமானத்தைத் துறந்தவர் என்பதைப் புரிந்துகொள்ளலாம்.

திருக்காட்டுப்பள்ளியை அடுத்த உஜ்ஜனி கிராமத்தைப் பூர்வீகமாகக் கொண்ட அவர், இந்திய கிராமங்கள் முழுவதையும் அறிந்து வைத்திருந்தார். தமிழ் இலக்கியத்திற்கு அவருடைய பங்களிப்புகளாகச் சொல்ல நிறைய உண்டு. குறிப்பாக, அவர் ஏற்படுத்திய "கதைசொல்லிகள்" அமைப்பு. முழுக்க முழுக்கக் கதைகளைச் சொல்வதற்காகவே அவர் ஓர் அமைப்பை உருவாக்கினார். அவ்வமைப்புமூலம்

ஆயிரக்கணக்கான கதைகளை அவரும் பிறரும் சொல்லக் கேட்டிருக்கிறேன். பெரியகோவில் வாசலிலோ ராஜராஜசோழன் சிலைக்கு அடியிலோ அமர்ந்து அக்கதைகளைக் கேட்டுச் சிலிர்த்திருக்கிறேன். மனித மேன்மைகளையும் விகாரங்களையும் அக்கதைகளே எனக்குத் தெரியப்படுத்தின. அவ்வமைப்பை அவர் காரணமில்லாமல் தொடங்கவில்லை.

ஆதியிலிருந்தே கதை சொல்லும் மரபு நம்முடையதென்று நிறுவும் ஆசை அவருக்கிருந்தது. கதைகளை எழுதிப்பழகாமல் சொல்லிப் பழகவேண்டுமென அவர் விரும்பினார். கதைகளைச் சொல்லும்பொழுதுதான் கற்பனைகள் விஸ்தரிக்கின்றன. எழுதும்போது அப்படியல்ல. எழுத்தில் ஏதோ ஒரு தடையிருக்கிறது. கேட்பவரின் முகக்குறிப்பை அறிந்து கதைகளைச் சொல்கையில், அக்கதையின் லட்சணம் தெரிந்துவிடும். எழுதப்படும் கதைகளுக்கான எதிர்வினைகள் முழுமையாகக் கிட்டுவதில்லை என்பது அவர் வாதம். தவிர எழுதுபவன் தன்னை நிறுவவே எழுதுவதாகவும் அவர் எண்ணினார்.

தஞ்சை ப்ரகாஷும் தஞ்சாவூர்க் கவிராயரும் இணைந்து தொடங்கிய "கதைசொல்லிகள்" அமைப்பு வெகுகாலம் உயிர்ப்போடு இருந்தது. தமிழில் எழுதிவந்த பல முக்கியமான எழுத்தாளர்கள் அவ்வமைப்பில் கலந்துகொண்டு தங்கள் கதைகளைச் சொல்லியிருக்கிறார்கள். தங்களால் எழுதப்பட்ட கதைகளே ஆனாலும், ஒருசிலர் தொடர்ச்சியாகக் கதையைச் சொல்ல முடியாமல் போன சம்பவங்களும் உண்டுதான். பெரும்பாலும் தஞ்சை ப்ரகாஷ் எழுதப்பட்ட கதைகளை சொல்லியதில்லை. அங்கேயே அப்போதே யோசித்துதான் சொல்லுவார். அதிசயத்தை நிகழ்த்துவதுபோல அவரே அவர் கதையில் கரைந்தும் போய்விடுவார். அவ்வமைப்பில் யார் வேண்டுமானாலும் கதைகளைச் சொல்லலாம். ஒருவரே இரண்டு மூன்று கதைகளைச் சொல்லவும் அனுமதியுண்டு.

வெகு விமரிசையாக நடந்துவந்த அவ்வமைப்பைக் கேள்விப்பட்ட புராதனச் செவ்விந்தியரான எரிக்மில்லர் உலகத்தின் இரண்டாவது கதைசொல்லிகள் என்று அவ்வமைப்பைப் பாராட்டியிருக்கிறார். நம்முடைய கர்ணப்பரம்பரைக் கதைகளையும் நாடோடிக் கதைகளையும்

தஞ்சை ப்ரகாஷ் சொல்லக் கேட்பது தனி அனுபவம். வயதுக்கு வராதவர்கள் கேட்கக்கூடாத கதைகளும் அவர் சேகரிப்பில் இருந்தன. அதையெல்லாம் அவர் எழுதாமல் போய்விட்டாரே எனும் வருத்தம் எனக்குண்டு.

எழுதாமல் இருக்கவே அமைப்பு தொடங்கிய அவரிடம் எழுத வேண்டுமென யாராவது கோர முடியுமா? தஞ்சாவூர்க் கவிராயர் சொல்வதுபோல, எழுத்துக்கு விரோதியாகவே அவர் இருந்தார். “சொல்லும்போது கிடைக்கும் சுகம் எழுதும்போது வருவதில்லை” என்பது அவர் ஒப்புக்குச் சொல்லியதில்லை. உணர்ந்து சொல்லியது. எழுத்துக்கு எதிர்த்திசையில் ஓர் எழுத்தாளர் என்னும் அடைமொழி தஞ்சை ப்ரகாஷுக்குப் பொருந்தும்.

உண்மையில், வடிவ நேர்த்திக்குள் வசப்பட்டுவிடும் கதைகளில் எதார்த்தமும் சத்தியமும் இடம்பெறுவதில்லை. அதன் காரணமாகவே தஞ்சை ப்ரகாஷின் கதைகள் சுதந்திரமான எழுத்துமுறையைக் கொண்டிருந்தன. எதற்குள்ளும் அடங்கிவிடாத அவருடைய சுதந்திர மனநிலைதான், “சும்மா இலக்கிய கும்பல்” எனும் அமைப்பையும் உருவாக்கியது. எழுதுவதெல்லாம் எழுத்தாவதில்லை. யாரோ ஒருவர் எழுதிய அல்லது சொல்லிய கதையைத் திரும்பச் சொல்லும்போது அக்கதையில்வரும் பாத்திரங்கள் புது உருக் கொள்கிறது. அப்படிக் காலந்தோறும் உருவாக்கப்பட்ட கதைகளே நம்மையும் நம்முடைய வாழ்வையும் நடத்துவதாக அவர் நம்பினார். “பதிவு செய்து வைக்கலாமே” என்றால், “தேவையானதைக் காலமே பதிவு செய்துகொள்ளுமே” என்பார். காகிதங்களில் எழுதப்பட்டதைவிட காற்றில் கரைத்துவிட்ட கதைகள்தான் நிலைக்கின்றன என்பது அவருடைய நம்பிக்கை.

அவர் எழுத்தைப் புறக்கணிக்க இன்னுமொரு காரணம் இருந்தது. அக்காரணத்தை அவரே கட்டுரையாகவும் எழுதியிருக்கிறார். “எழுதுகிற பிழைப்பு” என்னும் கட்டுரையில், இன்றையப் பத்திரிகைகள் எழுத்தாளனுக்குத் தரும் ஊதியத்தைப் பற்றியும் கௌரவத்தைப் பற்றியும் குறிப்பிட்டிருக்கிறார். எழுதிப் பிழைக்கும் பிழைப்பு, ஈனப் பிழைப்பு. ஒருவர் தன் வாழ்நாள் முழுக்க எழுதிப்

பிழைக்கலாம் என எடுக்கும் முடிவு அபாயகரமானதே எனவும் வருந்தியிருக்கிறார். காதுகள் நாவல்மூலம் சாகித்ய அகாடமி விருதுபெற்ற எழுத்தாளர் எம்.வி. வெங்கட்ராம், எழுதி ஈட்டிய தொகையில் தன்னையும் தன் மகள்களையும் கரையேற்ற பட்டபாடுகளை அருகிலிருந்து பார்த்தவர்களில் அவரும் ஒருவர்.

சுட்டுவிரலிலும் நடுவிரலிலும் இரத்தம் சொட்டச்சொட்ட எம்.வி. வெங்கட்ராம் எழுதிக்கொடுத்த காதுகள் நாவலைப் பிரதியெடுத்து, அச்சுக்கு அனுப்பியவர் தஞ்சை ப்ரகாஷ்தான். நெசவுத் தொழிலிலும் ஜரிகை வணிகத்திலும் ஈடுபட்டுவந்த எழுத்தாளர் எம்.வி. வெங்கட்ராம் ஒருகட்டத்தில், எழுத்தை முழுநேரத் தொழிலாகக் கொண்டபோது அடைந்த ஏமாற்றங்களை அவரால் தாங்கிக்கொள்ள முடிந்ததில்லை. அதனாலோ என்னவோ ப்ரகாஷ் இறுதிவரை எழுத்துக்கு எதிராகவே செயல்பட்டுவந்தார்.

ஒப்பீட்டளவில் குறைவாக எழுதியுள்ள தஞ்சை ப்ரகாஷ், எழுத்தைவிட அதிகமாக இலக்கியப் பேச்சில்தான் ஈடுபட்டார். சதா இலக்கிய உரையாடல்தான். நண்பர்களை வட்டமாக அமர்த்திக்கொண்டு அவர் அடிக்கும் இலக்கிய அரட்டைக்கு ஈடு இணை எதுவுமில்லை. நேரம் போவதே தெரியாமல் தனக்குத் தெரிந்ததையெல்லாம் எதிரே இருப்பவரிடம் கொட்டிவிடுவார்.

தன்னுடைய கதைகளை வெளியிட்டுப் புகழ் சேர்ந்துக்கொள்ளும் ஆர்வம் அவருக்கு என்றைக்குமே இருந்ததில்லை. பி.கே.புக்ஸ், ப்ரகாஷ் வெளியீடு ஆகிய பதிப்பகங்கள் மூலம் கி.ராஜநாராயணன், அம்பை, க.நா. சு, கே.டேனியல் உள்ளிட்ட பலருடைய படைப்புகளையே அவர் வெளிக்கொணர்ந்திருக்கிறார். பாலம், வைகை, குயுத்தம், சாளரம், தஞ்சை முரசு, வெ.சா. எ. ஆகியவை அவர் நடத்திய இலக்கிய இதழ்கள். பிறருடைய எழுத்துகளை அச்சில் பார்த்துக் குதூகலிக்கும் மனம் அவருடையது. எழுத்தாளர்களுடன் அவர் கொண்டிருந்த பற்றும் அன்பும் வேறு எவர்க்கும் சாத்தியப்படாதவை. அவர் இந்த முகாமைச் சேர்ந்தவர், இவர் அந்த முகாமைச் சேர்ந்தவர் என்ற பாகுபாட்டோடு அவர் எவருடனும் பழகியதில்லை. அவரைப்

பொறுத்தவரை எல்லோருமே எழுத்தை நேசிப்பவர்கள். எழுத்தை நேசிப்பவர்கள் யாராயிருந்தாலும் அவர் நேசத்தில் உரிமை கோரலாம். எழுதினால் என்ன கிடைக்கும் என்னும் யோசனையே அவருக்கு இருந்ததில்லை. மேலும், எழுத்தின் வாயிலாகக் கிடைக்கும் அனுபவமே வாழ்க்கை என்னும் புரிதலை அவர் வைத்திருந்தார்.

எழுதுபவர்களிடைய இருந்துவந்த குழு மனப்பான்மையை அவர் சட்டை செய்ததில்லை. அவர்கள் சொல்வது ஒருவிதத்தில் சரி, இவர்கள் சொல்வது இன்னொருவிதத்தில் சரி என்பார். இரண்டு பக்கமும் இருக்கிறீர்களே எது உங்கள் தரப்பு என்னும்போதுதான் தன்னுடைய முடிவுகளை அம்பலப்படுத்துவார். நல்ல இலக்கியம் என்பதற்கு அவர் வகுத்துவைத்திருந்த முன்முடிவுகளை அவர் எதற்காகவும் மாற்றிக்கொண்டதில்லை. ஒருமுறை கவிஞர் சுகனின் கவிதை நூல் வெளியீட்டு விழாவில், கவிதை குறித்த தன்னுடைய புரிதலை வெளிப்படுத்தினார்.

சுகன் அப்போது எழுதிவந்த கவிதைகள் நேரடித் தன்மையைக் கொண்டிருந்தன. இதெல்லாம் கவிதைகளா? என்னும் கேள்வியை எழுப்பி, எது நல்ல கவிதைகள் எனவும் தஞ்சை ப்ரகாஷ் அக்கூட்டத்தில் விளக்கினார். அவரை அடுத்துப் பேசவந்த கவிஞர். ஆரூர் தமிழ்நாடனோ அப்பேச்சைக் கடுமையாக விமர்சித்து, “இதெல்லாம் கவிதையில்லை என்று சொல்பவர்க்கு கவிதை குறித்துப் பேச என்ன அருகதை இருக்கிறது”என்றார். அவ்வளவுதான் அரங்கமே அல்லோலகல்லோலப்பட்டது. இரண்டு பக்கத்திலிருந்தும் கூச்சல், குழப்பம். ஒருகட்டத்தில் பிரச்சனை பெரிதாகி, கைகலப்பு வந்துவிடுமோ? என்றுகூட எண்ண வேண்டியிருந்தது. ஆனால், அவ்விழாவின் முடிவில் ஆரூர் தமிழ்நாடனை ஆரத்தழுவிக் கொண்ட முதல் ஆளாக தஞ்சை ப்ரகாஷ் இருந்தார்.

கருத்துகளை, கருத்துகளால் மட்டுமே எதிர்கொள்ளத் தெரிந்தவராகத் தஞ்சை ப்ரகாஷ் தன்னைத் தகவமைத்துக் கொண்டிருந்தார். சுடுசொற்களையும் புன்னகையோடு ஏந்திக்கொள்வார். அவருக்கே அவருக்கான பார்வைகளை அவர் யாரிடமும் திணித்ததில்லை. அதே சமயம், அப்பார்வைகளை

எந்த மேடையிலும் துணிந்து முன்வைக்கவும் தயங்கியதில்லை. தஞ்சையின் அடையாளமாகப் பெரியகோவிலையும் சரஸ்வதி மகாலையும் சொல்பவர்கள், ப்ரகாஷைத் தஞ்சையின் இலக்கிய அடையாளமாகவே ஏற்றிருந்தார்கள்.

தமிழின் ஆகச்சிறந்த படைப்பாளிகள் பலரையும் நான், அவருடைய அச்சகக் கூடத்தில்தான் சந்தித்திருக்கிறேன். ஒவ்வொரு அடியாக எடுத்துவைத்து நான் நடக்கத் தொடங்கியபோது தீவிரமான ஆலோசனைகளை வழங்கியிருக்கிறார். அரசியல் பத்திரிகையொன்றில் உதவி ஆசிரியராக இருந்த என்னை, கணையாழிக்கு மடைமாற்றியதில் அவருக்கும் பங்கு உண்டு.

இலக்கிய ஆர்வத்துடன் அரசியல் பத்திரிகையில் பணியாற்றுவதிலுள்ள சிரமங்களை அவர் உள்வாங்கியிருந்தார். “எரியீட்டி” என்னும் தலைப்பில் அவருமே அரசியல் பத்திரிகையைத் தொடங்க ஆசைப்பட்டவர்தான். தன் இலக்கிய வாழ்வில் பெற்றிருந்த அனுபவங்களைக் காய்தல் உவத்தல் இல்லாமல் என்னுடன் பகிர்ந்த அவர், என் வளர்ச்சியைப் பெருமிதத்தோடு வரவேற்றார். எப்போது சென்னைக்கு வந்தாலும் கணையாழி அலுவலகத்திற்கு வந்து என்னை வாழ்த்துவார். கண்ணதாசன் நடத்திய “தென்றல்” பத்திரிகையில் எழுத்தாளர் வண்ணநிலவன் வேலை பார்த்த தகவலெல்லாம் அப்போதுதான் எனக்குத் தெரியவந்தது. பத்திரிகைத்துறையிலும் பதிப்புத்துறையிலும் தனக்கு மிஞ்சிய ஏமாற்றங்கள் எனக்கு வந்துவிடக் கூடாதென எச்சரித்திருக்கிறார்.

இலங்கை எழுத்தாளர் கே.டேனியலின் ‘பஞ்சமர்’ நாவலை அவர் பதிப்பித்தபோது தலித் இலக்கியம் எனும் சொல்லாடல் இவ்வளவு கவனத்தைப் பெற்றிருக்கவில்லை. அடுத்த முப்பது ஆண்டுகளில் தலித் இலக்கியம் பெரும் கவனத்தை ஈர்க்கும் என்பதை அவரால் முன்கூட்டியே யூகிக்க முடிந்தது. ப்ரகாஷ் பதிப்பித்த பஞ்சமர் நாவலுக்கு சிறீலங்கா சாகித்ய அகாடமி பரிசு கிடைத்தது. பரிசளிப்பு விழாவுக்கு எழுத்தாளர் டேனியலைத் தேடியபோதுதான், அவர் சிறையிலிருக்கும் விஷயமே அரசுக்குத் தெரிந்தது. பரிசை அரசு அறிவித்தபோது டேனியல், பஞ்சமர் நாவலின் இரண்டாம் பாகத்தை

சிறையிலிருந்தபடியே எழுதிக்கொண்டிருந்தார். டேனியல் மெத்தப் படித்தவரில்லை. இசங்களையோ இலக்கிய அனுபூதிகளையோ கருத்திற்கொண்டு எழுதியவருமில்லை. மக்களின் பாடுகளே அவருடைய பாடு பொருளாயிருந்தன. உழைக்கும் வர்க்கத்தின் குரலையே அவருடைய எழுத்துகள் முழங்கின.

ஒரு பக்கம் இனக்கலவரமும் இன்னொரு பக்கம் ஜாதி வெறியும் தலைவிரித்தாடிய இலங்கையை, டேனியல் ஒருவரே மக்கள் மொழியில் எழுதிக்காட்டியவர். எங்கோ பிறந்து, எங்கோ வளர்ந்து, எங்கெங்கோ இருந்து சிறுகதைகளையும் நாவல்களையும் எழுதிய அவருடைய இறுதிக்காலங்கள் தஞ்சாவூரில் கழிந்தன. அவருக்கு ஆறுதலாகவும் ஆதரவாகவும் இருந்தவர்களில் பேராசிரியர் மார்க்ஸூம் தஞ்சை ப்ரகாஷூம் முக்கியமானவர்கள். இலங்கை எழுத்தாளர் எஸ்.பொன்னுத்துரையும் டொமினிக் ஜீவாவும் டேனியலின் பால்யகால நண்பர்கள்.

இடதுசாரி இலக்கியத்தில் அதிருப்தியுற்ற எழுத்தாளர் எஸ்.பொன்னுத்துரை ஒருகட்டத்தில், முற்போக்கு இலக்கியம் என்பதற்கு மாற்றாக நற்போக்கு இலக்கியத்தை முன்வைத்தார். அவர் முன்வைத்த நற்போக்கு இலக்கியக் கோட்பாட்டுக்குள் டேனியல் வரவில்லை. அதன் விளைவாகப் பால்ய நண்பர்களாக இருந்த மூவரும் பிரிந்துவிடுகிறார்கள்.

எஸ்.பொன்னுத்துரை ஆஸ்திரேலியாவிலும் டொமினிக் ஜீவா மலையகத்திலும் டேனியல் தமிழகத்திலும் வாசம் செய்ய நேர்ந்தது. இந்தப் பிரிவை மூவரும் வெவ்வேறு சந்தர்ப்பத்தில் வருத்தத்தோடு பகிர்ந்திருக்கிறார்கள். கருத்து முரண்பாடுகளால் பிரிந்திருந்த அவர்கள் மூவரையும் இணைக்க எவ்வளவோ முயற்சிகள் நடந்தன. என்றாலும், எஸ். பொன்னுத்துரையால் டேனியலின் சமாதியை மட்டுமே காண முடிந்தது. வெகுகாலம் கழித்து தஞ்சாவூருக்கு என்னுடன் வந்திருந்த எஸ். பொன்னுத்துரைக்கு டேனியலின் கல்லறையைக் காட்டும் பொறுப்பை ஏற்றது தஞ்சை ப்ரகாஷூம் என் அப்பாவும்தான்.. ராஜகோரி இடுகாட்டில் டேனியலுக்கு அஞ்சலி செலுத்தும்போது எஸ்.பொன்னுத்துரை வடித்த கண்ணீரின் சூட்டை, தஞ்சை ப்ரகாஷ் பல வருடங்களாகச்

சொல்லிக்கொண்டிருந்தார். "அறிவுக்கு அப்பால் வேறு ஒன்று உள்ளதைப்போல இலக்கியத்திற்கு அப்பாலும் ஒன்று உள்ளது. அதுதான் எஸ்.பொன்னுத்துரையை அழவைத்தது" என்ற சொற்களுக்கு ஆத்மநேசமே அடிப்படை.

சிறுவயதிலிருந்தே தமிழ் இலக்கியத்தில் துளிர்விடும் புதிய தலைமுறைப் படைப்பாளிகளுடன் சுற்றுபவராக தஞ்சை ப்ரகாஷ் இருந்திருக்கிறார். வசதியான குடும்பப்பின்னணி கொண்ட அவர், தன்னுடைய மூதாதையர்கள் சேமித்துக்கொடுத்த செல்வத்தையெல்லாம் இலக்கியத்திற்காகவே செலவிட்டார். மத்திய, மாநில அரசு வேலைகளைத் துறந்துவிட்டு. இலக்கியமே வாழ்வென்று இயங்கிவந்தார். இழந்ததைப் பற்றிய வருத்தங்களை அவர் எந்த நொடியிலும் வெளிப்படுத்தியதில்லை.

இலக்கியத் தேசாந்திரியாக இருந்தது குறித்தோ தன்னை ஏமாற்றியவர்கள் குறித்தோ அவரிடம் புகார்களே இருந்ததில்லை. "பின் நகர்ந்த காலம்" நூலில் எழுத்தாளர் வண்ணநிலவன், கடிதம் மூலம் தனக்கு அறிமுகமான தஞ்சை ப்ரகாஷ் திடீரென்று ஒருநாள் தன் வீட்டு வாசலில் வந்து நின்றதை வர்ணித்திருக்கிறார். நல்ல எழுத்து எங்கிருந்தாலும் தேடிப் போய் வாழ்த்துவதே அவர் வழக்கம்.

எழுத்தாளர்களை நேரடியாகச் சந்தித்து அளவளாவுவதில் அவருக்கிருந்த ஆர்வம் குறையவேயில்லை. அப்படித்தான் ஒருமுறை தகழியைச் சந்திக்கும்போது என உரையாடலை சர்வசாதாரணமாகத் தொடங்குவார். உதாரணங்களும் மேற்கோள்களும் நிறைந்த அவருடைய உரையாடல்கள் எதிரே இருப்பவர்களை எளிதாக ஈர்த்துவிடும். நவீன இலக்கிய வாசமுடைய அவரிடம், திரைப்பாடல் குறித்து என்ன நினைக்கிறீர்கள் எனக் கேட்கப்பட்டது. அப்போது தஞ்சையைச் சேர்ந்த பாடலாசிரியர் வாசன் திரைத்துறையில் வளர்ந்துகொண்டிருந்தார். அவரை முன்வைத்தே அக்கேள்வி கேட்கப்பட்டது. "திரைப்பாடல்களை போகிறபோக்கில் புறந்தள்ளிவிடக்கூடாது. அதிலேயும் நல்ல அம்சங்கள் இருக்கின்றன. கண்ணதாசனிடமும் பட்டுக்கோட்டையிடமும் வெளிப்பட்ட காத்திரமான அரசியல் பார்வைகளை, நவீன இலக்கியவாதிகள் கவனிக்கத் தவறுகிறார்கள்.

சந்தத்திற்கு எழுதுவது சவாலானது. அதைச் சரியாக செய்ய மொழிப்பயிற்சியோடு இலக்கியப் பயிற்சியும் அவசியம். வாசனைப்போல இன்னும்பல புதியவர்கள் திரைத்துறைக்கு வரவேண்டும். அப்போதுதான் தஞ்சாவூரின் இசைமரபு மீட்கப்படும்" என்றார். அவர் அக்கருத்தைச் சொல்லும்போது அருகிருந்து கேட்ட நானும், திரைத்துறையில் பாடல் எழுதப் புகுவேன் என அப்போது நினைக்கவில்லை.

என் முதல் திரைப்பாடலை மட்டுமே அவர் கேட்டார். அதன்பின் ஆயிரம் பாடல்களை எழுதிவிட்டேன். அவர் இருந்திருந்தால் அவற்றைப்பற்றி என்னமாதிரியான கருத்துகளைச் சொல்வாரென யோசிக்க முடிகிறது. நிராகரிக்கப்படும் எதற்காகவும் குரல் கொடுப்பவர் அவர். அரசியல்ரீதியாக அவருடைய நிலைப்பாடுகள் எம்மாதிரி இருந்தாலும் எழுத்து, இலக்கியம், பத்திரிகை என்று வந்தால் அவர் ஒடுக்கப்படுபவரின் பக்கமே நின்றிருக்கிறார். பல நூல்களுக்கு அவர் எழுதியுள்ள முன்னுரைகளை வாசித்தால் அப்படித்தான் தோன்றுகிறது. இயற்கை உணவிலும் சித்த மருத்துவத்திலும் ஈடுபாடுடைய அவர், சித்த மருத்துவச் சொல்லகராதியைத் தயாரிப்பதில் மும்முரம் காட்டினார்.

அவர் முடிக்காமல் விட்ட பணிகளில் அதுவும் ஒன்று. பெரும் கனவுகளில் சிறகடித்த அவருடைய கவிதைநூல், "என்றோ எழுதிய கனவு" என்னும் தலைப்பில் வெளிவந்திருக்கிறது. அவர் இறந்து பத்துஆண்டுகளுக்குப் பின் வெளிவந்த அந்நூலைத் தொகுத்து வெளியிட்டவர் நண்பர் செல்லத்துரை. 84 கவிதைகள் அடங்கிய அத்தொகுப்பில் பாபாஜான் எனும் கவிதை வெகு பிரசித்தம். அதை அவர் தொண்ணூறுகளின் இறுதியில் நிகழ்ந்துவந்த இலக்கியப் பேரவைக் கூட்டங்களில் வாசித்திருக்கிறார்.

சொல்லத்தகாத சில கவிதைகளும் அதில் உண்டுதான். காமச் சாற்றில் ஊறிக்கிடக்கும் அக்கவிதைகள் தனித்த வாசிப்புக்குத் தக்கவை. எழுத்தை எதற்காகவும் புறக்கணிக்கக்கூடாது என்பது அவர் வைத்திருந்த பொதுவிதி. வெகுசனப் பத்திரிகைகள் பிரசுரிக்கத் தயங்கும் படைப்புகளை வெளியிடவே குயுத்தம், பாலம் ஆகிய இதழ்களை அவர் தொடங்கினார். "மடக்குத்தி" என்னும் பிரபஞ்சனின் சிறுகதை, பாலம் இதழில் பிரசுரமாகி

பாரிய அதிர்வலைகளை ஏற்படுத்தின. கடித இலக்கியத்தை வளர்ப்பதற்காக அவர் கொண்டுவந்த சாளரம் இதழில், தமிழின் முக்கியப் படைப்பாளர்கள் அத்தனைபேரின் கடிதங்களும் வெளியாகியுள்ளன.

கவிஜீவன், புத்தகன், செல்லத்துரை, விஜயராகவன் எனப் பலரும் அவரை ஆசான் என்றுதான் அழைப்பார்கள். எனக்கோ அவரை அப்படி அழைப்பதில் தயக்கமிருந்தது. மனதளவில் அவர்தான் எனக்கு ஆசானென்றாலும், ஏனோ அவரை அப்படி நான் அழைக்கவில்லை. அவருடைய இலக்கியச் செயல்பாடுகள் குறித்த விமர்சனங்களால் எழுந்த தயக்கமல்ல. ஆசான் எனும் சொல் இயல்புக்குப் பொருந்தாதது போலிருந்தது.

அவருமே அப்படி அழைப்பதை விரும்பியதில்லை. “நான் உங்களுக்குத் தூதுவனும் அல்ல. குருவும் அல்ல. நண்பன். நல்ல நண்பனா என்றும் தெரியவில்லை” என்பதோடு நகர்ந்துவிடுவார். வயதின் எல்லைகளைக் கடந்த துறவு நிலையை அவரிடம் கண்டிருக்கிறேன். பல மொழிகளை லாவகமாகக் கையாளத் தெரிந்த அவருக்குச் சமஸ்கிருதத்தின் மீது இருந்த சாய்வு புரிந்துகொள்ளக்கூடியது.

தேவபாஷை சமஸ்கிருதம் என்றால் மகாதேவ பாஷை தமிழென்ற டி.என்.ராமச்சந்திரனின் கூற்றை அவர் ரசிக்கவில்லை. சமஸ்கிருதத்தின்மீது அவருக்கிருந்த அதீதப் பற்றை நா.விச்வநாதனும் தன்னுடைய புனைவுவெளி நூலில் குறிப்பிட்டிருக்கிறார். சமஸ்கிருதம் மேட்டுக்குடியினரின் மொழியாக இருந்ததால் பிறருக்கு மறுக்கப்பட்டது என்பதை அவர் இறுதிவரையிலும் ஏற்கவே இல்லை.

எந்த மொழியையும் அப்படியெல்லாம் மறுத்துவிட முடியாது என்றுதான் சொல்லிவந்தார். “சமஸ்கிருதத்தை யாரும் எங்கேயும் படிக்கக்கூடாது என்றெல்லாம் சொல்லவில்லை. மொழியையும் அறிவையும் அடக்கியோ அமுக்கியோ வைக்கமுடியாது. சமஸ்கிருதம் குறித்த இந்த வரலாறு உண்மையல்ல என்று கூறிய தஞ்சை ப்ரகாஷ், வேதநாத சாஸ்திரியிடம் முறையாகச் சமஸ்கிருதம் பயின்று சிரோன்மணி பட்டம் பெற்றவர். கலை வடிவங்கள்

அனைத்திலும் அவருக்கிருந்த புலமை அளப்பரியது. இலக்கியப் படைப்புகளில் மட்டுமல்லாது இசை, சிற்பம், ஓவியம் குறித்தும் அவருக்குத் தெரிந்திருந்தது. எது நல்ல ஓவியம்? எது நல்ல சிற்பம்? எது நல்ல இசை? என அவர் விவரிக்கத் தொடங்கினால், கற்பதில் அவருக்கிருந்த ஆர்வத்தைக் கணித்துவிடலாம். ஆபிரகாம் பண்டிதரையும் ஏனைய பெரியோர்களையும் அவர் அளவுக்கு எங்களுக்கு அந்தக் காலத்தில் அறிமுகப்படுத்தியவர் எவருமில்லை.

ஆபிரகாம் பண்டிதரின் "கருணாம்ருத சாகரம்" எனும் இசைநூல் குறித்துத் தஞ்சை ப்ரகாஷ் விவரிக்கக் கேட்கவேண்டும். தமிழிசையின் மரபுகளையும் அது தேய்ந்து அழிந்த கதைகளையும் கேள்விப்பட்டு, அதை மீட்டெடுக்க முனைந்த பண்டிதரை, சுருதி சுத்தமாக அவர்தான் மீட்டிக் காட்டினார். பதினெட்டாம் நூற்றாண்டின் நடுப்பகுதியில் தமிழிசையின் இலக்கண வடிவத்தை விளக்கி, காலப் பிரமாணத்தை வரையறுத்த ஆபிராம் பண்டிதரின் ஆய்வுநூல் இன்றும் இசைப்பிரியர்களின் வேதநூலாக விளக்குகிறது.

மின்சாரம்கூட இல்லாத தஞ்சை நகரில் இருந்துகொண்டு, தன்னுடைய மருத்துவ ஆய்வையும் இசை ஆய்வையும் மேற்கொண்ட பண்டிதர் தன் சொந்த செலவில் உலக இசை மாநாடுகளை நடத்திக்காட்டியவர். அவரும் அவருடைய மனைவியும் உலகம் முழுக்க பயணித்து, தமிழர்களின் மரபுப்படி இருபத்தி நான்கு அரங்கில் வைத்து கருணாம்ருத சாகரத்தை அரங்கேற்றியிருக்கிறார்கள். மூன்று பாகங்களைக் கொண்ட மிகப் பிரமாண்டமான அந்நூல், இசைக்கடலில் குதிப்பவரைக் கப்பலாக இருந்து கரையேற்றக்கூடியது.

முதல் பாகம் இலக்கணத்தையும் இரண்டாம் பாகம் இசைநூல்களையும் மூன்றாம் பாகம் ராகங்களையும் ஆராய்ந்து எழுதப்பட்டிருக்கிறது. திருவையாறு தியாகய்யர் உற்சவத்தில் கலந்துகொள்ளும் எத்தனைபேருக்குப் பண்டிதரைப் பற்றித் தெரிந்திருக்கிறது எனத் தஞ்சை ப்ரகாஷ் கவலைப்பட்டிருக்கிறார். தமிழர்களின் சொத்தாகக் கருதப்பட வேண்டிய கருணாம்ருத சாகரத்தை அரசு செலவில் பதிப்பிக்க அவர் எடுத்த முயற்சிகள் கால ஓட்டத்தில் கரைந்துவிட்டன. "ஒருவர் தன் வாழ்நாள் முழுக்கச் செலவிட்டு தமிழுக்கும்

தமிழிசைக்கும் செய்திருக்கும் அற்புதமான தொண்டை மதிக்காமல் இசைவிழாக்கள் நடத்தப்படுவதில் என்ன லாபம்" என ஒரு கட்டுரையில் கேட்டிருக்கிறார்.

தண்டபாணி தேசிகர் பாடியதால் தீட்டுப்பட்டதென்று மேடையைக் கழுவியவர்கள், ஆபிரகாம் பண்டிதரை அங்கீகரிக்காமல் விடுவதிலுள்ள அரசியல் நமக்குப் புரியாமல் இல்லை. தமிழர்கள் தங்களுக்குள் கொண்டிருக்கும் பேதங்களால் இன்னும் எத்தனை எத்தனை கலைச்செல்வங்களை இழக்கப் போகிறார்களோ? பதினேழாம் நூற்றாண்டின் கடைசியில் தஞ்சை நகரமே இசைக்குத் தலைநகரமாக விளங்கியிருக்கிறது. சோழ மன்னர்களின் வீழ்ச்சிக்குப் பின் தமிழகம் தன்னை இருண்டகாலத்தில் ஆழ்த்திக்கொண்டுவிட்டது.

தமிழிசையின் மூலக்கூறுகளைத் தனதாக்கிக்கொண்ட சமஸ்கிருத, கன்னட, தெலுங்கு, மராட்டிய மொழிகளால் இல்லாமல் போன இசைச் செல்வத்தை மீட்க எண்ணிய ஆபிரகாம் பண்டிதரைத் தமிழன்பன் என்றே ப்ரகாஷ் குறிப்பிடுவார். தமிழிசை, கர்நாடக இசையுடன் நாட்டுப்புற இசையிலும் தஞ்சை ப்ரகாஷுக்கு ஆர்வம் இருந்தது. அவர் எழுதிய கவிதைகளிலேயே அதற்கான சான்றுகளும் இருக்கின்றன. ஓசை ஒழுங்குகளுக்கேற்ப அவர் பிரயோகிக்கும் கவிதை மொழி நாட்டாரியலை ஒத்திருப்பது. ஆனாலும், கர்நாடக இசையில் லயித்துப்போவார். தி. ஜானகிராமனின் நாவல்களில் தென்படும் இசையின் பாங்குகளை அவரால் கிரகித்துச் சொல்லமுடியும்.

மோகமுள் நாயகி யமுனாவைப் பார்ப்பதற்காக கும்பகோணத் தெருக்களில் அவரும் நா.விச்வநாதனும் அலைந்து திரிந்தது தனிக்கதை. நாவலில் வரக்கூடிய நாயகியைக் காதலிக்கும் அளவுக்கு அவருக்கு இசைப்பித்து இருந்தது. அவ்வப்போது தியாகய்யரின் பெருமைகளைச் சொல்லியிருக்கிறார். தியாகய்யர் பற்றிப் பேச்சு எழுந்தால் உடனே அவர், எழுத்தாளர் ஸ்வாமிநாத ஆத்ரேயனைச் சொல்லாமல் இருக்கமாட்டார். தியாகய்யரின் வாழ்வில் நடந்ததாகச் சொல்லப்படும் சம்பவங்களை வைத்து ஆத்ரேயன் எழுதிய "தியாகராஜ அனுபவங்கள்" நூல் தஞ்சை ப்ரகாஷின் விருப்பப்பட்டியலிலிருந்தது. தெரிந்த சம்பவங்களை

வைத்துக்கொண்டு ஆத்ரேயன் செய்திருக்கும் இலக்கிய ஜாலங்களைப் புகழ்ந்து தள்ளுவார். சிறுகதைகளென்று சொல்லத்தக்க அவ்வெழுத்துகளைக் கட்டுரைகளென்று ஆத்ரேயன் முன்னுரையில் கூறியிருப்பதை அவரால் ஏற்க முடியவில்லை. ஜவுளி வணிகம் செய்துவந்த ஆத்ரேயனின் "மாணிக்கவீணை" நூல் குறித்தும் ஓரிருமுறை விவரித்திருக்கிறார். தெலுங்கைத் தாய்மொழியாகக் கொண்ட தியாகய்யர், தன்னுடைய கீர்த்தனைகளை எழுதத் தமிழ் மக்கள் உதவியதைப் பெருமிதத்தோடு சொல்லி, தஞ்சை ப்ரகாஷ் பூரித்துப் போவார். அவருக்கு எதிலுமே ருசிப்பு முக்கியம். கலையானாலும் இலக்கியமானாலும் அவர் ருசியை முதன்மையாகக் கருதுவார்.

கருத்துரீதியாக முரண்படுகிறவர்களைக்கூட அவரால் நேசிக்கமுடிந்ததும் அதனால்தான். ருசிப்புக்காகவும் ரசிப்புக்காகவுமே தன் வாழ்நாளைக் கழித்தவரென்று ப்ரகாஷை இலக்கியத் தோழர்கள் மதிப்பிடுவார்கள். குணங்குடி மஸ்தான், சர்பத்தை எடுத்துக்கொண்டால்கூட, இரண்டு முழுக்கோப்பை அருந்தாமல் அவருடைய ருசி அடங்கியதில்லை. ஒரு ருசி தனக்குப் பிடித்துவிட்டதால் அதை எல்லாருக்கும் காட்டிவிடத் துடிப்பார். அதன் விளைவாகவே யுவர் மெஸ்ஸை நடத்தியிருக்கிறார். பேருக்குத்தான் அது மெஸ்ஸே தவிர, அங்கேயும் அவர் நடத்தியது இலக்கியம்தான். தமிழ் எழுத்தாளர்களை வரவழைத்து மேல்தளத்தில் அமர்த்திக்கொண்டு,

கீழ்த்தளத்தில் அவர் நடத்தியதை மெஸ்ஸாக யாருமே கருதவில்லை. அம்மெஸ்ஸைக் கவனித்துக்கொண்ட இருளாண்டியையும் முருகேசனையும் இலக்கியவாதிகள் நல்ல விமர்சகர்கள் என்றே கூறுகிறார்கள். தஞ்சை ப்ரகாஷின் அறிமுகம் எனக்குக் கிடைக்கும்போது அவரைச் சந்திக்க வருகிறவர்கள் எல்லாம் யுவர் மெஸ்ஸைப் பற்றிப் பாராட்டிப் பேசியதைக் கேட்டிருக்கிறேன்.

திவாலான அந்த மெஸ்ஸை இலக்கிய நினைவுச் சின்னம்போல எல்லோரும் கொண்டாடுவார்கள். அங்கேதான் பிரபஞ்சன் உருவானார் என்றும் அங்கேதான் வண்ணநிலவன் சிலகாலம் தங்கி இருந்தார் என்றும் அவர்கள் சொல்வதைக்

கேட்கலாம். இலக்கியத்தைத் தவிர எதையுமே சரிவர நடத்தத்தெரியாதவர் எனும் பட்டத்தைத் தஞ்சை ப்ரகாஷ் சிரிப்புடன் ஏற்றுக்கொள்வார். இலக்கியத்தைத் தாண்டி வேறு எதிலேயுமே பற்றில்லாமல் இருந்த அவரைப் பற்றிக்கொள்ள எத்தனையோ கைகளிருந்தன. முதிய வயதிலும் குழந்தையைப்போல அவரால் சிரிக்கவும் சிநேகிக்கவும் முடிந்தது.

“திருமணமாகாத எழுத்து” என்றொரு கட்டுரை எழுதியிருக்கிறார். திருமணக்கூட்டில் அடைபடாத எழுத்தாளர்களைப் பற்றிய சித்திரிப்பு அது. அக்கட்டுரையில் திருமணம் செய்துகொள்ளாத தருமூ சிவராம், நகுலன், வல்லிக்கண்ணன் ஆகியோரை அளந்திருப்பார். கவிதையியலிலும் தத்துவஇயலிலும் தனித்து விளங்கிய தருமூ சிவராமை உடன்வைத்துக் கவனித்துக்கொண்டவர் தஞ்சை ப்ரகாஷ். ஆனாலும், அவருடைய குணம் இறுகி இருந்ததற்கான காரணம் திருமணம் செய்துகொள்ளாததே என்றிருக்கிறார்.

காற்றின் தீராத பக்கங்களில் கவிதை எழுதிய தருமூ சிவராமின் இதயத்தை எழுதும் துணிச்சல் அவருக்கு இருந்தது. தருமூ சிவராமின் இண்டலக்சுவலிச முகத்தைப் பெண்கள் விரும்பவில்லை. அவர் காதலித்த பெண்கள் அவரைப் புறக்கணித்தார்கள். அதனால் அவர் எப்போதும் சோர்ந்து இருந்ததாகவும் அங்கீகரிக்கப்படாத இதயம் விகாரத்திற்குள் விழுந்துவிடுவதை அவர் விஷயத்தில் பார்த்ததாகவும் குறித்திருக்கிறார்.

தருமூ சிவராமைப் பின்பற்றும் பலருக்கும் இது அதிர்ச்சியளிக்கக்கூடிய கூற்று. ஒரு படைப்பாளனின் தனிப்பட்ட விஷயங்களையெல்லாம் பொதுத்தளத்தில் எழுதலாமா? எனவும் கேட்கலாம். விமர்சனத்துக்கும் விவாதத்துக்கும் உரிய அக்கருத்தை மனதத்துவ ரீதியில் அணுகி தஞ்சைப்ரகாஷ் எழுதியிருப்பது எனக்குப் பிழையாகப்படவில்லை. அவருடன் பழகிய நண்பர்கள் சொல்லத் தயங்கியதை ப்ரகாஷ் ஒருவரே சொல்லியிருக்கிறார். அதே கட்டுரையில் நகுலனைப் பற்றியும் தன்னுடைய பதிவுகளைச் செய்திருக்கிறார். கடைசிவரை சுசீலா புராணம்

பாடிய நகுலன், அந்த சுசீலா யாரென்றே சொல்லாமல் காதலித்ததைக் கருணையுடன் காட்டியிருக்கிறார். காதலித்த பெண், யாரென்று சொல்லத் தயங்கிய நகுலன் ஒருகட்டத்தில் சுசீலாவைக் காவிய நாயகியாக மாற்றிவிட்டார் என எழுதியிருக்கிறார். எனக்குத் தெரிய எழுத்தில், திருமணமான திருமணமாகாத என்ற பாகுபாடுகளைப் பற்றி யாருமே எழுதியதில்லை. மனத்தின் வெளிப்பாடுகளே படைப்புகள் என்றால் அம்மனத்தின் தவிப்புகளையும் கொந்தளிப்புகளையும் பகுத்துப்பார்க்க தஞ்சை ப்ரகாஷுக்கு முடிந்திருக்கிறது.

"காமம்தான் சக்தி, பசிதான் நம்முடைய மூலம். பசிதான் மனிதனை எழுப்பும் கனல். பசியில்லையென்றால் மனிதனில்லை. காமம் இல்லையென்றால் அவன் தொடக்கமே இல்லை" என்று மீனின் சிறகுகள் நாவலில் அவர் எழுதியிருப்பதை இக்கட்டுரையுடன் இணைத்துப் பார்க்கலாம். பெண்கள் குறித்து அவர் முன்வைத்த கருத்துக்கள் பலவேளைகளில் சர்ச்சைகளைக் கிளப்பியிருக்கின்றன. "எல்லாப் பெண்களுமே பெண்கள்தான் எனச் சொல்ல வருகிறவன் ரசனை கெட்டவன். அப்புறமேன் எல்லாப் பெண்களும் ஒன்றாக உலகில் வளைய வரவில்லை. பெண்கள் அனைவருமே ஒன்றுதான் என்னும் அபிப்ராயம் பொய்தான். ஏமாற்றுதான்" என அவர் சொல்வதைக் கரமுண்டார்வூடு நாவலிலும் கள்ளம் நாவலிலும் காணலாம். தன்னுடைய அத்தைகளும் பாட்டிகளும் பகிர்ந்துகொண்டதையே நாவலாக எழுதியதாக அந்நாவல்களின் முன்னுரையில் எழுதியிருக்கிறார்.

திருநெல்வேலி ராஜவல்லிபுரத்திலுள்ள எழுத்தாளர் வல்லிக்கண்ணன் வீட்டில் தஞ்சை ப்ரகாஷ் ஓரிரு இரவுகள் தங்கியிருக்கிறார். *1960* வாக்கில் என நினைவு. அந்தச் சந்தர்ப்பத்தில் வல்லிக்கண்ணன் தான் எழுதிய இரண்டு நாவல்களின் கையெழுத்துப் பிரதியை ப்ரகாஷிடம் வாசிக்கக் கொடுத்திருக்கிறார். ஒன்று, "கல்யாணியின் கணவன்". மற்றொன்று, "சம்பங்கிபுரத்துப் பொம்பிளைகள்". இரண்டுமே இலக்கியத் தரமுடைய நாவல்கள். அதிலும், சம்பங்கிபுரத்துப் பொம்பிளைகள் என்னும் நாவல் முழுக்கப் முழுக்க போர்னோகிராபியை அடிப்படையாகக் கொண்டது.

"முதலிரவு" என்னும் தலைப்பில் வெளிவந்த தொ.மு. சி.ரகுநாதனின் நாவலை அன்றைய ராஜாஜி அரசாங்கம் தடைசெய்ததைப்போல சம்பங்கிபுரத்துப் பொம்பிளைகளும் வெளிவந்தால் தடை செய்யப்படும் என வல்லிக்கண்ணன் கருதியிருக்கிறார்.

திருமணமாகாத தான், பாலியல் குறித்து எழுதியதை மற்றவர்கள் எப்படி எடுத்துக்கொள்வார்களோ எனத் தயங்கியுமிருக்கிறார். திருமணமாகியிருந்தால் அவர் அந்நாவலைத் தயக்கமில்லாமல் வெளியிட்டிருப்பார் என்பது அவர் கருத்து. அக்கட்டுரையில் இன்னொரு செய்தியும் இருக்கிறது. "இருட்டு" என்னும் பெயரில் தான் மட்டுமே எழுதி, தான் மட்டுமே ரசித்துப் படிக்க வல்லிக்கண்ணன் அமாவாசைக்கு அமாவாசை தயாரித்த கையெழுத்துப் பத்திரிகையைப் பற்றிய செய்தியே அது.

இதையெல்லாம் ஆராய்ந்து அதன் உண்மைத் தன்மையை உணர வாய்ப்பில்லை. சம்பந்தப்பட்ட இரண்டுபேருமே இப்போது இல்லை. காலக் கரையான்கள் அரித்துவிட்ட வல்லிக்கண்ணனின் கையெழுத்துப் பிரதிகள் தற்போது யாரிடம் இருக்கிறதோ தெரியவில்லை. எழுத்தை அணுகும்விதம் காலத்திற்குக் காலம் மாறுபடுகிறது. ஒருவிதத்தில் அம்மாற்றமே இலக்கியத்தின் இருப்பைத் தீர்மானிக்கிறது. தஞ்சை ப்ரகாஷின் வழியே நான் கண்டடைந்த இலக்கிய உலகிற்கும் இன்றைக்கு என் முன்னாலிருக்கும் இலக்கிய உலகிற்கும் நிறைய வித்தியாசமிருக்கிறது.

அவர் இறந்து பல ஆண்டுகள் கழித்தே அவருடைய எழுத்துகள் நூலாக்கம் பெறுகின்றன. தன் எழுத்துக்குக் கிடைத்திருக்கவேண்டிய நியாயமான அங்கீகாரங்களை அவர் அறியவே இல்லை. இப்போது அவர் வாசிக்கப்படும் அளவுக்கு முன்னெப்போதும் வாசிக்கப்படவில்லை என்பதை நினைக்க, வருத்தமே மிஞ்சுகிறது. இதற்கிடையில் அவர் எழுத்துகளைப் பற்றியும் அவரைப்பற்றியும் தவறான விமர்சனங்களைச் சில எழுத்துமோகிகள் வைக்கிறார்கள். அதற்கெல்லாம் பதில்சொல்ல அவர் இல்லை. நம்முடைய நினைவுகளில் இருந்து ஒருவர் அகலாமல் இருக்கிறார் என்றால், அவரை நாம் மறக்காமல் இருக்கிறோம் என்பதல்ல பொருள்.

மறுக்கவோ மறக்கவோ முடியாத பல நற்காரியங்களை அவர் நமக்குச் செய்திருக்கிறார் என்றுதான் பொருள்கொள்ள வேண்டும் எனத் தொடக்கத்தில் சொல்லியிருக்கிறேன்.

அவரைப் பற்றிய நினைவுகளையும் அவருடன் கழித்த பொழுதுகளையும் எழுதிக்கொண்டே இருக்கலாம். அவரிடமிருந்து கற்றதில் பாதியைக்கூட நானின்னும் பயன்படுத்தவில்லை. அவருமே அப்படித்தான். தனக்குக் கிடைத்ததைப் பிறருக்குத் தருவதுதான் அவரது வாடிக்கை. தஞ்சை ப்ரகாஷ் அவருடைய கவிதையில் ஒன்றை அடிக்கடி சொல்லிக்காட்டுவார். சாவுகள் வாழ்கின்றன எனும் கவிதை அது. சாவுகள் வாழ்கின்றன / வாழ்க்கைகள் நசிகின்றன / நீயும் நானும் ஏமாளிக் கும்பல்" என்று முடியும் அக்கவிதையில், க.நா.சுவும் புதுமைப்பித்தனும் கு.ப.ராவும் செத்துக்கொண்டே இருந்ததைப் பார்த்துக்கொண்டே இருந்தோம் என எழுதியிருப்பார்.

இறந்து இத்தனை ஆண்டுகளாகியும் தஞ்சை ப்ரகாஷ் என்னுள் வாழ்ந்துகொண்டே இருக்கிறார். இலக்கியத்தில் தோல்விக்கோ மரணத்திற்கோ வழியே இல்லை. நினைவுகளும் அனுபவங்களுமே அதன் நோக்கம். அனுபவங்களைப் பகிர்ந்துகொள்பவர்கள் நினைக்கப்படுகிறார்கள். தான் கற்றதையெல்லாம் பிறருக்கு வாரி வழங்கிவிட்டு வெறுமையாகிவிடுவதே நல்ல சஹிருதையனுக்கான இலக்கணம் என்பார்கள். கற்றதைப் பிறருக்கு வழங்கியதால் தஞ்சை ப்ரகாஷ் வெறுமையாகாமல் வாழ்ந்துகொண்டிருக்கிறார்.

ஒவ்வொரு நாளும் ஒரே முகம்

துளசி எனும் பெயரில் கவிதைகள் எழுதிவரும் ஆர். வெங்கடேஷ் என் மனதுக்கு மட்டுமல்ல, வாழ்வுக்கும் நெருக்கமானவர். கணையாழியினால் எனக்குக் கிடைத்த பல நல்ல விஷயங்களில் அவருடைய அறிமுகமும் அன்பும் குறிப்பிடத்தக்கவை. எனக்குமுன்பு அவரும் கொஞ்சகாலம் கணையாழியை கவனித்து வந்திருக்கிறார். மாதத்திற்கு ஓரிரு முறையாவது சந்தித்துக்கொள்ளும் வாய்ப்பு அப்போதிருந்தது. அதன்பிறகு அவர் வெவ்வேறு வேலைக்கும் வெவ்வேறு ஊருக்கும் பயணிக்க, படைப்புகளின் வாயிலாக மட்டுமே பார்த்துக்கொண்டிருந்தோம். தற்போது தொலைகாட்சிகளின் விவாத அரங்குகளில் அவருடைய முகம் அடிக்கடி தென்படுகிறது. "வேறு முகம்" எனும் தொகுப்புமூலம் அறிமுகமான அவர், புதுப்புது முகங்களோடு என்னைப் பார்த்துக்கொண்டிருப்பது சந்தோஷமே.

சிறுகதையாசிரியர், பத்திரிகையாசிரியர், அரசியல் விமர்சகர் என பல முகங்கள் அவருக்குண்டு. என்றாலும், அத்தனை முகங்களிலும் அவருடைய தனித்துவம் பிரதிபலிப்பதை கவனித்துவருகிறேன். என் எழுத்து வாழ்க்கையில் நான் மறக்கக்கூடாத பெயர்களில் ஆர். வெங்கடேஷும் ஒன்று. ஆர்.

வெங்கடேஷின் உரைநடையில் எனக்கொரு மயக்கமுண்டு. சுப்ரமண்யராஜுவுக்குப் பிறகு என்னை அதிகமும் வசீகரித்த எழுத்தென்றால் அது அவருடையதுதான். ம.வே. சிவக்குமாரின் சிறுகதைகளும் என் விருப்பத்துக்குரியவை. நேரடித் தன்மையில், சொல்ல வருவதை எந்த சிக்கலும் சிடுக்கும் இல்லாமல் சொல்லிவிடுவார். தெளிந்த பார்வையுடன் எதனையும் அணுகக்கூடிய அதிஅற்புத மனம் அவருக்கு வாய்த்திருக்கிறது. வாசித்த விஷயத்தையெல்லாம் கொட்டிவிடக்கூடிய தவிப்பு அவரிடம் இருந்ததே இல்லை. நேர்ப்பேச்சில்கூட, தேவைக்கு அதிகமாக அவர் எதையும் பேசியதில்லை.

நீண்ட இடைவெளிக்குப் பிறகு அவருடைய கவிதைகள் தொகுக்கப்பட்டுள்ளன. முகமற்றவர் நினைவாக எனும் தலைப்பே கவனத்தை ஈர்க்கிறது. வேறுமுகத்திலிருந்து முகமற்றவரை நோக்கி நகர்ந்திருக்கும் இந்நகர்வை, தன்னிலிருந்து பிறரை நோக்கிய திரும்பல் என்றே எடுத்துக்கொள்கிறேன். வேறு முகம் தொகுப்பிலிருந்து பலவிதத்திலும் மேம்பட்ட கவிதைகளை “முகமற்றவர் நினைவாக” தொகுப்பு கொண்டிருக்கின்றன. மேம்பட்ட என்று நான் சொல்வது, கவிதைகளின் தரம்குறித்து அல்ல.

வடிவத்திலும் கருப்பொருளிலும் வேறு ஒரு தளத்திற்கு வந்திருப்பதையே மேம்பட்ட என்கிறேன். “வீடென்று எதனைச் சொல்வீர்” என்ற எழுத்தாளர் மாலனின் புகழ்பெற்ற ஒரு கவிதையிலிருந்து இத்தொகுப்பை அணுகலாம். பொருளாதாரக் கட்டுப்பாடுகள் நிறைந்த மத்தியதர வர்க்கத்து அபிலாஷைகளையும் ஏக்கங்களையும் வெகுவாக வெளிப்படுத்திய அக்கவிதைக்கு நிகரான பல கவிதைகள், இத்தொகுப்பு நெடுகிலும் விரவிக் கிடக்கின்றன. முனைந்தும் வலிந்தும் எதையும் சொல்லிவிடாத தன்மையினால் ஒவ்வொரு கவிதையும் தம் இருப்பை ஸ்திரப்படுத்திக் கொள்கின்றன.

முகமாற்றம், நிறைவற்ற பயணி, இடம், குடி, குருவி ஸ்நேகம் ஆகிய கவிதைகளை வாசிக்க நேர்கையில் என் கூற்றை உணரலாம். வீட்டு வாசலோடு நகரம் முடிவதாக எண்ணுபவர்களைப் பற்றிய குறிப்பை இடம் கவிதையில் தந்திருக்கிறார். திரும்பத் திரும்ப அந்தக்

கவிதை என்னை என்னவே செய்தது. வீட்டுக்காக உழைத்து, வீட்டுக்காகவே வாழ்ந்து மடியும் எத்தனையோபேரை அக்கவிதையின் வாயிலாக கேள்விக்கு உட்படுத்தியிருக்கிறார். தன்னை பாதிக்காத எதைப்பற்றியும் அவர் எழுதத் துணிவதில்லை. இயல்பாகவும் எளிமையாகவும் அவர் கவிதையை வளர்த்திக்கொண்டு போகும்விதம், உச்சத்தை நோக்கிய எதிர்பார்ப்புகளை அதிகப்படுத்திவிடுகின்றன. இப்படித்தான் இந்தக்கவிதை முடியப் போகிறது எனும் யூகத்தை சாதுர்யமாகக் கடந்துவிடுவது துளசியின் தனித்துவம். இதெல்லாம் கவிதையாகுமா? என எண்ணக்கூடிய சின்னஞ் சிறு சம்பவங்களைக்கூட கவிதையாக்கிவிடுகிறார். அவருக்கே உரிய ஓசை ஒழுங்குகளால் வார்த்தைகளை அழகிய கவிதையாக்கும் நேர்த்தி பிரமிக்க வைக்கிறது.

இசங்களுக்குள்ளோ இருண்மைக்குள்ளோ தம்மை புதைத்துக்கொள்ளாமல் நேரடியாக பேசும் இக்கவிதைகள், நினைவிலிருந்து அகல மறுக்கின்றன. நமக்குமே இப்படியெல்லாம் நடந்திருக்கிறதுதானே என எண்ணவும் சொல்லவும் வைக்கின்றன. ஒரு சொல், ஒரு வரிகூட செயற்கையாக இல்லை. தத்துவவெளி எனும் பிம்பத்தை ஏற்படுத்தி, தன்னையும் ஒரு பெருங்கவியாக நிறுவிக்கொள்ளும் பிரயத்தனங்களைத் துளசி மேற்கொள்ளவில்லையென்பது ஆறுதலளிக்கிறது.

இரண்டாயிரத்திற்குப் பிறகு எழுதவந்த பலருக்கும் தன்னை நிறுவிக்கொள்ளவதில் ஏகப்பட்ட பிரச்சனைகள். எது மாதிரி அல்லது யார் மாதிரி தானென யோசித்து யோசித்து கவிதைகளிடமிருந்து வெகுதூரம் விலகிவிட்டார்கள். குழு, அரசியல், பத்திரிகை எனப் பிரிந்து தன்னையும் தன் கவிதைகளையும் அவர்கள் இழந்துகொண்டிருப்பதை பார்க்க முடிகிறது. துளசியைப் பொறுத்தவரை, இந்தக் குழப்பங்களுக்கெல்லாம் இடமே இல்லை. அவருக்குத் தெரிந்த உலகை அவர் தரிசிக்கிறார்.

தரிசித்ததை நெருக்கமான மொழியில் நமக்கும் தருகிறார். பீடிகையோ டாம்பீகமோ இல்லாத எதார்த்தமே அவருடையது. சின்னக் கோனார் சந்து, ஒயர்கள்: சில குறிப்புகள், பேச்சற்றுப் போனநிலை, பிழைப்பு, நினைவுச்

சுடர் போன்ற கவிதைகளில் அவர் திரும்பத் திரும்ப தன்னை இயல்பாக்கிக்கொண்டே இருக்கிறார். அதிர்ந்து பேசக்கூடிய இடங்களிலும் அமைதியாக நகர்ந்துவிடுவதே அவருடைய அணுகுமுறைகள். ஒரு கவிதையை வாசித்து இன்னொரு கவிதைக்கு இடம்பெயர்வதற்குள் அவர் கவிதையில் கட்டமைத்த அமைதி நம்மைப் பேசவைத்துவிடுகிறது. இதுவே அவருடைய பெரும்பாலான கவிதைகளின் த்வனி. "நான் எதையும் சொல்வதற்கில்லை. இதோ நீயே பார்த்துக்கொள்" என்பதையே தன் பாணியாகவும் வைத்திருக்கிறார்.

என் முதல் தொகுப்பு வெளிவந்த சமயத்தில், இதைத்தான் அவர் விமர்சனமாக வைத்திருக்கிறார் என இப்போது புரிந்துகொள்ள முடிகிறது. கவிதையை வாசிப்பவனுக்கு கொஞ்சம்கூட இடமில்லாமல் எழுதுபவனே எல்லா இடத்தையும் ஆக்ரமித்துக்கொள்ளக் கூடாதென சொல்லியதை, விளக்கமாக இக்கவிதைகளில் வெளிப்படுத்தியிருக்கிறார். பி. எஸ். ஆர். பி என்னும் கவிதை, இத்தொகுப்பில் இடம்பெற்றுள்ள ஆகச்சிறந்த கவிதையாக எனக்குப்படுகிறது. கணினி பயன்பாட்டுக்கு வந்தபின் அதனுடனான உறவு குறித்து அக்கவிதை பேசுகிறது.

அனைத்தையும் கணினி வழியே அறிந்துகொள்கிறோம். ஆனால், அதற்கு நம்மைப் பற்றி எவ்வளவு தெரிந்திருக்கிறது என ஆரம்பிக்கும் அக்கவிதை, மனித உறவிலுள்ள நெகிழ்வுகளையும் நிராசைகளையும் பட்டியலிடுகின்றன. இரண்டாவது வாசிப்பில் அக்கவிதை தந்த பரவசத்திலிருந்து இன்னமுமே நான் வெளியேறவில்லை. ஒருவிதத்தில் முகமற்றவர் நினைவாக எனும் பதத்திற்குப் பொருத்தமான கவிதையாகவும் அதைச் சொல்லலாம்.

காகிதத்திலிருந்து கணினி மாறிவிட்ட இன்றைய சமூகம், தன்னை முகமிழந்த நிலையில் வைத்திருப்பதை துல்லியமாக அக்கவிதை காட்டுகிறது. துளசியின் கவிதைகளை ஒருசேர வாசிக்கையில் மனம் உத்வேகம் கொள்கிறது. அடடா, அபாரம், சபாஷ் எனச் சொல்வதற்கும் மேலான உணர்வுகளை இக்கவிதைகள் ஏற்படுத்துகின்றன. இத்தொகுப்பில் இடம்பெற்றுள்ள பல கவிதைகளில் ஜன்னலும் குருவிகளும் திரும்பத் திரும்ப வருகின்றன. ஆனாலும், அவை

ஒவ்வொருதரமும் விநோதங்களையும் விருப்பங்களையும் கவர்ந்துகொண்டு போவதைச் சொல்லாமல் இருக்க முடியவில்லை. இத்தொகுப்பிலுள்ள கவிதைகளை சொல்லத் தொடங்கினால் சொல்லிக்கொண்டே இருக்கலாம். ஒவ்வொரு கவிதையும் ஏதோ ஒருவிதத்தில் ஈர்க்கிறது. சொல்லும் முறையிலோ விஷய அடர்த்தியிலோ தனித்துத் தெரியும் இக்கவிதைகளைக் கொண்டாடத் தோன்றுகிறது. வெகு நாளைக்குப் பிறகு மனதுக்கு நிறைவளித்த தொகுப்பாக, துளசியின் முகமற்றவர் நினைவாக எனும் தொகுப்பைச் சொல்லத் தோன்றுகிறது.

நான் பெரும் விமர்சகனோ இலக்கிய வேதாந்தியோ இல்லை. முன் யோசனைகளோ பின் விளைவுகளோ அறிந்து பேசுபவனும் இல்லை. மனதில் பட்டதைச் சொல்லிவிடுபவன் அவ்வளவே. அவ்விதத்தில் இத்தொகுப்பு என் நேசத்துக்குரியதாக இருக்கிறது. குறிப்பிட்டுச் சொல்லத்தக்க கவிதைகள் அதிகமாக இருப்பதால் எதை எடுப்பது எதை விடுவது எனத் தெரியவில்லை. மேலும், மேற்கோள்களால் தங்களை நிறுவவேண்டிய கட்டாயம் இக்கவிதைகளுக்கு இல்லை. மேசையின் ஒரு மூலையிலிருந்து இன்னொரு மூலைக்கு நகரும் எறும்பை பார்க்கும்போது மிகச்சிறிய பயணமாக நமக்குத் தோன்றலாம்.

ஆனால், எறும்பின் கண்களிலிருந்து பார்த்தால் அதுதான் அதனுடைய மிகப்பெரிய பயணம். இலட்சியப் பயணம் என்றுகூடச் சொல்லலாம். மத்தியதர வர்க்கத்து இளைஞனின் எதிர்பார்ப்புகளும் ஏக்கங்களும்கூட அத்தகையதே. பெரும் கனவுகளாக அவர்கள் கொண்டிருப்பதை அல்லது வைத்திருப்பதை கேலியாகவும் கிண்டலாகவும் பிறர் எள்ளி நகையாடலாம்.

ஒரே வட்டத்திற்குள் சுழல்கிறீர்களே எனவும் உதாசீனப்படுத்தலாம். உயரிய உராய்வுகளை ஏற்படுத்துதல்லவா வாழ்க்கை எனவும் வம்பளக்கலாம். ஆனால், இவை எதுவுமே அவர்களுக்கு அவசியமில்லை. தன்னைச் சுற்றி அவர்கள் இட்டுக்கொண்ட கட்டுதிட்டுகளைக் கடப்பதே சவால்தான். அந்த சவாலை வென்றெடுக்கவே அவர்கள் அலைகிறார்கள். ஒரு கிளையிலிருந்து மறு கிளைக்குத்

தாவுகிறார்கள். ஒரு வேலையிலிருந்து இன்னொரு வேலைக்கு விண்ணப்பிக்கிறார்கள். இடர்களும் துயர்களும் அவர்களைத் துரத்துகின்றன. சமயத்தில் மிரட்டவும் செய்கின்றன. இந்த இடத்தில்தான் கவிதைகள் அவர்களுக்கு உதவுகின்றன. தங்களைத் தாங்களே ஆசுவாசப்படுத்திக்கொள்ளவும் அடுத்தவர்களுக்குத் தங்களை அறிவிக்கவும் கவிதைகளை விட்டால் அவர்களுக்கு வேறு வழியில்லை. திரைப்படப் பாடலின் ரோத்தா அடிக்கு முதுகு காட்டி நிற்கும் இன்றைய என்னை, இலக்கியத்திலிருந்து விடுபடாமல் காப்பாற்றும் கரத்தை ஆர். வெங்கடேஷ் கொண்டிருக்கிறார். அவ்வப்போது அவர் எழுதிக்காட்டும் படைப்புகளின் வாயிலாக நம்பிக்கைகளை விதைக்கிறார்.

கவிதைகளை வரிசைப்படுத்தியிருப்பதிலும் வரிகளை கட்டமைத்திருப்பதிலும் அவருக்கு அவருடைய பத்திரிகை அனுபவம் உதவியிருக்கிறது. வாசிக்க தடையில்லாமல் எழுதக்கூடிய மிகச்சில படைப்பாளர்களில் ஆர். வெங்கடேஷ் முதன்மையானவர். வாசகனிடம் தன்னுடைய பிரதாபங்களை அவர் எப்போதுமே காட்டுவதில்லை. கவிதையானாலும் உரைநடையானாலும் மையத்தை நோக்கி இழுத்துவிடும் எழுத்து அவருடையது.

நீக்க வேண்டிய சொற்களை அவரே நீக்கிவிடுவார். கவிதைக்குத் தேவையான அம்சங்களை உரைநடையிலோ உரைநடைக்கு தேவையான இயல்புகளை கவிதையிலோ கையாள்வதில்லை. அதனதன் வடிவத்தையும் வார்ப்பையும் உணர்ந்தவராக அவர் இருக்கிறார். இத்தொகுப்பிலுள்ள கவிதைகளை வாசிக்கையில் ஏறக்குறைய இருபது ஆண்டுகளாக அவர் ஒரே தடத்தில் பயணித்திருப்பது தெளிவாகிறது. ஒரே மாதத்தில் மூன்று கவிதை நூல்களை வெளியிடுபவர்கள் நிறைந்த இலக்கிய சூழலில், நிதானமாக இருபது வருடங்கள் கழித்து தன் இரண்டாவது கவிதை நூலை வெளியிட்டிருக்கிறார். இந்த நிதானமே அவர் கவிதைகளிலும் இருக்கிறது. சிறுகதைகளின் மூலம் அடையாளப்பட்ட அவர், கவிதைகளால் தற்போது தெரிகிறார். வேறு முகமானாலும் அவர் முகத்தில் என்னைப் பார்த்துக்கொள்வதில் பெருமிதம் உண்டாகிறது. பெருங்கூட்டத்தில் ஒருவனாகச் சிறுகதைகள்

மூலம் தன்னை பிரகடனப்படுத்திக் கொண்ட அவர், தனி ஒருவனாக நின்று நிலைக்க விரும்புகிறேன். ஒவ்வொரு நாளும் ஒரே முகமா? எனச் சலித்துக்கொள்ளாமல், ஒரே முகத்தை வெவ்வேறு மாதிரி காட்டும் துளசிக்கு வந்தனங்கள். இன்னும் சிலமுறையாவது வாசிக்கத் தூண்டும் இத்தொகுப்பு முகமற்றவர் நினைவல்ல. நினைவுகளின் முகம்.

நடுநாட்டுக் கதைசொல்லி

ஒரு படைப்பாளனுக்குப் பாட்டாளி வர்க்கச் சிந்தனை இருக்க வேண்டுமா? வேண்டாமா? என்பது இப்போது பிரச்சனையே இல்லை. எப்படியும் எழுதலாம். எதையும் எழுதலாம். எழுதுபவனின் அனுபவத்தை, அதை வாசிப்பவன் உள்வாங்கிக்கொண்டால் போதும். அதைவிட, ஒருபடி மேலேபோய் அவன் உள்வாங்கிக் கொண்டானா? இல்லையா? என்றுகூடப் படைப்பாளன் கவலைப்பட வேண்டியதில்லை.

அது வாசிப்பவனின் அறிவுசார்ந்த, அனுபவம் சார்ந்த எல்லையாக இன்றைக்குப் பார்க்கப்படுகிறது. ஒரு படைப்பு வாசிப்பவனுக்குப் புரியவில்லை என்றாலோ அல்லது பிடிக்கவில்லை என்றாலோ அது அவனுடைய தலைவிதியுடன் சம்பந்தப்பட்டதாகச் சொல்லிப் படைப்பாளன் தப்பித்துக்கொள்ளலாம். என்னுடைய படைப்புகளைப் புரிந்துகொள்ள வாசகனுக்கு வக்கில்லை என்றும் வாதிடலாம். ஆனால், எழுபதுகளில் எழுதவந்த படைப்பாளர்களுக்கு இந்தச் சுதந்திரம் இருக்கவில்லை.

ஏதாவது ஒரு சிந்தனையுடன் தங்களை ஐக்கியப்படுத்தி எழுத வேண்டிய கட்டாயமிருந்தது. திராவிடமோ, தேசியமோ, மார்க்சியமோ அவர்கள் கைக்கொள்ள வேண்டிய

சிந்தாந்தங்களாக முன் வைக்கப்பட்டன. எதையேனும் ஒன்றை பற்றித்தான் அவர்கள் எழுதவேண்டி இருந்தது. குறைந்தபட்சம் அறம் சார்ந்தாவது அவர்கள் எழுத வேண்டுமெனப் பொதுச் சமூகம் எதிர்பார்த்தது. ஒரு படைப்பாளன் சமூகத்தில் மதிக்கத்தக்க கருத்துக்களைச் சொல்பவனாகக் கருதப்பட்டான். மனிதகுலத்தின் மேன்மைகளைப் போற்றுபவனாக அல்லது மனிதகுலத்தை மேன்மையோடு பார்க்கப் பழகியவனாகத் தரிசிக்கப்பட்டான். குறிப்பிட்ட சித்தாந்தத்தில் அவனுக்கு ஏற்போ மறுப்போ இருக்கலாம். ஆனாலும், அவன் அந்த வட்டத்திலிருந்து வெளியேறிவிட முடியாது. முழு வீச்சோடு இலக்கியம் இயங்கி வந்த அந்தக் காலத்தில் எழுத வந்தவர்களில் முக்கியமானவர் எழுத்தாளர் இராசேந்திரசோழன்.

இன்றைய வட தமிழக எழுத்தாளர்கள் பலருக்கும் அவரே முன்னத்தி ஏராகச் சொல்லப்படுகிறார். நடுநாட்டுச் சொல்லகராதியை உருவாக்கிய கண்மணி குணசேகரனும் வட்டார நாவல்களில் பெண்ணியத்தைப் பிரதானப்படுத்தும் ச.தமிழ்ச்செல்வியும் தங்கள் ஊற்றுக்கண்ணாக இராசேந்திரசோழனைப் பார்க்கிறார்கள். இமையத்தின் கதைகளும்கூட அப்படியானதாகத்தான் எனக்குப் படுகிறது.

'எட்டுக்கதைகள்' என்னும் சிறுகதைத் தொகுப்புமூலம் எழுத்துலகிற்கு எழுபதுகளில் அறிமுகமான இராசேந்திரசோழன், இடதுசாரி முகாமைச் சேர்ந்தவராகத் தன்னைக் காட்டிக்கொண்டவர். காட்டிக்கொண்டது மட்டுமல்ல, அக்கொள்கைகளைத் தன் படைப்புகள் மூலம் வெளிப்படுத்தியும் வந்தவர். எழுதுபவர்கள் எல்லோருமே இடதுசாரியாகத்தான் இருக்க முடியும் என்று கருதுகிறவர்கள் உண்டு. ஆனால், அது எந்த அளவுக்கு உண்மை என்பதும் பொருத்தம் என்பதும் விவாதத்துக்குரியன.

கருத்துத்தளத்தில் நின்றுகொண்டு கலை செய்வதை இன்றையப் படைப்பாளர்கள் வேடிக்கை என்கிறார்கள். முன்யோசனையுடனும் முன் தயாரிப்புடனும் படைக்கப்படுவது படைப்புகளே இல்லை என்றும் எண்ணுகிறார்கள். எழுத்தை விமர்சகர்கள் அளவிட்டுக் கொண்டிருந்த காலம்போய், எழுத்தாளர்களே தங்கள் சக படைப்பாளர்களின் எழுத்துகளை அளவிடும் அவலமான காலத்தில் நாமிருக்கிறோம்.

இராசேந்திரசோழனின் எட்டுக்கதைகளை இன்றைக்கு வாசித்தாலும் அதன் இறுக்கமும் அடர்த்தியும் குலையாமல் இருப்பதை உணரமுடியும். புற்றில் உறையும் பாம்புகள், தனபாக்கியத்தோட ரவ நேரம், வினை, இச்சை, பரிணாமச் சுவடுகள், கோணல் வடிவங்கள், சிதைவுகள் போன்ற கதைகள் இருபது வருடமாகியும் என் நினைவிலிருந்து அகலாததற்கு அதுவே காரணம்.

ஒரு கதை, அது சொல்லவந்த கருத்தால் நிற்கிறதா இல்லை எழுதப்பட்ட நேர்த்தியால் நிற்கிறதா என்று கேள்வி எழுப்பினால், இரண்டுமே தேவை என்றுதான் சொல்லுவோம். அதற்கான உதாரணங்களைக் காட்ட இராசேந்திரசோழனின் பல கதைகள் உதவக்கூடும். தமிழினி பதிப்பக வெளியீடாக வந்துள்ள இராசேந்திர சோழன் கதைகள் தொகுப்பில் மொத்தம் எழுபத்தி ஏழு கதைகள் அடங்கியுள்ளன. அடங்கியுள்ளன என்ற சொற்களைவிட இடம்பெற்றுள்ளன என்பதே சரி. அடங்கிப் போனவை கதைகளாகவே முடியாது என்பது என் எண்ணம். அடங்கிக்கிடக்கும் உணர்வுகளைத் தட்டியெழுப்பக்கூடிய கதைகளே அவை.

எல்லாமே ரத்தினங்கள் என்று சொல்வதற்கில்லை. பொக்குகளும் புழுதிகளும் உண்டுதான். என்றாலும், மிகுதியைக் கணக்கிட்டே அபிப்பிராயங்கள் அரும்புகின்றன. புற்றில் உறையும் பாம்புகள் கதையின் இறுதி வாக்கியம் அக்கதையை மறக்க முடியாத கதையாக மாற்றிவிடும். என்னமோ கற்பு கற்பு என்று கதைக்கிறீர்களே அய்யா இதுதானய்யா கற்பு என்று புதுமைப்பித்தன் பொன்னகரத்தில் எழுதியிருப்பார். 1934இல் வெளிவந்த அக்கதை அப்போதைய மதராஸில் வறிய பெண் ஒருத்தி தன் கணவனைக் காப்பாற்றுவதற்காகப் பாலியல் தொழிலில் ஈடுபட்டதை நியாயப்படுத்தியது. அக்கதை வெளிவந்த சமயத்தில் எழுந்த எதிர்வினைகள் கற்பு குறித்த பார்வைகளை அகலச் செய்தன.

அதற்கும் நாற்பது ஆண்டுகள் கழித்து எழுதவந்த இராசேந்திரசோழன், தன் கதையின் இறுதி வாக்கியத்தை இப்படி முடிக்கிறார். " சரிதான் போமே பேசாத..சும்மா பொண பொணன்னிக்கணு...என்னமோ பெரிய பத்தினியாட்டம்". புதுமைப்பித்தனுக்கும் இராசேந்திரசோழனுக்கும் உள்ள கால

இடைவெளியைக் கருத்திற்கொள்வதை விடுத்துக் கதையாக வாசித்தால் இரண்டுமே அதனதன் அம்சத்தில் சிறப்பானவை. மதராஸில் வாழ்ந்த பெண்ணுக்கான கற்பிலக்கணமும் வட ஆற்காடு மாவட்டத்தில் வாழ்ந்த பெண்ணுக்கான கற்பிலக்கணமும் வெவ்வேறாகவே இருந்திருக்கின்றன. மட்டுப்படாத காமத்தோடு ஒருபெண், எதிர்வீட்டு இளைஞன் குறித்துப் பேசிக்கொண்டிருப்பதை விளங்கிக்கொள்கிறான் கணவன். தன் மனைவியை அடக்கவும் அதட்டவும் அவனுக்குப் பத்தினி எனும் சொல் பயன்படுகிறது.

பெண் ஆணையும் ஆண் பெண்ணையும் அளவிடும் சொல்லாகக் கற்பு இருப்பதை மறுப்பதற்கில்லை. காலங்கள் கடந்தாலும்கூட, கற்பின் கட்டுமானங்கள் அசைவதில்லை. ஒரு பெண்ணைக் கேவலப்படுத்த அல்லது கேள்விக்குள்ளாக்க இன்றும் இல்லாத கற்புதான் ஏதுவாக இருக்கிறது. இராசேந்திரசோழனின் இந்தக் கதையைப் பெண்ணியவாதிகளால் ஏற்க இயலாது. இவரெப்படி இடதுசாரிப் படைப்பாளராகவும் முற்போக்கு எழுத்தாளராகவும் அறியப்படுகிறார் எனக் கேட்கலாம்.

பெண்ணைக் கற்பு சார்ந்து கொச்சைப்படுத்தும் ஒருவனுடைய குரலைப் பதிவு செய்ததன் மூலம் ஆணாதிக்கம் அல்லவா வெளிப்படுகிறது எனவும் சொல்லலாம். உண்மை அதுவே ஆயினும், அவருடைய கதைகளின் அசல் தன்மையே அதுதான். கருத்துக்காகவும் கொள்கைக்காகவும் எதார்த்தத்தை மீறி அவரால் எதையுமே எழுத முடிந்ததில்லை. கொள்கைகளும் கோஷங்களும் தேவைதான் என்றாலும், அதையே கட்டிக்கொண்டு அழவேண்டியதில்லை என்பதுதான் அவருடைய எண்ணமாக இருந்திருக்கிறது. உள்ளதை உள்ளபடியே சொல்வதில்தானே இலக்கியமிருக்கிறது என்று அவரே ஒரு காலத்தில் சொல்லியிருக்கிறார்.

உள்ளதை உள்ளபடியே சொல்லக்கூடிய ஒருவர், இடதுசாரியாகவும் முற்போக்கு எழுத்தாளராகவும் இருக்கமுடியாது என அவர் சார்ந்திருந்த இடதுசாரி இயக்கமே அவர்மீது விமர்சனம் வைத்தது. மே தின மலருக்குக் கதை கேட்ட கட்சிப் பத்திரிகை, அவர் எழுதி அனுப்பிய சிறகுகள் முளைத்து என்னும் குறுநாவலைப் பிரசுரிக்க மறுத்துவிடுகிறது.

கட்சியின் கட்டுத் திட்டங்களுக்கு விரோதமானதாக அக்கதை பார்க்கப்பட்டுப் பிரசுரத் தகுதியிழந்த அக்குறுநாவலே இராசேந்திரசோழனின் எழுத்து குறித்த சிந்தனைகளுக்கு வித்திட்டன. ஒரு படைப்பாளன் புரட்சி குறித்தும் மக்கள் எழுச்சி குறித்தும் மட்டுமேதான் எழுதவேண்டுமா, கட்சிக் கட்டுப்பாடு அல்லது ஸ்தாபன விதிகளுக்கு உட்படாத எழுத்துகள் எழுத்துகளே இல்லையா என்னும் கேள்வியோடு முற்போக்கு எழுத்தாளர் சங்கத்திலிருந்து வெளியேறுகிறார்.

வெளியேறிய பிறகு வெகுகாலம் அவரால் படைப்பிலக்கியத்தில் ஈடுபடமுடியாமல் போய்விடுகிறது. விமர்சனங்களைத் தாண்டிச்செல்வது ஒருவகை. வைக்கப்பட்ட விமர்சனங்களுக்கு எதிர்வினையாற்றத் தன்னைத் தயார்ப்படுத்துவது இன்னொருவகை. இராசேந்திரசோழன் இரண்டாவது வகையைச் சேர்ந்தவர். என்னென்ன விமர்சனங்கள் அவர்மீது வைக்கப்பட்டதோ அதையெல்லாம் தர்க்க ரீதியாக எதிர்கொள்ள முனைந்திருக்கிறார். இடதுசாரியாக அறியப்பட்ட அவர், இடதுசாரி இலக்கியத்தின் மீது முன்வைத்த விமர்சனங்கள் முக்கியமானவை. என்றாலும், அவருடைய விமர்சனங்கள் எதுவும் எதிர்த் தரப்பினருக்குச் சாதகமானதாக அமையவில்லை.

வீட்டுக்குள் இருக்கும் ஒட்டடைகளை அடிக்க வீட்டைக் கொளுத்துவதல்ல வழியென்று அவருக்குத் தெரிந்திருக்கிறது. ஆகவே, அவர் மார்க்சியக் கத்தியைப் போலி மார்க்சிஸ்டுகளுக்கு எதிராகத் திருப்பினாரே தவிர மார்க்சியத்துக்கு எதிராகத் திருப்பவில்லை. இராசேந்திரசோழனை வெறும் கதாசிரியராக, நாவலாசிரியராகப் பார்ப்பதற்கில்லை. நான் அவரை அறிந்தபோது அவர் தமிழ்த்தேசப் பொதுவுடைமைக் கட்சியில் தன்னை இணைத்துக்கொண்டிருந்தார்.

அதே கட்சியில் நகரப் பொறுப்பு வகித்து வந்த என் அப்பாவின் தோழராக அவர் இருந்தார். திண்டிவனத்தை அடுத்த மயிலத்தை வாழிடமாகக் கொண்டிருந்த அவர் அவ்வப்போது தஞ்சாவூர் வருவது வழக்கமாயிருந்தது. கட்சிப் பணிகள் தொடர்பாகவும் கட்சி ஏற்பாடு செய்யும் கூட்டங்களில் பங்கேற்கவும் அவர் வருகிற போதெல்லாம் அவரைச் சந்தித்திருக்கிறேன். அஸ்வகோஷ் என்னும் பெயரில்

எழுதுபவரும் அவரே என்பதை அப்பா சொல்லித்தான் அறிந்துகொண்டேன். கடவுள் என்பது என்ன, சொர்க்கம் எங்கே இருக்கிறது, சொர்க்கத்துக்குப் போவது எப்படி போன்ற அவருடைய மார்க்சிய மெய்யியல் நூல்கள் அப்போது எனக்குப் புரியவே இல்லை. கதையோ கவிதையோ எழுதுகிறவர்கள் இதையெல்லாம் ஏன் படிக்கவேண்டும் என்றுதான் தோன்றியது.

அதைவிட, மார்க்சிய மெய்யியல் நூலை எழுதக்கூடிய ஒருவர் நல்ல கவிதையோ கதையோ எழுத வாய்ப்பில்லை என்றே நினைத்தேன். அதுமட்டுமல்ல, அவர் மேடையில் பேசும்போது ஒருமுறைகூட நான் கைதட்டியதில்லை. என்ன இந்த அஸ்வகோஷ் மாமா இப்படி அறுக்கிறார் என்றே அப்பாவிடம் குறைபட்டுக்கொள்வேன். அடே அவரு பேசுறது பெரிய விஷயம்டா, அதத் தெரிஞ்சுக்க நீ இன்னும் நிறைய படிக்கணும் என்பார். ம்கூம் இவரு பேசறதயே புரிஞ்சிக்க முடியலையாம். இதுல படிச்சிட்டு வேற புரிஞ்சிக்கணுமா என நக்கலடிப்பேன்.

நான் அப்படிக் கருதினாலும் அப்பாவும் அப்பாவை ஒத்த தோழர்களும் அவருடைய நூல்களை ஆழ்ந்து படிப்பார்கள். அவர் நூல்களை அவர்கள் விவாதிப்பது ஆச்சர்யமளிக்கும். அண்டத்துக்குக் கீழுள்ள அத்தனை விஷயங்களையும் அலசக்கூடியவர் என்பதான தோற்றத்தை அவரும் அவருடைய நூல்களும் ஏற்படுத்தின. கைத்தறி ஜிப்பாவும் தோள் பையுமாக வளையவந்த அவர், கதாசிரியர் என்பதைவிட அறிவுஜீவி என்கிற பிம்பத்திற்குப் பொருத்தமாயிருந்தார். அவர் அணிந்துவரும் ஜிப்பாவை அவரே அவர் கைப்பட தைத்துக்கொள்வது என்று அப்பா சொன்ன நாளில், வரும் தீபாவளிக்கு அப்பா துணியெடுத்துத் தரமாட்டாரோ என்னும் அச்சம் கவ்வியது.

ஒருவரைப் பார்த்தவுடன் பிடிப்பது வேறு. பார்க்கப் பார்க்கப் பிடிப்பது வேறு என்பதுபோல அஸ்வகோஷ் என்கிற இராசேந்திரசோழன் மாமா, பார்க்கப் பார்க்க அல்ல, படிக்கப் படிக்கப் பிடித்துப்போனார். முதலிலேயே அவருடைய கட்டுரை நூல்களைப் படிக்காமல் கதைத் தொகுப்பை வாசித்திருந்தால் ஆரம்பத்திலேயே பிடித்துப் போயிருப்பாரோ

என்னவோ. அவருடைய கதைகள் இறுக்கமும் அடர்த்தியும் கொண்டவை என்று முன்பே சொல்லியிருக்கிறேன். ஆனாலும், கதாபாத்திரங்களின் குரலாக அவை அமைந்திருந்ததால் அவருடைய கட்டுரை நூல்களைவிட கதைத் தொகுதிகள் எளிய புரிதலுக்கு ஏற்புடையதாக இருந்தன.

புற்றில் உறையும் பாம்புகளையோ கோணல் வடிவங்களையோ இன்றையப் புரிதலில் வேறாக அர்த்தப்படுத்திக்கொண்டாலும், அன்றைக்கும் அவை ஏதோ ஒருவிதத்தில் புரிந்திருக்கும் என்றே நம்புகிறேன். இப்போதுகூட அவருடைய நூல்களின் தலைப்பைச் சொன்னால் தலை சுற்றுகிறது.

'மிதிபடும் மானுடம் மீட்பின் மனவலி, பின் நவீனத்துவம் பித்தும் தெளிவும், இந்தியம் திராவிடம் தமிழ்த்தேசியம், சாதியம் தீண்டாமை தமிழர் ஒற்றுமை, அணுசக்தி மர்மம் தெரிந்ததும் தெரியாததும், அணுஆற்றலும் மானுட வாழ்க்கையும்' போன்ற நூல்களின் தலைப்பை வாசித்தாலே அவர் எவை எவை குறித்தெல்லாம் சிந்தித்திருக்கிறார் என யூகிக்கலாம். அவர் எழுதியவை அத்தனையுமே அவசியமானவைதான். ஆனாலும், ஒரு நல்ல சிறுகதை எழுத்தாளர் ஏன் இதையெல்லாம் எழுதப் புகுந்தார் என்பதுதான் யோசனைக்குரியது. உலகையும் அரசியலையும் உள்வாங்கிக்கொள்ளாமல் எழுதக்கூடிய எந்த எழுத்துமே ஜீவனற்றவை எனச் சொல்லவே அவர் இவ்வளவையும் எழுதியிருக்கிறார்.

இத்தனை ஆண்டுகளாக அவர் காலத்தை விரயம் செய்து எழுதிய நூல்களின் வாயிலாக அவருடைய எழுத்தாளர் அடையாளம் பின்னுக்குத் தள்ளப்பட்டிருக்கிறது. இராசேந்திரசோழன் இலக்கியத்திற்கு அளித்த பங்களிப்பைவிடவும் இதர சிந்தனைப் போக்குகளுக்குச் செய்த பங்களிப்பே அதிகம் என்பதாக ஆகிவிட்டது. உண்மையில், அதுகுறித்தெல்லாம் அவருக்கு எந்த விசனமும் இல்லை. இதையே தன்னுடைய பரிதாப எழுத்தாளர் திருவாளர் பரதேசியார் பண்டித புராணத்தில் சுய எள்ளலாகவும் வெளிப்படுத்தியிருக்கிறார். ஒருகாலத்தில் ஒரு லட்சிய வேகத்தில் காலராக் கண்டவன் பேதி மாதிரி நமது

பண்டிதரிடமிருந்து தொடர்ந்து வெளிப்பட்டுக்கொண்டிருந்த எழுத்துகள் கொஞ்சநாள், மலச்சிக்கல் கண்ட மாதிரி இறுகி இடைப்பட்டு ஓர் இடைவெளிவிட்டுப் போயிருந்ததில் முன்னே மாதிரி இப்போது தனக்கு எழுதவருமா என்பது அவருக்கே சந்தேகமாயிருந்திருக்கிறது.

எழுதியே தீருவது என்றோ அல்லது சும்மாவாது எதையாவது எழுதிப் பார்க்கலாமே என்றோ உட்கார்ந்தால்கூட அன்னாருக்கு முன்னே மாதிரி எழுத வருவதில்லை என்று தெரிகிறது என்று அக்குறுநாவலில் அவரே அவரைச் சுயஎள்ளல் செய்திருப்பார். திடீரென்று எழுத்து வறண்டு போனாலோ அல்லது எழுத முடியாத அளவுக்கு மெண்டல் பிளாக் வந்தாலோ இப்போது நான் எடுத்து வாசிக்கும் குறுநாவல் அது. ஒரு எழுத்தாளனின் அக மற்றும் புறச் சிக்கல்களை அத்தனைப் பகடியுடன் விவரித்த வேறு ஒரு படைப்பு இதுவரை எனக்குக் கிடைக்கவில்லை. விழுந்து விழுந்து சிரித்தேன் என்போமே அப்படியான சிரிப்பை வரவழைக்கக்கூடிய குறுநாவல் அதுவே.

அந்தக் குறுநாவலைப் படிக்கும்போது சிரிப்பு வரவேண்டுமானால் கொஞ்சமாவது உங்களுக்கும் எழுத்து குறித்தோ எழுத முடியாமல் போகும் சிக்கல் குறித்தோ தெரிந்திருக்க வேண்டும். குடும்பஸ்தனாகிவிட்ட ஓர் எழுத்தாளன், தன் கதையையோ காவியத்தையோ எழுத என்ன பாடுபடுகிறான் என்பதே அக்குறுநாவலின் மையம். அதுவும் அவன் கொள்கைக் கோமானாகத் தன்னை நிறுவிக்கொள்ள ஆசைப்படுபவனாக இருந்துவிட்டால் அவ்வளவுதான்.

ஒருவரிகூட எழுத முடியாமல் தவிக்கும் நிலையில் அவன் ஏற்கெனவே வாங்கிவைத்த பெயருக்குக் களங்கம் வராதிருக்க என்னென்ன செய்கிறான் என்பதே விசேஷம். எழுதவரவில்லை என்பதையே எழுத்தாக்கிய அக்குறுநாவல் வெளிவந்தது, தொண்ணூறுகளின் பிற்பகுதி என்று நினைவு. அப்போது வெளிவந்த புதிய பார்வை இதழில் அக்குறுநாவல் குறித்துக் கவிஞர் கல்யாணராமன் எழுதியிருந்தார். அதன்பின் கல்யாணராமனும் பேராசிரியராகி அவருமே தொடர்ந்து எழுதாதவராகப் போனாரென்பது பிற்சேர்க்கையாகச் சொல்லப்படவேண்டியது.இராசேந்திரசோழன் எழுத்தின்

பல தளங்களிலும் இயங்கியவர். ஆசிரியர் பணியின் ஊடே இலக்கிய ஈடுபாடும் அரசியல் ஈடுபாடும் கொண்டிருந்த அவர், *1970* முதல் *1985* வரை ஒரு பதினைந்து ஆண்டுகாலம் மார்க்சிஸ்ட் கட்சியின் ஆதரவாளராக இருந்தவர். அதன் பிறகு அக்கட்சியின் போக்குகள் மற்றும் நிலைப்பாடுகள் பிடிக்காமல் ஒத்தக் கருத்துடைய தோழர்களுடன் விலகி, தமிழ்த்தேசப் பொதுவுடைமைக் கட்சி என்கிற அமைப்பில் தன்னை இணைத்துக் கொள்கிறார்.

இதில் ஓர் இருபதாண்டு காலம். பிறகு அக்கட்சியிலிருந்தும் வெளியேற வேண்டிய நிலை. பொதுவாகத் தலைமையின் ஜனநாயகமற்ற சர்வாதிகாரப் போக்குகளை அவரால் எந்தக் கட்டத்திலும் ஏற்க முடிந்ததில்லை. அவர் தன்னைச் சுதந்திர எழுத்தாளராக எப்போதுமே கருதியதில்லை. கொள்கைகளைப் பற்றுக்கோடாக வைத்துக்கொண்டே பயணித்திருக்கிறார். ஆனாலும், அந்தப் பற்று வெறும் கோடாகத் தெரியும் தருணங்களில் அவரால் அதை ஏற்கவோ ஜீரணிக்கவோ முடியாமல் போய்விடுகிறது.

சிறுகதை, நாவல், குறுநாவல் என்பதுடன் ஒருகட்டத்தில் அவர் எழுதியளித்த நாடக ஆக்கங்களை, அஸ்வகோஷ் நாடகங்கள் என்னும் தலைப்பில் மங்கை பதிப்பகம் வெளியிட்டிருக்கிறது. அவரே சொல்வதுபோல, நாடகம் என்பது நடிக்கப்படுவதற்காக எழுதப்படுகிறதே தவிர படிக்கப்படுவதற்காக எழுதப்படுவதில்லை. நடிப்பதற்கான பிரதி, படித்து நுகர்வதோடு மட்டுமே நின்றுவிடுமானால் அதற்கு இலக்கியத் தகுதி கிட்டுமே தவிர நிகழ்த்துக்கலைக்கான தகுதி கிடைக்காதுதான். என்றாலும், அந்நாடகங்களை நிகழ்த்திக் காட்டிய காலத்தை இப்போது நினைத்து மட்டுமே பார்க்கமுடிகிறது.

*1978*இல் தமிழ்நாடு முற்போக்கு எழுத்தாளர் சங்கம் நடத்திய இரண்டாவது மாநாட்டில், நண்பகல் இடைவேளையில் சகஸ்மாலா என்னும் நாடகம் நடத்தப்பட்டிருக்கிறது. புறச்சாதனங்கள் ஏதுமன்றி ஒரு பத்து நடிகர்கள் தங்கள் குரல் மற்றும் உடல் அசைவுகளை வைத்துக்கொண்டு உலகை உலுக்கிய சுரங்க விபத்தை அதிர்ச்சியூட்டும்விதத்தில் சித்திரித்திருக்கிறார்கள். அந்தச்

சித்திரிப்பை உள்வாங்கிக்கொண்ட நொடியிலிருந்து தானுமே அப்படியான ஆக்கங்களை உருவாக்க எண்ணியிருக்கிறார். அதுமட்டுமல்ல, அவருடைய கதைகளில் மிகுதியாக வெளிப்பட்டவை உரையாடல் தொனி என்பதால் நாடகப் பிரதிகளை உருவாக்குவதில் அவருக்கு எந்தச் சிரமமும் இருக்கவில்லை.

அத்தோடு அதே ஆண்டு திண்டுக்கல்லை அடுத்த காந்திகிராமத்தில் தில்லி தேசிய நாடகப்பள்ளி நடத்திய பத்து வார கால தீவிரப் பயிற்சிப் பட்டறையிலும் தன்னை ஈடுபடுத்திக்கொண்டுள்ளார். 'தியேட்டர்' என்னும் ஆங்கிலச் சொல்லுக்கு நேரடியான தமிழ்ச்சொல்லாக அரங்க ஆட்டம் என்னும் சொல்லைத் தேர்ந்தெடுத்துக் கொடுத்தவர் அஸ்வகோஷே. நிகழ்த்துக் கலை குறித்து அவர் எழுதியுள்ள அரங்க ஆட்டம் என்னும் நூலை நாடகக் கலைஞர்கள் தங்கள் கையேடாகக் கருதலாம். உலகப் புகழ்பெற்ற நாடகப் பிரதிகள் தமிழில் எத்தனையோ மொழிபெயர்க்கப்பட்டுள்ளன. என்றாலும், நாடகத் தோற்றம் குறித்தோ நாடக சாஸ்திரம் குறித்தோ வெளிவந்ததில்லை.

வங்கம், மராத்தி, இந்தி, தெலுங்கு, கன்னடம் ஆகிய மொழிகளிலுள்ள நாடகங்களை ஒப்பிட்டு அதிலிருந்து தமிழ் நாடக முறைகள் எந்தெந்த விதத்தில் ஒத்தும் முரண்பட்டும் நிற்கின்றன என்பதை மிக விரிவாகவே எழுதியிருக்கிறார். அந்நூலில் எழுபதுகளில் அறிமுகமான நவீன நாடகப் போக்குகள் தமிழ்ச் சூழலில் எப்படியான தாக்கங்களை ஏற்படுத்தின என்பதை விவரித்திருக்கிறார்.

குறிப்பாக, ந. முத்துசாமியின் கூத்துப்பட்டறை, அ. மங்கையின் மௌனக்குரல், இளைய பத்மநாபன், வீ. அரசுவின் பல்கலை அரங்கு, பிரளயனின் சென்னைக் கலைக்குழு, பத்திரிகையாளர் ஞாநியின் பரீக்ஷா, கே.ஏ.குணசேகரனின் தன்னானே, மு.ராமசாமியின் நிஜ நாடகக்குழு ஆகியவற்றை அந்நூலில் குறிப்பிட்டிருக்கிறார். அதேபோல, புதுவையை மையமாக வைத்து இயங்கிவரும் ஆறுமுகம், ராஜு, வேலுசரவணன் பற்றியும் தஞ்சைத் தமிழ்ப்பல்கலைக்கழகத்தைச் சேர்ந்த நாடகத்துறைப் பேராசிரியர் சே.இராமானுஜம் பற்றியும் பதிவு செய்திருக்கிறார். அரங்க ஆட்டம் நூல் எத்தகைய

தனித்துவமுடையது என்பதைத் திரைக் கலைஞர்கள் பலருக்குப் பயிற்சியளித்துவரும் தம்பிச்சோழன் என்னைவிட நேர்த்தியாக விளக்குவார். இராசேந்திரசோழனின் எழுத்துகளில் உள்ள முக்கிய அம்சம் என்னவென்றால், அவரே அவர் எழுத்துகள் குறித்து நூலின் முன்னும் பின்னும் எழுதிவிடுவதுதான். இது முழுமையாக வந்திருக்கிறது, இதை நான் இன்னும் சிறப்பாகச் செய்திருக்கலாம் என அவரே வாக்குமூலம் கொடுத்துவிடுவார். சிலசமயத்தில் அந்த வாக்குமூலத்திலிருந்து நாம் வேறுபடலாம் அல்லது மாறுபடலாம்.

ஏறக்குறைய பன்னிரெண்டு நாடகப் பிரதியை வழங்கியுள்ள அவர், தன்னுடைய நாடகங்களில் விசாரணை மற்றும் வட்டங்கள் முழு நிறைவை அளித்ததாகச் சொல்லியிருக்கிறார். அந்நாடகங்கள் கட்டமைப்பிலும் வெளிப்பாட்டிலும் தீவிரமுடையவை எனச் சொல்லும் அவர், ஏனைய நாடகங்கள் அந்தந்த நேரம் சார்ந்தும் பயன் சார்ந்தும் எழுதப்பட்டவை என்கிறார். என்னளவில், இந்தத் தீர்மானங்களையும் முடிவுகளையும் அவர் அறிவிக்க வேண்டியதில்லை என்றே தோன்றுகிறது. கதையானாலும் கட்டுரையானாலும் அவர் சொல்லியதற்கு அப்பாலும் விடுபட்டுப் போனவற்றை நேர்மையாகச் சொல்லிவிட எத்தனிக்கிறார். ஒரே நேரத்தில் எழுத்தாளனும் விமர்சகனும் அவரை உண்டு இல்லை எனப் பண்ணிவிடுகிறார்கள்.

அறிவை ஜனநாயகப்படுத்துவதொன்றே அதிகாரத்தை முறியடிக்கும் என நம்பும் அவர், தன்னுடைய படைப்புகளில் வெளிப்படும் அதிகாரத்தையும் விமர்சனத்தால் வெளியேற்றிவிட விரும்புகிறார். படைப்பை அனுபவப் பாத்திகளில் நடாமல் விவாதத்தளத்தில் வைப்பதிலேயே குறியாக இருந்திருக்கிறார். கிணற்றில் வீசியக் கல்லாகச் சிற்றலைகளைச் சிலநிமிடம் ஏற்படுத்திவிட்டுப் பின் அமைதியாவதை படைப்பென்று கருதக்கூடிய மனநிலை அவருக்கு வாய்க்கவில்லை.

அதே சமயத்தில் அவருடைய படைப்புகள் குறித்தப் பெருமிதங்களும் அவருக்கு இல்லாமல் இல்லை. அவ்வப்போது தனக்குத் திருப்தியும் நிறைவுமளித்த ஆக்கங்களை அவர் தொட்டுக்காட்டியிருக்கிறார். முழுத் தொகுப்பாக வெளிவந்துள்ள அவருடைய சிறுகதைகளில்

தென்படும் ஏற்ற இறக்கங்கள் பற்றி அவரே பின்னுரையாக எழுதியிருக்கிறார். படைப்பூக்கம் மிகுதியாகக் காணப்பட்ட காலங்களில் எழுதப்பட்ட கதைகளையும் படைப்பூக்கம் ஓரளவு மட்டுப்பட்டிருந்த காலங்களில் எழுதப்பட்ட கதைகளையும் வகுத்தும் தொகுத்தும் அவர் அலசியிருப்பது குறிப்பிடத்தக்கது.

அரசியல் செயல்பாட்டாளராக அவர் ஆனதற்குப் பிறகு அவரிடமிருந்து வெளிப்பட்ட கதைகள் தரவரிசையில் பின்னாலிருப்பது கவனிக்கத்தக்கது. இக்கருத்தை வேறு யாராவது விவாதித்தால் அப்படியில்லை. அவர் எப்போதுமே ஒரே தரத்தில்தான் எழுதிக்கொண்டிருந்தார் எனலாம். ஆனால், அப்படியில்லாமல் அவரே சொல்லும்போது அதை நம்மால் மறுக்கவோ எதிர்விவாதம் செய்யவோ வழியில்லாமல் போய்விடுகிறது.

தன்னுடைய படைப்புகளே சிறப்பானவை என்று அங்கிருந்தும் இங்கிருந்தும் மேற்கோள்களைக் காட்டி முட்டுக்கொடுப்பவர்களை நாம் பார்த்திருக்கிறோம். ஆனால், என்னுடையதில் இவை இவை போதாமையுடையன என விட்டுக்கொடுப்பதை இராசேந்திரசோழனிடம் மட்டுமே காணமுடியும். சொல்லப்பட்ட செய்தியிலும் செய்நேர்த்தியிலும் தட்டித்தட்டிப் பொறுக்கிப் பார்த்து கனக்கச்சிதமாகச் செதுக்கப்பட்ட நெத்துப் பயிறுகள் எனச் சில கதைகளைப் பட்டியலிட்டிருக்கிறார்.

அந்த விதத்தில் அவர் ஓர் இருபது கதைகளை மட்டுமே ஆகச்சிறந்த கதைகளாக அறிவிக்கிறார். மீதமுள்ள கதைகளில் சில இன்னும் சிறப்பாக வந்திருக்க வேண்டியவை என்றும் வலுவாகச் சொல்லியிருக்க வேண்டியவையில் வேக்காடு குறைந்துவிட்டதாகவும் குறைப்பட்டிருக்கிறார். நன்னிப்பயிறாக சில கதைகளைக் குறிப்பிட்டுவிட்டு, நன்னிப்பயிறுகள் விதைக்கு உதவாது. என்றாலும், தின்பதற்கு ருசி என்று சொல்லியிருக்கிறார். கதைகள் இலக்கிய ருசியோடும் இலக்கியச் சாரத்தோடும் அமையப்பெறும் அதே வேளையில், பொதுவெளியிலும் அறிவுத் தளத்திலும் விவாதங்களை ஏற்படுத்தவேண்டுமென அவர் சிந்தித்திருக்கிறார். 77 கதைகளில் நான்கோ ஐந்தோ கதைகள்தான் தொழில்முறை

விலைமாதர்கள் பற்றியவை. அப்படியிருந்தும் யாரோ ஒரு விமர்சகர், தன்னை அவர் தேவடியாள் பற்றி பாம்ப்லெட் போடுகிற எழுத்தாளர் என்றதை மறைக்காமல் சொல்கிறார். தன்னை ஒருவர் தரந்தாழ்ந்து விமர்சித்தார் என்பதைக்கூட வெளிப்படையாக எதிர்கொள்ளும் இராசேந்திரசோழன், தன்னைப் புகழ்பவர்களையும் சந்தேகத்துடனே அங்கீகரிக்கிறார். என்னைப்பற்றித்தான் எனக்கே தெரியுமே நீங்கள் சொல்வதற்கு என்ன இருக்கிறது என்பதே அவருடைய படைப்பு மனம்.

என்னுடைய முதல் கவிதைத் தொகுப்பான மனப்பத்தாயத்திற்கு யார் யாரிடம் அணிந்துரை வாங்குவது என்று யோசித்தபொழுது இரண்டு பெயர்களை என்னால் தவிர்க்கமுடியவில்லை. கருத்துரீதியாக ஞானக்கூத்தனிடம் எனக்கு மாறுபாடு உண்டென்றாலும் அவரையும் இராசேந்திரசோழனையும் என்னால் தவிர்க்க இயலவில்லை. கருத்துரீதியாக என்னை அப்போது ரொம்பவும் கவர்ந்திருந்த எழுத்தாளராக இராசேந்திரசோழனே முன்னிருந்தார். அப்பாவின் தோழர் என்பது கூடுதல் காரணமாயிருக்கலாம்.

அக்காலத்தில் ‘தமிழர் கண்ணோட்டம்’ என்னும் இதழில் அவர் தொடர்ச்சியாக எழுதி வந்த கட்டுரைகளின் வழியேதான் அரசியல் பாடங்களைக் கற்றுக்கொண்டிருந்தேன். அந்தப் பாடத்தையும் நான் முழுதாகக் கற்கவில்லை என்பது வேறு விஷயம். ஒருவேளை முழுதாகக் கற்றிருந்தால் நானுமே படைப்பூக்கத்திலிருந்து வேறு வேறு அரசியல் செயல்பாட்டில் இறங்கியிருப்பேனோ என்னவோ. எல்லா நன்மையிலும் தீமையுண்டு என்பதைப்போல எல்லா தீமையிலும் நன்மை இருக்கிறது. தனக்கு நன்மையும் சமூகத்திற்குத் தீமையும் விளையக்கூடிய ஒன்றை மட்டும் எந்நாளிலும் செய்துவிடக்கூடாது. முதல் கவிதைத் தொகுப்புக்கான வேலைகள் மும்முரமாகத் தொடங்கியபோது, ராஜரிஷி என்னும் அரசியல் வார ஏட்டில் உதவி ஆசிரியனாகப் பணிபுரிந்துகொண்டிருந்தேன்.

கவிதைகள் என்று நான் நம்பி வைத்திருந்த காகிதங்களில் இது இது மட்டுமே கவிதை எனத் தேர்ந்தெடுத்துக் கொடுத்த பெருமை வித்யாஷங்கருக்குரியது. நக்கீரன் துரை என்று அழைக்கப்பட்ட அவர், வித்யாஷங்கர் என்னும் பெயரில்

கவிதைகள் எழுதிக்கொண்டிருந்தார். 'சந்நதம்' என்னும் தலைப்பில் வெளிவந்த அவருடைய கவிதைத் தொகுப்பு அப்போதும் என் அபிமானத்துக்குரிய கவிதைகளைக் கொண்டிருந்தன. மனப்பாடம் செய்து அக்கவிதைகளை அவரிடம் சொல்லி நன்மதிப்பைப் பெற்றிருந்தேன்.

இராசேந்திரசோழனிடம் அணிந்துரை பெறலாம் என எண்ணியதை அப்பாவிடமும் ஆசிரியர் துரையிடமும் பகிர்ந்துகொண்டேன். இருவருமே ஏக பெருமிதத்துடன் என் விருப்பத்தை வழிமொழிந்தார்கள். மின்னஞ்சல் வசதியெல்லாம் அப்போது கிடையாது. எது ஒன்றையும் தபால் மூலமோ தந்தி மூலமோதான் தெரிவிக்கவேண்டும். இராசேந்திரசோழனிடம் என் தொகுப்பு குறித்த விவரங்களைச் சொன்னதும் அவரும் அகம் மகிழ்ந்து அணிந்துரை தர ஒப்புக்கொண்டதை அப்பாவே தொலைபேசியில் தெரிவித்தார்.

மயிலம் முகவரிக்குக் கவிதைகளை அஞ்சல் செய்யச் சொன்னதாக அப்பா சொன்னபோதும் எனக்கென்னவோ அது அவ்வளவு சரியாகப்படவில்லை. நானே அவரை நேரில் பார்த்துக் கவிதைகளைத் தந்துவிடுவதாகச் சொல்லி, திண்டிவனத்திற்கு பஸ் ஏறினேன். திண்டிவனத்தைத் தாண்டித்தான் மயிலம் இருக்கிறது. என்றாலும், திண்டிவனத்திலிருந்து மயிலம் கிழக்கில் இருக்கிறதா மேற்கில் இருக்கிறதா எனத் தெரியவில்லை. ஒருவழியாகக் கண்டுபிடித்து அவர் வீட்டுக்கு நான் போனபோது வெயில் கொளுத்திக்கொண்டிருந்தது. கதைகளில் நான் படித்திருந்த மயிலம் நேரிலும் அப்படியே தானிருந்தது. இராசேந்திரசோழனின் கதைகளை ஊன்றிப் படித்தால் மயிலத்தின் வரைபடம் கண்முன்னே விரியும்.

தி.ஜானகிராமனை வாசிக்கையில் எப்படிக் கும்பகோணத்தின் சுற்றுவட்ட ஊர்கள் விரியுமோ அப்படிக் காவிரிக்கரையும் அக்ரகாரத் தெருக்களும் அச்சரம் பிசகாமல் தி.ஜா.வின் எழுத்துகளில் தென்படுவதைப்போலவே வட ஆற்காடு மற்றும் தென்னாற்காடு மாவட்டத்தின் தெருக்களையும் மனிதர்களையும் இராசேந்திரசோழனின் கதைகளில் காணலாம். நடுநாட்டு இலக்கியக் கர்த்தா ஒருவரைச் சந்திக்கப் பயணிக்கிறோம் என்ற கெக்களிப்பில் வெயிலும் வேர்வையும் ஒருபொருட்டே இல்லையென்று

வீடு சேர்ந்த என்னை அவர் புன்முறுவலோடு வரவேற்றார். அப்பா தொலைபேசியதையும் தொகுப்புத் தயாராவது குறித்த மகிழ்ச்சியையும் பகிர்ந்துகொண்டார். இரண்டொரு நாளில் எழுதி அனுப்புகிறேன் என்றார்.

சொன்னதுபோலவே நான்காவது நாள் அவருடைய அணிந்துரை தபாலில் வந்து சேர்ந்தது. கூட்டை உடைத்துக்கொண்டு என்னும் தலைப்பில் அவர் எழுதி அனுப்பிய அணிந்துரை உண்மையாக, என் எழுத்துலக விஜயத்திற்கு அணி செய்வதாக அமைந்தது. சிறுவயது முதலே என் எழுத்து முயற்சிகளைக் கண்ணுற்றிருந்த அவர், கவிதையுலகில் தனக்கென ஓர் அடையாளத்தைப் பதிக்கவும், அதன்வழி அவ்வுலகில் தன்னுடைய பயணத்தைத் தொடரவும் விழையும் ஒரு படைப்பாளியின் நம்பிக்கை மிகுந்த வெளிப்பாடுகளாகவே இக்கவிதைகள் தென்படுகின்றன. இவ்வெளிப்பாட்டின் பக்குவப்பட்ட சொல்லாட்சியே இவைகளைக் கவிதைகளாகவும் ஆக்குகின்றன என்று எழுதியிருந்தார்.

அணிந்துரை வரிகளை அப்பாவுக்குத் தொலைபேசியில் வாசித்துக்காட்டினேன். அவருமே அகம் மகிழ்ந்துபோனார். உயிர்த்துடிப்பற்ற யந்திரத்தனமான கட்சி வாழ்க்கையில் தந்தையின் பங்குபற்றி ஏற்பட்ட விரக்தியின் வெளிப்பாடாக வணக்கம் காம்ரேட் கவிதை வந்திருக்கிறது எனவும் அவ்வணிந்துரையில் எழுதியிருந்தார். அக்கவிதை குறித்து மிக மென்மையாக அப்பாவிடம் கோபித்துக்கொண்ட தோழர்கள் என் நடவடிக்கையில் அச்சம் கொண்டிருந்ததை நூல்வெளியீட்டில் வெளிப்படுத்தினார்கள்.அப்பாவைப் பற்றிய என்னுடைய விமர்சனம், அப்பா அப்போது சார்ந்திருந்த கட்சித் தோழர்கள் மீது நான் வீசிய கணையாகவும் பார்க்கப்பட்டது. சுதந்திரச் சிந்தனைகளோடு வளரக்கூடிய ஒருவனின் செயலூக்கமுள்ள கவிதையாக அவர்கள் அக்கவிதையைப் பார்க்கவில்லை. புரட்சிக்கு எதிரான மனமுடைய ஒருவனைத் தோழர் மகனாகப் பெற்றுவிட்டார் என அப்பா மீது அனுதாபப்பட்டார்கள்.

வேறு வழியே இல்லாமல் அவரும் அதை ஏற்கவேண்டியதாயிற்று. இத்தனை ஆண்டுகள் கழித்து மீண்டும் இராசேந்திரசோழனை வாசிக்கும்போது, சிறிய

அளவில் எனக்கேற்பட்ட சம்பவங்கள் அவருக்கும் ஆரம்பகாலத்தில் ஏற்பட்டதை அறியமுடிகிறது. எதிர் விவாதம் செய்யக்கூடிய அறிவோ ஆற்றலோ அப்போது எனக்கில்லை என்பதால் நான் என்மீது வைக்கப்பட்ட விமர்சனங்களை எளிதாகக் கடந்துவிட்டேன். ஆனால், இராசேந்திரசோழனோ தன்மீது வைக்கப்பட்ட விமர்சனங்களைத் தர்க்கத்தோடும் நியாயத்தோடும் தகர்த்தெறிய உழைத்தவர்.

போலி இலக்கிய, அரசியல் விமர்சனங்களை அவரால் ஒருபோதும் ஒப்புக்கொள்ள முடிந்ததில்லை. புரட்சி என்னும் சொல்லும் வறட்டுத்தனமாகப் பயன்படுத்திய மார்க்சியவாதிகள் மீது அவருக்கு ஏற்பட்டது அளப்பரிய வருத்தம். அந்த வருத்தத்தின் விளைவே அவரை இத்தனை நூல் எழுத வைத்தது. திராவிடம், தமிழ்த் தேசியம், மார்க்சியம் என்னும் நூலில் மூன்றுக்குமுள்ள பொருத்தப்பாடுகளை அவர்போல் இன்னொருவர் எளிதாக விளக்கியதில்லை.

அம்பேத்கரின் 'சாதி ஒழிப்பு சில சிந்தனைகள்' என்னும் நூலில் அம்பேத்கர் புத்த மதத்தைத் தழுவியது ஏன் என்னும் கேள்வியை எழுப்பியிருக்கிறார். மதமே சாதியை நிலைத்திருக்க வைக்கிறது என்பது உண்மையெனில், அதை விட்டொழிக்க அல்லது விலகியிருக்க எண்ணாமல் இன்னொரு மதத்தைத் தழுவிக்கொள்வது எப்படிச் சரியாகும் எனக் கேட்டிருக்கிறார். இந்து மதத்திற்கு எதிராகப் புத்த மதத்தைத் தழுவுவதைவிட இந்து மதத்திலேயே இருந்துகொண்டு இந்துமதத்திலுள்ள சிக்கலைகளைக் களையவேண்டும் என்கிறார். அதுமட்டுமல்ல, மதங்களிலேயே ஜனநாயமுடைய மதமாக அவர் இந்து மதத்தைத்தான் பார்க்கிறார். தாழ்த்தப்பட்டவர்கள் அதிலிருந்து வெளியேறினால் அதைவிட ஜனநாயகமுடைய மதம் என்ன இருக்கிறது என்பது அவருடைய கேள்வி. கரணம் தப்பினால் மரணம் என்பதுபோல மிக ஜாக்கிரதையாக அவ்விஷயத்தை அவர் கையாண்டிருக்கிறார்.

மார்க்சியவாதியாகத் தன்னைப் பிரகடனப்படுத்திக்கொண்ட ஒருவர், இந்துமதச் சார்பு நிலையை எடுப்பதிலுள்ள சங்கடங்களையும் அந்நூலில் சொல்லாமல் இல்லை. இடையிடையே இப்படி நினைக்கக்கூடாது அப்படி நினைக்கக்கூடாது என அவரே அணையையும் கட்டிவிடுகிறார்.

அந்நூலை வாசிக்கும்போது இவர் சொல்வது சரிதானே என்பதுபோல் இருந்தாலும், புத்தகத்தைக் கீழே வைத்ததும் ஏதோ நெருடுகிறது.

மதமே கூடாது என்று சொன்னால் அப்படிச் சொல்பவர்கள் எல்லாம் ஒன்று சேர, மற்றொரு மதம் உருவாகும் வாய்ப்பிருக்கிறதே என்கிறார். இந்து மதத்திற்கு மாற்றாக புத்தமதம் இருந்திருந்தால் அது இத்தனை ஆண்டுகளில் இந்தியா முழுக்கவே பரவி இருக்காதா எனக் கேட்கிறார். இன்றைய இந்தியாவில், குறிப்பாகப் பாரதீய ஜனதாவின் ஆட்சிக்குப் பிறகும் அவரால் இப்படி எழுத முடிவது வியப்பளிக்கிறது. இந்து மதம் பிரச்சனையில்லை. இந்துத்துவவாதிகளே பிரச்சனை என்கிறார். தலித் விடுதலை என்பது சனாதன தர்மத்துக்கு வெளியே இல்லை. உள்ளேதான் இருக்கிறது. வெளியே போய் மல்லுக்கட்டுவதைவிட உள்ளே இருந்து தூய்மை செய்யலாமே என்கிறார். இந்துமதத்தைத் தூய்மைப்படுத்துவதோ இன்னபிற மதங்களைத் தழுவிக்கொள்வதோ அவரவர் விருப்பம் சார்ந்தது. அம்பேத்கர் தான் கண்டடைந்த வழியைக் காட்டியிருக்கிறார். அதில் ஏற்பும் இருக்கலாம். மறுப்பும் இருக்கலாம்.

இராசேந்திரசோழன் ஏற்கும்படியான விதத்தில் விவாதிக்கிறார். ஆனால், நிகழும் சமூக அவலத்தை முன்வைத்து யோசிக்கும்பொழுது எல்லா விவாதங்களும் அடிபட்டுப்போகிறது. முற்று முழுக்கச் சாதியச் சமூகமாக மாறிவிட்ட இந்தியச் சூழலில், சாதிக்கான மாற்றைத் தேடுவதே வீண் வேலை என்பதுதான் அவர் சொல்லவருவது. மார்க்சியத்தைக் கற்றறிந்த அவர், முன்வைக்கும் வாதங்கள் மண்ணுக்கு ஏற்றவையாக இல்லை என்று தள்ளிவிட வேண்டியதில்லை. இன்னும் சிலகாலம் கழித்து அவரே வேறு ஒரு மாற்றைச் சொல்லக்கூடும். சொல்லுவார்.

அம்பேத்கரின் சிந்தனைகளைக் கேள்விக்குள்ளாக்குவதா, அவரது கருத்துகளுக்கே மறுப்பா என்கிற உணர்ச்சிவசப் படல்களுக்கு ஆளாகாமல் நிதானத்துடனும் பொறுப்புடனும் நூலை விவாதித்துச் செயல்படும்படி முன்னுரையில் வேண்டுகோள் விடுத்திருக்கிறார். அவர் என்ன வேண்டுகோளை வைத்தாலும் மதமாற்றமே தீர்வு என எண்ணுபவர்கள் அல்லது புரிந்துகொண்டவர்கள் உணர்ச்சிவசப்படாதிருக்க

வாய்ப்பில்லை. மிக எளிதாக இராசேந்திரசோழனை அவர்கள் கூண்டிலேற்றலாம். ஒரு தலித்தாக இருந்து அனுபவித்துப் பார்த்தால்தான் இந்துமதத்தின் நெருக்கடிகளை உணரமுடியும். போகிற போக்கில் சாதி சமத்துவத்தைப் பேசிவிட முடியாதே. வேதங்களிலும் சாத்திரங்களிலும் சொல்லப்பட்டதைத்தான் இந்துத்துவவாதிகள் கையிலெடுக்கிறார்கள். அப்படியிருக்க, இந்துமதத்தைவிட்டு ஏன் வெளியேற வேண்டும் என்பது தப்பிக்க நினைப்பவனை தலையைப் பிடித்துமுக்கி மீண்டும் தண்ணீரிலேயே மூழ்கடிப்பதற்கு சமம் என்றே கருதுவார்கள்.

இராசேந்திரசோழனைப் பொறுத்தவரை விவாதங்களுக்கான வித்தை ஊன்றுவதையே தன் வேலையாகக் கொண்டவர். மறுப்பும் ஏற்பும் எப்படியானாலும் அதை நிதானமாக எதிர்கொள்ளப் பழகியவர். தன்னுடைய வாதமே சரியென்று பக்கவாதமோ முடக்குவாதமோ செய்பவர் அல்லர். தமிழ்த்தேச மார்க்சிய கட்சி என்னும் அமைப்பைத் தொடங்கி அதன்மூலம் ‘மண்மொழி’ என்னும் தமிழ்த்தேசிய விழிப்புணர்வு இதழையும் நடத்தியிருக்கிறார். ‘பகுத்தறிவின் மூட நம்பிக்கைகள்’ என்னும் தலைப்பில் அவ்விதழ் வெளியிட்டுள்ள சிறு கையேடை சில நாள்களுக்கு முன் வாசிக்க நேர்ந்தது. சாங்கியன் என்னும் பெயரில் வெளிவந்துள்ள அச்சிறு கையேடு, இந்துமதத்திலுள்ள மூடநம்பிக்கைகளை விமர்சிப்பவர்கள் ஏன் ஏனைய மதங்களிலுள்ள மூடநம்பிக்கைகளை விமர்சிப்பதில்லை என்கிறது.

மூடநம்பிக்கை எல்லா மதத்திலும் இருக்கின்றபொழுது இந்துமதத்தை மட்டும் குறிவைத்துத் தாக்குவது, குழப்பத்தை விளைவிப்பதாகக் கூறுகிறது. சந்தர்ப்பவாத நாற்காலிக் கட்சிகள், எந்தப் பிரச்சனையிலும் அடியோட்டமாக எதைச் செய்யவேண்டுமோ அதைச் செய்யாமல் மேலோட்டமான படாடோபமான போலித்தனமான காரியங்களில் ஈடுபடுவதாகக் குற்றம் சாட்டுகிறது. எது மேலோட்டம், எது அடியோட்டம் என்பதைப் பகுத்தறிவின் துணையுடன் பார்க்கவேண்டுமே அல்லாது, எடுத்தேன் கவிழ்த்தேன் என்னும் நிலை மாற்றங்களுக்கு உதவாது என அச்சிறு வாசகங்கள் நமக்கு உணர்த்துகின்றன. இராசேந்திரசோழனின்

கதைகளில் வரும் பெண்கள் சமகாலப் பெண்களைப் போல புரட்சியோ கலகமோ செய்பவர்கள் இல்லை. கணவனே மாதர் சங்கக் கூட்டங்களுக்கு அனுப்பினாலும் அங்கேயும் செல்ல அவர்களுக்கு நகை நட்டு தேவைப்படுகிறது. ஊர்வலத்திலும் ஆர்ப்பாட்டத்திலும் கலந்துகொள்ளும் மாதர் சங்க உறுப்பினர்களும் பிரதிநிதிகளும் கழுத்து நிரம்பப் போட்டுவரும் நகைகளைக் கண்டு தனக்கு ஏன் இதெல்லாம் கிடைக்கவில்லை என ஏங்கக்கூடியவர்களாக இருக்கிறார்கள். ஆனால், அவருடைய கட்டுரைகளோ பெண்கள் சமூகம் மதிப்பீடுகள் குறித்து விவாதிக்கின்றன. பெண்ணுக்கான பொருளியல் சுதந்திரத்தையும் பாலியல் சுதந்திரத்தையும் பேசுகின்றன.

எது சர்வாதிகாரம், எது ஜனநாயகம் என்பதைப் பெண்களின் கண்கொண்டு பார்க்கின்றன. புரட்சி, முற்போக்கு என்பதெல்லாம் தொழிற்சங்க அரங்கில் ஊக்கத்தொகை, பஞ் சப்படி சார்ந்து சுருங்கிப் போகிறதே தவிர, மற்றபடி பாலுறவு சார்ந்த, பெண் சார்ந்த சிந்தனைகளில் இவர்களிடம் எவ்வித முற்போக்கும் புரட்சியும் இல்லை என்கிறார். பொதுச் சமூகத்திடமிருந்து கற்பிதங்களை உள்வாங்கிக்கொண்ட புரட்சிக்காரர்கள், தன்னளவில் செய்துகொள்ள வேண்டிய சோதனைகள் எவை எவை என்பதையும் அந்நூலில் குறித்திருக்கிறார்.

பண்பாட்டுக் கட்டமைப்பையே அசைத்துவிடும் ஆபத்து நிறைந்ததாக அக்கட்டுரைகளைச் சிலர் கருதலாம். ஆனால், அவருடைய விருப்பமே அதுதான் என்பதை மறுப்பதற்கில்லை. இந்தியா என்பது தேசமே அல்ல. அது, பல தேசங்களின் ஒன்றியம் என்பதைச் சின்னவயதில் அவர் பேசக் கேட்டிருக்கிறேன். பிரிந்துபோகும் உரிமையுடன் கூடிய சுயநிர்ணய உரிமையே நாம் கோருவது என, அவர் அடித்தொண்டை வறள முழங்கிய காலங்களாகத் தொண்ணூறுகள் இருந்தன.

மாநில சுயாட்சி, முதலாளி வர்க்கத்தைக் காக்கும் பாசிச அரசு என அவர் அப்போது உதிர்த்த சொற்களின் அர்த்தங்கள் எல்லாம் இப்போதுதான் புரிகின்றன. இருபத்தைந்து வயதில் எழுதத் தொடங்கியவர் எழுபதுகளின் பிற்பகுதிவரை

என்னென்ன எழுதியிருக்கிறார் என்பதை ஆய்ந்துசொல்லும் பக்குவம் எனக்கில்லை. ஆனால், அவர் எழுதியதை எல்லாம் ஆவேசத்தோடு படித்துவந்திருக்கிறேன். மாறுபாடுடைய கருத்துகளை அவர் எழுதினாலும்கூட அதை அக்கறையோடு புரிந்துகொள்ள ஆர்வப்படுகிறேன். கற்பனைகளில் சஞ்சரிப்பவனே எழுத்தாளன் என்னும் பிம்பத்தை உடைத்தெறிந்த எத்தனையோ பேரில் அவரும் ஒருவர். என் வருத்தம், அவர் படைப்பிலக்கியத்தில் இன்னும் கொஞ்சம் கூடுதலாகக் கவனம் செலுத்தியிருக்கலாம் என்பதே.

வாசகனை நேரே நிறுத்திக் கதை சொல்லும் அவருடைய பாணி தனித்துவமானது. காட்சிபூர்வமான விவரணைகளை எந்த இடத்திலும் அவர் தவிர்ப்பதில்லை. உரையாடலை மிகுதியாகப் பயன்படுத்தினாலும்கூட தேவைக்கு அதிகமாக அக்கதாபாத்திரங்கள் பேசுவதில்லை. உட்கார்ந்து ஒரே மூச்சில் எழுதப்பட்ட கதைகளைப் போலவே எல்லாமும் இருக்கின்றன. ஆவேசப் பெருக்கோடு படைப்பை அணுகக்கூடிய தருணங்களை அவருடைய படைப்புகள் நமக்கு வழங்குகின்றன. இவ்வளவு நேர்த்தியான கதைசொல்லி எழுபத்தி ஏழு சிறுகதைகள் மட்டுமே எழுதியிருக்கிறார் என்பதுதான் என் வருத்தம். என் வருத்தம் மட்டுமல்ல, அவரை வாசித்த அனைவரின் வருத்தமும் அதுவாகத்தானிருக்கும்.

கட்சி நடவடிக்கைகளில் தன்னை ஈடுபடுத்திக்கொள்ளும் படைப்பாளன், படைப்பிலக்கியத்திலிருந்து வெகுதூரம் விலகிச் சென்றுவிடக்கூடிய அபாயத்தின் சாட்சியாக அவர் இருக்கிறார். என்றாலும், வெறுமனே அவர் பொழுதை போக்கிக்கொண்டிராமல் இயங்கியிருக்கிறார். தனக்கு வழங்கப்பட்ட சமூகப் பொறுப்பிலிருந்தும் சமூக அக்கறையிலிருந்தும் நொடிப்பொழுதுகூட அவர் சும்மா இருக்க எண்ணவில்லை என்பதையே அவருடைய எழுத்துகள் சொல்கின்றன.

மிகக் குறிப்பாக என்னைக் கவர்ந்த அவருடைய முக்கியமான நூல், 'பாட்டாளி வர்க்கச் சர்வாதிகாரம் தேவை தானா?' என்பது. அந்நூலில் அவர் அடுக்கி அடுக்கிக் கருத்துகளை விவாதிக்கும் விதம் அற்புதமானது. புரட்சிக்குப் பிறகான பாட்டாளி வர்க்கம் இடைக்காலத்தில்

சர்வாதிகாரத்தைத் தன் பாதையாகக் கொள்ளலாமே தவிர, அதுவே நிலையாகிவிடக் கூடாது. அதிகாரத்தைக் கைப்பற்றி ஆட்சி மாற்றத்தை ஏற்படுத்துவதல்ல புரட்சியின் வேலை. எனவே, முதலாளி வர்க்கச் சர்வாதிகாரத்தை வீழ்த்தி, பாட்டாளி வர்க்க ஜனநாயகத்தை ஏற்படுத்த வேண்டும் என்றிருப்பார். மார்க்ஸ், ஏங்கெல்ஸ், லெனின், ஸ்டாலின் ஆகியோரின் கூற்றுக்களிலிருந்தே அவ்விவாதத்தை அவர் நடத்திச்செல்வது ஆரோக்கியமான புரிதலை நமக்குள் ஏற்படுத்தும்.

சமூகத்தின்மேல் இதுவரை செல்வாக்கு செலுத்திவந்துள்ள தத்துவங்களில் மனிதகுலத்தை வதைக்கும் ஒடுக்கு முறைகளிலிருந்தும் அடிமைத்தளைகளிலிருந்தும் விடுவிக்க அறிவியல்பூர்வமாக வழிகாட்டும் ஒரே மகத்தான தத்துவம் மார்க்சியம் மட்டுமே என்றிருப்பார். ஏனெனில், மார்க்சியம் என்பது இயற்கை, பேரண்டம், சமூகம் பற்றிய, அதன் இயக்கம் பற்றிய புரிதலுக்கான ஓர் அறிவியல் பூர்வமான அணுகுமுறை எனவும் சொல்லியிருப்பார். சோவியத்தின் வீழ்ச்சியை மார்க்சியத்தின் வீழ்ச்சியாகச் சொல்பவர்கள் உண்டு. அப்படிச் சொல்கிறவர்களை மார்க்சிய விரோதிகளாகப் பார்க்காமல் அவர்கள் புரிதலில் ஏற்பட்டுள்ள கோளாறை நிவர்த்தி செய்யும் விதத்தில்தான் அந்நூலை எழுதியிருப்பார்.

ஒரு படைப்பாளனுக்குப் பாட்டாளி வர்க்கச் சிந்தனை இருக்க வேண்டுமா? வேண்டாமா? என்பது இப்போது ஒரு பிரச்சனையே இல்லை என்ற நிலையில்தான் இராசேந்திரசோழனின் படைப்புகள் அதிகமும் கவனம் பெறுகின்றன. நவீனத் தமிழ் இலக்கிய வரலாற்றுச் சூழலைப் பத்துப் பத்து ஆண்டுகளாகப் பிரித்துக்கொண்டால் எழுபதுகளில் எழுதத் தொடங்கியவர்களில் பலர் இன்று என்ன ஆனார்கள் என்றே தெரியவில்லை.

வெவ்வேறு சிந்தனைப் போக்குடைய அவர்கள் கட்சி அரசியலுக்கும் களஅரசியலுக்கும் போனதால் தங்கள் படைப்பின் ஆதார சுருதிகளை இழந்தவர்களானார்கள். எண்பது தொண்ணூறுகளில் எழுத வந்தவர்கள் தத்துவங்களிலிருந்து விலகித் தன்னுணர்வுகளில் விழுந்தார்கள். இரண்டாயிரத்தைச் சொல்லவே வேண்டியதில்லை. அவர்கள் எங்கே விழுவது எனத்

தெரியாத இடத்திலெல்லாம் விழுந்துகொண்டிருக்கிறார்கள். உலகமயமாக்கலுக்குப் பின் சந்தைகள் பெருகிவிட்டன. வணிகமும் நுகர்வும் மலிந்துவிட்டன. எதைத் தின்றால் பித்தம் தெளியும் எனத் தெரியாமல் இந்த வணிகத்திலும் நுகர்விலும் படைப்புலகமும் பயணித்துக்கொண்டிருக்கிறது.

எழுத்து என்பது காகிதத்திலிருந்து கணினிக்கு இடம்பெயர்ந்தது போலவே சிந்தனைகளும் அவசரகாலச் சந்தைக்குச் சரக்குகளாக உற்பத்தி செய்யப்படுகின்றன. வாழ்க்கையைக் கற்பனை மயமான புத்தகங்களில் படித்துப் பிரேமை கொண்டிருந்த ஒரு சமூகம், கள எதார்த்தத்தை இப்போதுதான் சந்திக்கிறது. இந்தச் சந்திப்பில் எழுதினால் என்ன வரும், எவ்வளவு தேறும் என்பது பிரதானக் கேள்வியாக வைக்கப்படுகிறது. எதையும் தருவதல்ல எழுத்து. எல்லாவற்றையும் சிந்திப்பதற்கான சக்தியை ஏற்படுத்துவதே எழுத்தின் அடிப்படை. எப்படிச் சொல்கிறீர்கள் என்றால், ஒரே ஒரு வாக்கியத்தில் விடையளிப்பேன். எல்லோரும் இராசேந்திரசோழனின் நூல்களை ஒரே ஒருமுறை வாசியுங்கள். அவரை எனக்குத் தெரியும் என்பதால் அல்ல. எல்லோரையும் அவருக்குத் தெரிந்திருக்கிறது என்பதால்.

வாக்கியங்களின் வரைபடம்

உணர்வுகளால் உந்தப்படுகின்ற போதெல்லாம் கவிதைகள் வந்துவிடுமென்று பலபேர் கற்பனை செய்துகொண்டிருக்கிறார்கள். உண்மையில், உணர்வுகள் உந்தப்படுவதால் மட்டுமே கவிதைகள் முகிழ்ப்பதில்லை. கவிதை என்கிற சட்டகத்துள் உணர்வுகளைப் பொருத்திப் பார்க்க ஒரு பயிற்சி தேவைப்படுகிறது. அப்பயிற்சி வாய்க்கப் பெறாதவர்கள், தங்கள் எண்ணங்களை சிதறல்களாக வெளியிடலாமே தவிர, அவற்றைக் கவிதைகளென்று கொள்வதற்கில்லை. எண்ணங்களை வெளியிடும் வடிவம்தானே கவிதை என்று சொல்கிறவர்கள் உண்டு. எண்ணங்கள் கவிதையாகும் பட்சத்தில் அதுதரும் ஆவலாதிகளை உணரவும் உணர்த்தவும் ஏற்ற தொகுதியாக "பனித்துளியில் ஆகாயம்" என்னும் நூல் வந்திருக்கிறது.

மூன்று வாக்கியங்களுக்குள் வாழ்வில் நிகழ்ந்த சம்பவங்களை, காட்சிகளை கவிதையாக்கும் அரிய கலையை திருமதி. தேவகி இராமலிங்கம் கற்றிருக்கிறார். உணர்வுகளால் உந்தப்பட்டு இவற்றை அவர் எழுதியிருப்பினும், கவிதை என்கிற உயரிய அந்தஸ்தை அவருடைய வாக்கியங்கள் பெற்றுள்ளன. சிறுகச் சிறுகச் சேர்த்துவைத்தச் செவாட்டுச்

செல்வம்போல, நூல் நெடுக அவர் எழுதியிருக்கும் கவிதை முத்துக்களில் எது சிறந்தது? எது மிகச் சிறந்தது என பட்டியலிடுவது சிரமமாயிருக்கிறது. என்னுடைய முதல் கவிதைத் தொகுதியான மனப்பத்தாயம் வெளிவர உந்துவிசையாக இருந்த தேவகியும் இராமலிங்கமும் என் வாழ்வின் ஆரம்பகாலங்களில் பெரு உதவி புரிந்தவர்கள். என் கவிதைகளை மெய்ப்புத் திருத்தி, அவை நூலாக வெளிவர அவர்களே காரணம். மனப்பத்தாயம் வெளிவந்து தமிழக அரசின் பரிசைப் பெற்று, அதன் பின் நானடைந்த உயரங்களின் மையப் புள்ளியாக அவர்களே இருந்தார்கள்; இருக்கிறார்கள்.

எண்ணங்கள் எந்த இடத்தில் கவிதையாகிறது? எந்த இடத்தில் கவிதை இல்லாமல் போகிறது? என்னும் தெளிவை பெற்றவராகத் தேவகி இராமலிங்கம் இருக்கிறார். மூன்றே வரிக்குள் முழு ஆகாயத்தையும் அடக்கிவிடக்கூடிய ஆற்றலே அவருடையது. ஹைக்கூ என்னும் ஜப்பானிய கவிதை வடிவம் தமிழுக்குப் புதிதில்லை. ஆனால், அவ்வடிவம் ஜப்பானிய இலக்கண வகைமைக்குள் அல்லாமல் தமிழில் ஒரு புதிய வடிவை, ஒரு புதிய தோற்றத்தைக் கண்டிருக்கிறது.

அசைகளோ சீர்களோ பருவகாலமோ இல்லாமலும், ஹைக்கூவை எழுதமுடியும் என பலரும் நிரூபித்திருக்கிறார்கள். அப்துல்ரகுமான் அதற்கான மூல விதையைத் தூவியவர். அதன் பின் பலரும் அவ்விதை விருட்சமாக உழைத்திருக்கிறார்கள். தற்போது, தேவகி இராமலிங்கம். ஒரே மூச்சில் வாசித்து முடித்துவிடக்கூடிய மிகச் சிறிய தொகுப்பே இதுவென்றாலும், இதிலுள்ள கவிதைகள் திரும்பத் திரும்ப யோசிக்க வைக்கின்றன.

"தவளைகளின் தபேலா கச்சேரி / குளத்துக்குள் நாட்டியமாடும் / பௌர்ணமி நிலா" என்றொரு கவிதை. ஜப்பானியக் ஹைக்கூவின் கவிதை அம்சத்துடன் தமிழில் வெளிப்பட்டிருக்கிறது. ஒரே சீராக ஓசையிடும் தவளைகளின் கூச்சலைக் கச்சேரியாகப் பாவிப்பதில் இருந்தே தேவகியின் இதயத்தைத் தெரிந்துகொள்ள முடிகிறது. ஒழுங்குபடுத்தப்பட்ட ஓசையே இசையாகிறது என்பதை ஏற்றுக்கொண்டால், நிரல் செய்யப்பட்ட இவ்வாக்கியங்களை கவிதை என்று

கொள்வதில் தயக்கமில்லை. அலைகளின் மேலே ஆடும் நிலவை, நாட்டியமாகப் பார்த்திருக்கிறார். கவலைகளின் கூச்சலைச் கச்சேரியாக்கிவிட்டால், நாமுமே நாட்டியமாடும் நிலவாக மாறலாம் என்பதே கவிதை சொல்லவருவது. விளக்கி எழுதினால், இந்த ஒரு கவிதையை வைத்தே ஒரு நூல் எழுதலாம். அந்த அளவுக்கு அக்கவிதை எனக்குள் சிந்தனைகளைக் கிளர்த்துகின்றன. போகிறபோக்கில் இக்காட்சியை எழுதவிட முடியாது. ஆழ்ந்தும் அமிழ்த்தும் கவிதையின் உட்பொருளை உணர்ந்தால்தான் இவ்விதம் எழுத முடியும். அதுமட்டுமல்ல, தொடர்ந்த வாசிப்பின் வழியே அவர் கண்டடைந்திருக்கும் வெளிச்சம் வியப்பளிக்கிறது.

“மூங்கில் வெடித்த சத்தத்தில் / அடங்கிப் போகிறது / மரணத்தின் கதறல்” என்றொரு கவிதை. மூங்கில் வெடிக்கும் சத்தத்தை நம்மில் எத்தனைபேர் கேட்டிருக்கிறோம்? மரணித்தவரைத் தூக்கிச்செல்ல மூங்கிலில் பாடைசெய்யும் சமூகம், மூங்கிலின் மரணத்தை என்றாவது சிந்தித்திருக்கிறதா? “இந்தக் காட்டில் / எந்த மூங்கில் / புல்லாங்குழல்?” என்ற புகழ்பெற்ற ஒரு தமிழ் ஹைக்கூவைக் கிரகித்து, அதிலிருந்து மற்றுமொரு அற்புதத்தைத் தேவகி நிகழ்த்திருக்கிறார். ஒரு நல்ல கவிதை, மேலும் சில நல்ல கவிதைகளுக்கு ஊற்றுக்கண்ணாக தோற்றுவாயாக அமையும் என்பதற்கு இந்நூலிலுள்ள பல கவிதைகள் சாட்சியாகின்றன.

பதிப்பகப் பணியில் பல ஆண்டுகளாக ஈடுபட்டுவந்துள்ள தேவகி, இத்தனை தாமதமாக தம் கவிதைகளை நூலாக்கி தந்திருக்கிறார் என்பதிலிருந்தே அவருடைய நிதானத்தை நம்மால் விளங்கிக்கொள்ள முடிகிறது. எதிலும் நிறைவடையாத மனமே படைப்பு மனம் என்பதற்கு ஒப்ப, நேர்த்தியும் நிதர்சனமும் இணைத்து வருவதற்கே அவர் இத்தனை காலமும் பொறுத்திருக்கிறார் என்பதை புரிந்துகொள்ளலாம்.

கவிதையைப் போல யார் வேண்டுமானாலும் எழுதிவிடலாம். ஆனால், அது அசல் கவிதையாகக் காத்திருக்க வேண்டும். ஒளியின் கீற்றுகளை உள்வாங்கி, அதைச் சூரியனாக்கிக் காட்ட காலமும் கவனமும் பொறுமையும் அவசியம். தேவகியின் கவிதைகள், வாக்கியக் கரிகளை வைரமாக்கித் தந்துள்ளன.தொண்ணூறுகளில் எழுதவந்த பெண்

கவிஞர்கள், அரசியல் சார்ந்தும் பாலியல் சார்ந்தும் தங்கள் படைப்புகளை முன்வைக்கும் இத்தருணத்தில், அழகியல் சிந்தனைகளை சமூகம் சார்ந்து தந்திருக்கும் தேவகியைக் கொண்டாலாம். அனுபவத் தெறிப்புகளை அழகழகான கவிதைகளாக்கியிருக்கிறார். எதார்த்த வாழ்விலிருந்து அவர் எடுத்துள்ள கவிதைகளுக்குக் கச்சாப்பொருளாக உண்மையைக் கொண்டிருக்கிறார். கண்டதும் கேட்டதும் வாசித்ததும் அவரைக் கவிஞராக ஆக்கியிருக்கிறது என்று சொல்வதற்கில்லை.

கண்டும் கேட்டும் வாசித்தும், தன்னுள் இருந்த கவிஞரை அவர் இப்போதே வெளிப்படுத்தியிருக்கிறார். ஒரு பெண் கவிஞர் என்னும் வட்டத்தைத் தாண்டியும் அவருடைய கவிதைகள் பயணிக்கின்றன. இயற்கையின் இடர்களைக்கூட மாந்தநேயத்துடன் அவர் அலசியிருக்கும் விதம் ஆச்சர்யமூட்டுகிறது. "எவ்வளவு தூரம் / துரத்துவது சருகை / திரும்பியது காற்று" என்னும் கவிதை, சிறகிலிருந்து பிரிந்த / இறகு ஒன்று / காற்றின் தீராதப் பக்கங்களில் / ஒரு பறவையின் வாழ்வை / எழுதிச் செல்கிறது" என்ற பிரமிளை நினைவூட்டுகிறது. ஆனால், பிரமிள் சொல்வதுபோல தேவகி, இறகை எடுத்துக்கொள்ளாமல் சருகைக் காட்சிப்படுத்துகிறார்.

ஈரமற்று வாடிய சருகிடம், காற்றே தோற்றுவிடுதாகக் கற்பனை செய்திருப்பது கவனிக்கத்தக்கது. நம்பிக்கை அற்றுவிட்ட ஒருவரைத் தேற்றுவதுதான் படைப்பின் வேலை. அந்த வேலையை இக்கவிதை வேறு மாதிரி செய்கிறது. சருகாயிருந்தாலும், பறக்கும் முனைப்பிருந்தால் தூரங்களைக் கடக்கலாம் என்பதே அது. தயக்கமும் அச்சமும் கொண்டுவிட்டால் காற்றே ஆதரவு தந்தாலும், முன்னேற வாய்ப்பில்லை என்பதை இதைவிடச் செப்பமாகச் சொல்லமுடியுமா தெரியவில்லை.

எதை எடுத்துக்கொண்டாலும், அக்கருத்தை அக்காட்சியை நமக்குள் கடத்திவிட தேவகியால் முடிகிறது. மயிலிறகுபோல மெல்லிய வருடலாகத் தொடங்கும் அவருடைய வாக்கியங்கள், இறுதி கட்டத்தில் வலிவான ஈட்டிகளை நமக்குள் இறக்கிவிடுகின்றன. வெற்றுச் சொல்லாட்சிகள் அறவே இல்லையென்பது ஆறுதல். சிற்சில இடங்களில் கவிதை

அம்சத்தைவிட கருத்துக்கள் மேலோங்கி இருக்கின்றன. அதுவுமே அவர் விரும்பிச் செய்திருக்கும் நுட்பமென்றே நான் கருதுகிறேன். ஏழ்கடலையும் சங்கில் அடைத்ததைப் போன்ற பெருமிதத்துடன் இக்கவிதைகளைக் காணலாம். விவாதிக்கவும் விரும்பியதைப் பகிர்ந்துகொள்ளவும் இந்நூலின் நிறைய உள்ளன. இருபது ஆண்டுகளுக்கு முன்பே வந்திருக்க வேண்டிய தொகுப்பு. எனினும், தரத்தினால் தாமதங்கள் பெரிதாகப் படவில்லை. "நடை சாத்திய பின்னும் / வலம்வந்து காவல் காக்கும் / வௌவால்கள்" என்னும் கவிதை, இந்நூலில் இடம்பெற்றுள்ள ஆகச்சிறந்த கவிதைகளில் ஒன்று.

ஜப்பானிய ஹைக்கூவில் இதுபோன்ற தன்மைகளைக் கொண்டுவர இயலாது. "நடை சாத்துதல்" என்னும் சொல், தமிழ் மரபில் அதுவும் கோயில் மரபைக் கொண்டுள்ள சமூகத்தில் மட்டுமே பிரயோகிக்கப்படுவது. இன்றைய இந்துக் கோயில்களில் நடை சாத்துதல் என்னும் பழக்கம், எதன் பின்னணியில் இருந்து உருவானதோ அதை உணர்ந்தால்தான் இக்கவிதையை உள்வாங்க முடியும். வௌவால்கள் என்று கவிஞர் எதைச் சொல்கிறார் என்பதும் அப்போதுதான் விளங்கும்.

மூன்றே மூன்று வாக்கியங்களில் ஒரு வரலாறும் ஒரு வழிபாடும், ஒரு சமூகமும் அதன் நம்பிக்கைகளும் அடங்கியுள்ளன. இதைத்தான் தமிழ்வடிவ ஹைக்கூ என்று ஆரம்பத்தில் எழுதியுள்ளேன். பின்னணியில் உள்ள தகவல்களின் அடிப்படையை அறிந்துகொண்டு அதன்வழியே இம்மாதிரியான கவிதைகளை ரசிக்க வேண்டும். காவல் காப்பது தெய்வத்தின் பணியென்று நாம் கருதுகிறோம். ஆனால், தெய்வங்கள் காவல் காக்க தவறுகிறபோது அல்லது அப்படியொரு சிந்தனை வருகிறபோது நாத்திக வாதம் உதிக்கிறது.

இந்நூலில் பல இடங்களில் தெய்வத்தையும் புனிதப்படுத்தப்பட்ட நம்பிக்கைகளையும் தேவகி கேள்விக்கு உட்படுத்துகிறார். ஒரு கவிதையின் செயல்பாடு அதுவே என்னும்விதத்தில் பல கவிதைகள் என்னை ஈர்க்கின்றன. சொன்னால் பல கவிதைகளை மேற்கோளாக்கி

விளக்கிக்கொண்டே இருக்கலாம். ஒருசோற்றுப் பதமாக ஒன்றிரண்டை மட்டுமே என்னால் காட்ட முடிந்தது. ஒரு நல்ல கவிதைத் தொகுப்பில் சில கவிதைகள் மட்டுமே திரும்பச் சொல்லும் வகையைக் கொண்டிருக்கும். ஆனால், இந்நூலைப் பொறுத்தவரை பக்கத்துக்குப் பக்கம் நல்ல கவிதைகளைக் கொண்டிருக்கிறது. சுருங்கிச்சொல்லி விளங்கவைக்கும் வித்தையில் தேவகி இன்னொரு பாஷோவாக மாறியிருக்கிறார்.

தேர்ந்தெடுத்த தெள்ளிய விதைகளாக இக்குறுங்கவிதைகளை அளித்திருக்கும் தேவகி, வெகுவிரைவில் நீண்ட கவிதைகளையும் தர வேண்டுமெனக் கேட்டுக்கொள்கிறேன். சிந்தனைகளைக் கவிதைகளாக்கும் அவருடைய ஆற்றல் மேலும் வெளிப்பட அவை வழிவகுக்கும். காலத்திற்குகேற்ப எழுதுவதே கவிதை என்னும் கட்சியுடையவன் நான். என்றாலும், காலத்தைத் தாண்டியும் நிற்கக்கூடியக் கவிதைகளே என் விருப்பம். அரும்பி முகிழ்த்திருக்கும் தேவகியின் கவிதைகள் போதாகி மொட்டாகி பூக்கும் காலத்தைப் புன்னகையுடன் வரவேற்கிறேன்.

உணர்வுகளை கவிதை என்னும் சட்டகத்துள் எழுதிப் பார்க்க விரும்புகிற யாருக்கும் இந்நூல் ஏமாற்றமளிக்காது. சொல் பழசு, பொருள் பழசு என்றாலுமே சோதிமிக்க நவகவிதையைத் தேவகி தந்திருக்கிறார். பனித்துளியில் ஆகாயத்தைப் பார்த்திருக்கும் அவர், பனித்துளியின் பார்வையில் ஆகாயத்தையும் தோழனாக அளித்திருக்கிறார். உள்ளத்திலே உண்மை ஒளி உண்டாயின், வாக்கினிலே ஒளி உண்டாம் என்ற பாரதியின் நினைவுகளோடு இந்நூலை மீண்டும் சிலமுறை வாசிக்க இருக்கிறேன். என்னைப்போலவே நீங்களும் ஆகக் கடவீர்.

கவ்வியதை விடேல்

நவீனச் சித்தராகப் பாரதியைப் பார்ப்பவர்கள் உண்டு. சின்னச்சின்னத் தேவைகளுக்கும் சந்தோசங்களுக்கும் ஆட்படாமல், மிக உயர்ந்த இலட்சியக்கனவுகளை முன்னெடுத்தவர்களுள் பாரதி முக்கியமானவர். பாரதியை அடுத்துவந்த பாரதிதாசனுமே இலட்சியக் கனவுடையவரே எனினும், அவர் பாரதியிடமிருந்து பலவிதங்களில் வேறுபடுகிறார். அகக் கருத்துகளைவிடவும் புறக்கருத்துகளில் அதிக அக்கறை செலுத்திய பாரதிதாசன், ஆன்மீகத் தளத்தில் பாரதிக்கு எதிரான கருதுகோள்களைத் தூக்கிப்பிடித்தவர். ஆன்மீகத்தை அகமாகவும் அரசியலைப் புறமாகவும் நம்முடைய வசதிக்காகக் கொள்வோமேயானால், பாரதியும் பாரதிதாசனும் எவ்வெவற்றில் வித்யாசப்படுகிறார்கள் என்பதை விளங்கிக்கொள்ளலாம்.

பாரதியைச் சித்தர்களுடனும் யோகிகளுடனும் ஒப்பிடுவதுகூட அவருடைய ஆன்மீக அனுகுமுறையை உத்தேசித்துத்தான். சித்தர்கள் இறையை மறுத்தவர்கள். இறை மறுப்பைப் பெருங்குரலில் ஒலித்தவர்கள். யோகிகளோ இறையைச் சேர்வதற்காகவே வாழ்நாள்களைச் செலவிட்டவர்கள். கர்மக் கடனையும் மறுபிறவியையும் கணக்கிட்டு, அதற்கேற்ப வாழ்வை நடத்திச்செல்ல விரும்பியவர்கள். பாரதியைப் பொறுத்தவரை இந்த இரு நிலைகளையும் சிந்தித்த ஒற்றைக் கவியாக உருவம்

கொள்கிறார். எல்லோரையும் ஒன்றாகக் கருதாத இறையை அவர் மறுத்திருக்கிறார். அதேசமயம், 'தீக்குள் விரலை வைத்தால் நந்தலாலா / நின்னைத் தீண்டும் இன்பம் தோன்றுதையா' என்றும் எழுதியிருக்கிறார். ஏனைய கவிஞர்கள் யாரிடமும் இத்தகைய இரட்டை மனநிலையைக் காண்பதரிது. பன்னெடுங்காலக் கவிதை வரலாற்றில் பாரதி ஒருவரே இரண்டு தரப்பையும் பிரதிநிதித்துவப்படுத்துபவராக இருந்திருக்கிறார்.

ஒரே நேரத்தில் ஆன்மீகமும் அரசியலும் அவரை அலைக்கழித்திருக்கின்றன. ஆத்திசூடியில் அவர் எழுதிக் காட்டிய பலவும் இரண்டு தன்மைகளைக் கொண்டனவாகவே அமைந்துள்ளன. உதாரணமாக, 'கவ்வியதை விடேல்' என்பதைச் சொல்லலாம். 'ஊக்கமது கைவிடேல்'' என ஔவை சொன்னதைச் சற்றே மாற்றிக் கவ்வியதை விடேல் என்றிருக்கிறார். ஊக்கமது கைவிடேல் என்பதற்கும் கவ்வியதை விடேல் என்பதற்கும் இடையே உள்ள ஒற்றுமைகளும் வேற்றுமைகளும் கவனிக்கத்தக்கவை.

பற்றிக்கொண்டதை விடாமல் இருத்தல் எனில், எதைப் பற்றிக்கொள்வது என அடுத்தக்கேள்வி ஆரம்பிக்கிறது. பாரதியின் ஆத்திசூடியை வரிசைக்கிரமமாக வாசித்தால் அவை சொல்ல வருவதையும் சொல்லித் தருவதையும் எளிதாக விளங்கிக்கொள்ளலாம். பற்றற்றத் தன்மையே ஆன்மீகத்திற்கான வழியாக அமைகிறது. ஆனால், பாரதியோ கவ்வியதை விடேல் என்கிறார். பற்றிக்கொண்டதை விட்டுவிடாதே என்பதற்கும் கவ்வியதை விடேல் என்பதற்கும் தனித்தனி பொருள்கள் இருப்பதாக எனக்குப்படவில்லை.

எதை ஒன்றையும் பற்றிக்கொள்வதில்தான் வெற்றி இருக்கிறது. வெற்றிப் பெற்ற பலரும் எதையோ ஒன்றைப் பற்றியிருக்கின்றனர். புறப் பற்றுகளை அறுத்தெறிந்த ஞானிகள்கூட அகத்தில் இறையையும் நம்பிக்கையையும் பற்றியே பயணித்தனர் என்பதுதான் அவர் வாதமாக அமைகிறது. விட்டேத்தியான மனநிலையுடன் ஓர் இடத்தில் வெளிப்படும் அவர், மற்றோர் இடத்தில் தம்மைச்

சமூகத்தின் பொறுப்புமிக்க மனிதனாகக் காட்டவும் முனைந்திருக்கிறார். பாரதியின் கவிதைகளில் இருக்கும் விசேஷத் தன்மையே அதுதான். அவரே அவருடைய கவிதைகளில் முரண்படுவார். எழுதப்பட்ட கவிதையிலுள்ள கருத்தை, எழுதிக்கொண்டிருக்கும் கவிதையில் மறுத்துவிடுவது அவருக்கே உரியது.

பெண் விடுதலை வேண்டுமென்று எழுதும் அவரே பாஞ்சாலி சபதத்தில் "பெட்டைப் புலம்பல்" என்று சொல்லிவிடுவார். பெட்டைப் புலம்பல் என்னும் பதம் பெண்ணின் தன்மையை அல்லது பண்பைக் குறைத்து மதிப்பிடுவது என்றெல்லாம் எச்சரிக்கையுடன் அவர் இயங்கியதாகத் தெரியவில்லை. மனதில் பட்டதை மறைக்காமலும் ஒளிக்காமலும் உரைத்துவிடுவதையே கவிதையின் ஒளியாகக் கண்டிருக்கிறார்.

கவ்வியதை விடேல் என்கிற ஆத்திசூடியும் அப்படி வெளிப்பட்ட ஒன்றுதான். எதையுமே தனக்காகப் பற்றிக்கொள்ள விரும்பாத அவர், கடைசிவரை கவிதைகளை மட்டுமே கவ்வியிருக்கிறார். உயிர்போகும் தறுவாயில்கூட கவிதையால் மரணத்தை எதிர்கொண்ட மகாசக்தியை அவர் கண்டிருக்கிறார். 'காலா என்னருகே வாடா' என்பதும் 'உன்னை சிறுபுல்லென மதிக்கிறேன்' என்பதும் அதன் விளைவாக வெளிப்பட்ட வார்த்தைகளே. ஒன்றைப் பற்றிக்கொண்ட பின் அதிலிருந்து விடுபடாத் தன்மையே ஆன்மீகத்தின் அடிப்படை. அகத்திலும் புறத்திலும் ஒரு சாமானியன் கொள்ளக்கூடிய பற்றுகளின் விளைவுகளே எதிர்காலத் தேவைகளையும் ஆசைகளையும் நிறைவேற்றுகின்றன. அந்த வகையில் பாரதியின் ஆத்திசூடியில் என்னை வெகுவாகக் கவர்ந்தவற்றில் கவ்வியதை விடேல் என்பதும் ஒன்று.

ஒற்றை வாக்கியத்தில் ஓராயிரம் நம்பிக்கையை ஏற்படுத்தும் பாரதி, தனிப்பட்ட முறையில் என் வாழ்வுக்கு வழங்கிய கொடையாகவே அவ்வாக்கியத்தை அறிகிறேன். பதிமூன்று பதினான்கு வயதில் கவிதைமீது எனக்கேற்பட்ட ஒட்டுதல் அல்லது பற்றுதல் இத்தனை ஆண்டுகள் ஆகியும்

விடுபடவில்லை. கவிதையை மட்டுமே கைப்பொருளாகக் கொண்டு வாழ்வை நடத்திச்செல்ல முடியும் என்கிற நம்பிக்கையை அவ்வாக்கியமே அளித்தது. 'பற்றுக பற்றற்றான் பற்றினை' என்று திருக்குறள் சொல்கிறது. பற்றற்றவனைப் பற்றுவதே பற்று என்பதாகப் புரிந்தகொண்ட நான், லௌகீகப் பற்றற்ற பாரதியை என் பெயராகப் பற்றிக்கொண்டேன். என்னை நான் பாரதியாக கருதிக்கொண்ட அல்லது நினைத்துக்கொண்ட நிலையில் இருந்து இன்றுவரைப் பிறழவில்லை.

இப்பொழுதும் மனம் சோர்வுறும் பொழுதிலெல்லாம் பாரதியை எடுத்து வாசித்தால், கவலைகள் அத்தனையும் காணாமல் போய்விடுகின்றன. பாரதி ஆய்வாளரான கடற்கரை மத்தவிலாசம் தொகுத்துள்ள 'பாரதி விஜயம்' நூல், சமீபத்தில் என்னை வெகுவாக ஈர்த்தது. பாரதியின் மெய்யான சொரூபத்தை அந்நூலில் அவர் காட்டியிருக்கிறார். இதுவரை நாம் புரிந்துவைத்திருந்த பாரதியைவிட, அந்நூல் வழியே அறியும் பாரதி அசாத்தியமானத் தன்மைகளைக் கொண்டிருக்கிறார்.

எளிய வாழ்வுக்கே சிரமப்பட்டதாக வரையப்பட்ட பாரதியின் சித்திரத்தை அந்நூல் மாற்றி வரைந்திருக்கிறது. உயர்ந்த பீடத்தில் உட்கார்ந்திருந்த பாரதி, எளிய மனிதனாகவே இருந்தான் என்பதையே அந்நூலில் இடம்பெற்றுள்ள கட்டுரைகள் தெரிவிக்கின்றன. கவ்வியதை விடாமலிருக்கப் பாரதி, கடைசிவரைக் கறாராக இருந்திருக்கிறான். அவனுள்ளே குடிகொண்டிருந்த தேசாபிமானமும் பாஷாபிமானமும் கூடிக்கொண்டே இருந்திருக்கின்றன.

பாரதி என்கிற பெருந்தீயிலிருந்து பெறப்பட்ட கங்கு, என்னுடைய ஆரம்பகாலத் திரைப்பாடல்களில் மிகுதி. 'பாலும் கசந்ததடி சகியே / படுக்கையும் நொந்ததடி / தாயின் முகம் பார்த்தாலும் / சலிப்பு தோன்றுதடி என்னும் பாரதியின் வரியை உள்வாங்கியே 'என் தாயோடும் பேசாத மௌனத்தை நீயே தந்தாய்' என்று எழுதியிருக்கிறேன். "ரன்" திரைப்படத்தில் வெளிவந்த 'காதல் பிசாசே' பாடலில் மேற்கூறிய வரிகள் இடம்பெற்றுள்ளன. பாரதியின் ஒரு

வாக்கியத்தை வைத்துக்கொண்டு பல திரைப்பாடல்களை யோசிக்கவும் எழுதவும் முடியும். எத்தனையோ பாடல்களும் கவிதைகளும் எதிர்பார்த்த அளவு மக்களிடம் போய்ச்சேராத தருணங்களில், கவ்வியதை விடேல் என்கிற வாக்கியத்தையே வைராக்கியமாகப் பற்றியிருக்கிறேன். எழுத்தும் இலக்கியமும் எனக்குள் வந்தவுடனேயே பத்திரிகையாளனாக வேண்டும் என்றுதான் விரும்பினேன். அதன்படியே சில பத்திரிகைகளிலும் பணியாற்றினேன். ஆனாலும், காலத்தின் சுழற்றியில் நான் அதிகமும் விரும்பாத திரைத்துறைக்குள் புக நேர்ந்தது.

வாழ்வின் தேவைகளைப் பூர்த்திசெய்துகொள்ள அதுவே வழியென்று கவ்விக்கொண்டதை விடாமல் இருந்ததால்தான் இத்தனைத் தூரம் பயணிக்க முடிந்திருக்கிறது. ஆரம்பத்தில் மெட்டுக்குப் பாட்டெழுதுவதில் எனக்கிருந்த மனத்தடைகள், நாள்கள் செல்லச்செல்லத் தாமாக விலகின. இப்போது மெட்டமைக்கும் இடத்திலேயே அசுரவேகத்தில் எழுதும் ஆளாக ஆகியிருக்கிறேன். காரணம், பற்றிக்கொண்டதை விடாமலிருந்ததும் அப்பற்றுக்காக என்னை நானே தயாரித்துக்கொண்டதும்தான்.

உடன்பாடுள்ள ஒரு காரியத்தைத் திரும்பத் திரும்பச் செய்வோமானால் அக்காரியம் நம்மை யாரென்றும், நம்முடைய தன்மைகள் என்னவென்றும் உலகிற்குக் காட்டிவிடும். முரண்பாடுள்ளவை முதலிலேயே பற்றுக்கோட்டிலிருந்து விலகிவிடுவதால் அதுகுறித்துச் சொல்வதற்கு ஒன்றுமில்லை. கவ்வுதல் என்கிற சொல்லை வாயாலும் கையாலும் பற்றிக்கொள்ளும் செயலாகக் கருதுகிறோம். உண்மையில், மனத்தினால் சிந்தனைகளைப் பற்றிக்கொள்வதையே பாரதி சொல்லியிருக்கிறார். ஞான வாழ்வை மேற்கொண்ட ஷேக் பரீத்தும் கபீர்தாஸும் நேரில் சந்தித்தபோது ஒரு வார்த்தைகூட பேசிக்கொள்ளவில்லை.

ஒருவர் இன்னொருவரைச் சந்திக்கும்போது சமயம் குறித்தும் தத்துவங்கள் குறித்தும் அதிகமாகப் பேசிக்கொள்வார்கள் என்று நம்பிய சீடர்களுக்கே அச்சந்திப்பு ஏமாற்றம் அளித்திருக்கிறது. அதுகுறித்து அவர்கள் இருவரிடமும்

அவரவர்களுடைய சீடர்கள் கேட்டிருக்கின்றனர். நானும் அவரும் ஒன்றையே பற்றியிருக்கிறோம். அப்படி இருக்கையில், அவர் என்னுடனும் நான் அவருடனும் பேசுவதற்கு ஒன்றுமில்லையே என்றிருக்கின்றனர்.

ஒருவேளை அவர்கள் பேசியிருந்தால் ஒருவர் இன்னொருவர் பற்றினைக் குறைத்தோ கூட்டியோ விவாதித்திருக்க வாய்ப்புண்டு. அந்த வாய்ப்பினை இருவருமே தவிர்த்திருக்கின்றனர். பற்று, மௌனத்தில் இருந்தே தொடங்குகிறது. எவருடனும் சட்டென்று பேசுவதிலும் பழகுவதிலும் தயக்கமுற்றிருந்த என்னைக் கவிதைகள் பற்றிக்கொண்டன. அப்பற்றே இன்று வாழ்வின் எல்லா தருணங்களையும் அழகாக்கிக் கொண்டிருக்கின்றன. பொதுவாக நல்லதைப் பற்றிக்கொள்ளுதல் அல்லது நல்லதென நாம் நம்புவதைப் பற்றிக்கொள்வதில்தான் சகலகேள்விகளுக்குமான விடை இருக்கிறது. இறுதிவரை காந்தி தாம் கொண்டிருந்த கொள்கைகளில் பின்வாங்கவில்லை என்று சொல்லமுடியாது.

பல விஷயங்களில் அவர் பின்வாங்கியும் சமரசமும் செய்திருக்கிறார். அம்பேத்கருடனும் இன்னபிற தலைவர்களுடனும் அவர் உடன்பட்டும் முரண்பட்டும் விவாதித்த பல கருத்துகள், அடிப்படையாக காந்தி பற்றிக்கொண்டிருந்த அகிம்சைக்கு எதிர்த்திசையில் போகவில்லை. அடிநாதமாக அகிம்சையைப் பற்றிக்கொண்டே அவர் அத்தனை விஷயங்களையும் அணுகியிருக்கிறார். மதத்தின் பேரால் நிகழ்ந்த கலவரங்களைக் காணச் சகியாத அவர் பிரார்த்தனைகளையே பிரதானப்படுத்தியிருக்கிறார்.

எந்த இறைவனுக்காக இரண்டு தரப்பினரும் அடித்துக்கொள்கிறார்களோ அந்த இறைவனே அதற்கான தீர்வுகளையும் தீர்ப்புகளையும் வழங்குவான் என அவர் நம்பியிருக்கிறார். குண்டுகள் துளைத்தபோதும் 'ஹேராம்' என்று உதிர்த்த அந்த உதடுகள், மதச்சார்பின்மைக்கு மாற்றாக மத நல்லிணக்கத்தையே வலியுறுத்தின. தம் கட்சியைச் சேர்ந்த பலரும் தேவதாசி முறை நீடிக்கவேண்டுமென

விரும்பியபோதிலும், மருத்துவர் முத்துலெட்சுமி ரெட்டியைச் சந்தித்தபின் அம்முறைக்கு எதிராகப் பிரச்சாரம் செய்பவராக காந்தி இருந்திருக்கிறார். ஒன்றைப் பற்றும்வரை அவரிடம் காணப்படும் தயக்கங்களை முன்வைத்தே அவர்மீதான விமர்சனங்கள் எழும்பியுள்ளன. அவரே பரிசோதித்து அதை ஏற்றுக்கொள்ளத் தொடங்கிவிட்டால் அதன்பின் பின்வாங்காமல் இருந்திருக்கிறார். அவர் வாழ்வில் நிகழ்ந்த எத்தனையோ சம்பவங்கள் அதைத்தான் காட்டுகின்றன.

உடும்புப்பிடியாக பிடித்துக்கொள்ளுதல் என்று நம்மூர்களில் இயல்பாகப் பயன்படுத்தும் சொலவடையின் மறு ஆக்கமே கவ்வியதை விடேல். உலகத்தின் பார்வைகளை தம் பக்கம் திரும்பிய அத்தனைபேரின் சுயசரிதையுமே அவ்விதத்தில் அமைந்ததுதான். இன்றைக்கு நம் கையில் கிடைத்துள்ள சங்க இலக்கியப் பாடல் முழுவதையும் தொகுத்தளித்த உ.வே. சாமிநாதைய்யர், பழைய சுவடிகளைத் தேடிப்போனதைக் கதை கதையாக எழுதியிருக்கிறார்.

ஆடிப்பெருக்கில் காவிரியில் வீசுவதற்காக எடுத்துச்செல்லப்பட்ட ஓலைச்சுவடிகளைச் சேமித்து வைத்திருந்த ஒருவரிடமிருந்து குறிப்பாட்டின் இடைவரிகள் சிலவற்றைப் பெற்றிருக்கிறார். அதற்காக அவர் செலவழித்த நேரமும் வேர்வையும் கொஞ்சமல்ல. ஒரு பாடலில் ஒருவரிதானே என அவர் விட்டிருந்தால் இத்தனைச் செப்பமான இலக்கியத்தைத் தமிழ்ச்சமூகம் பெற்றிருக்க வழியில்லை.

கீழடியின் அகழ்வாய்வுக்குப் பின் தமிழ்ச் சமூகத்தின் வரலாறு ஏற்கெனவே வரையறுக்கப்பட்ட காலத்திலிருந்து பின்நோக்கிப் போகலாம் என்கிறார்கள். அப்படிப் பின்னோக்கிப் போனால் அதை நிறுவும் சான்றாகச் சங்க இலக்கியங்களே உதவக்கூடும். மண்ணாய்வுகளும் மானுடவியல் ஆய்வுகளும் மேற்கொள்ளும் காலகட்டத்தில் இலக்கியத்தைச் சான்றாகக் கொள்ளும் சமூகமாகத் தமிழ்ச்சமூகம் விளங்கப் போகிறது. கவ்வியதை விடேல் என்கிற சிந்தனையைப் பற்றியிருந்த உ.வே.சா.வின் தமிழ்ப்பணி, மேலும் பல உயரங்களை எட்டவுள்ளது.

தமிழின் மரபும் பண்பாடும் இடையில் திரிந்ததற்கு அது பற்றியிருந்த கயிறுகளை அறுத்துக்கொண்டதுதான். தற்போது தமிழ், மீண்டும் தம் மரபையும் பண்பாட்டையும் மீட்டுக்கொள்ளும் அரிய சந்தர்ப்பம் வாய்த்திருக்கிறது. கவ்வியதை விடாதிருந்தால் காணாமல் போன கலாச்சாரமும் கலை இலக்கியச் செயல்பாடுகளும் கைவசமாகலாம்.

நவீனத் தமிழ்க் கவிதையின் போக்குகளைத் தீர்மானித்த பாரதி, ஆத்திசூடியில் ஒற்றை வாக்கியக் கவிதைகளை உற்பத்தி செய்திருக்கிறான். ஒரு வாக்கியம் எங்கே கவிதையாகிறது? எந்த வாக்கியம் சிந்தனைக்கானப் பொறியாகிறது என அவனுக்குத் தெரிந்திருக்கிறது. கவ்வியதை விடேல் என்பது அவன் நமக்குச் சொல்லிய அறிவுரை அல்ல. அவனை நாம் விடாமல் கவ்விக்கொள்ள வேண்டும் என்பதும்தான். தீக்குள் மட்டுமல்ல, பாரதியின் வரிகளைத் தீண்டினாலும் நந்தலாலாவை நாமும் உணரலாம்.